ஆசை முகம் மறந்தாயோ?

முதற்பதிப்பு: 2023

First Edition: 2023

Aasai Mugam Maranthayo?

ஆசை முகம் மறந்தாயோ?

Vidya Subramaniam

விக்யா சுப்ரமணியம்

ISBN: 978-93-94505-10-0

Pustaka
EBooks | Audiobooks | Paperback

Pustaka Digital Media Pvt. Ltd.
#7-002, Mantri Residency,
Bannerghatta Main Road, Bengaluru - 560 076
Karnataka, India
+91 7418555884

ஆசை முகம் மறந்தாயோ?

வித்யா சுப்ரமணியம்

Pustaka
EBooks | Audiobooks | Paperback

யோகி ராம்சுரத்குமார்

14.4.2003

இனிய வித்யா சுப்ரமணியம்,

அலுவலக வேலை, சமையல், வீட்டு நிர்வாகம், குழந்தைகளுக்கு அம்மையப்பப் பணி, எழுத்து வேலை என்று உங்களின் இந்தக் கடின உழைப்பு என்னை உங்களிடம் ஈர்த்து நெருங்கிக்கொள்ள வைத்திருக்கிறது. கதை எழுதுகிற பெண்ணின் புருஷனின் மன உணர்வுகள் எனக்குத் தெரியவில்லை. ஆனால் உங்கள் இரண்டு பெண் குழந்தைகளும் பூர்வஜென்ம புண்யம் செய்தவர்கள். அம்மா எழுத்தாளர் எனில் குழந்தைகள் பயமின்றி ஸ்நேகத்துடன் நிறைய பகிர்ந்து கொள்ளலாம். இருபத்தியொரு வயது வித்யாவின் இன்றைய தெளிவுக்கும், உழைப்புக்கும் நீங்கள் ஒரு முக்கிய காரணம்.

எனக்கு வாராந்திர பத்திரிகைகள் படிப்பது குறைந்து போய்விட்டது. படிப்பதில் இருந்த ஆர்வம் திசைமாறிப் போய்விட்டது. என் குடும்பமும், குருவின் நாம ஸ்மரணையும் என்று என் வட்டம் சுருங்கிப் போய்விட்டது. தவிர திருமணத்திற்குப் பிறகு நல்ல எழுத்தைப் படித்த பாதிப்பில், எழுத்தாளர்களுக்கோ, சினிமா பற்றியோ நான் கடிதம் எழுதுவதில்லை. என் கடிதத்தில் என் கணவர் திரு. பாலகுமாரன் இருப்பாரோ என்கிற எண்ணத்தை அவர்களால் தவிர்க்க முடிவதில்லை. இருபது வருடங்களுக்குப் பிறகு உங்கள் “ஆசைமுகம் மறந்தாயோ?” தொடர் படித்துவிட்டு இந்தக் கடிதம் எழுதுகிறேன். உங்கள் வாசகி என்கிற நிலை தாண்டி எப்போதேனும் தொலைபேசியில் தொடர்புகொண்டு நம்மை பாதித்த நிகழ்வுகளை வீட்டு விஷயங்களைப் பகிர்ந்துகொண்டுள்ள ஸ்னேக உரிமையாலும் இதை எழுதுகிறேன்.

செல்வச் செழிப்பான, வளமையான, அமெரிக்க மண்ணில் ஆரம்பித்து பாரத பூமியின் புண்ணிய க்ஷேத்திரத்தில் முடிகிறது.

நாவல் முழுக்க இறை நம்பிக்கையும், மனித நேயமும் இழையோடியிருக்கிறது.

நாவலின் தலைப்பு நாவலின் போக்கை முதல் அத்தியாயத்திலேயே சொல்லிவிடுகிறது. என் எழுத்து நடை என் வாசகர்களைக் கட்டிப்போடும் என்கிற உங்கள் தன்னம்பிக்கை, உங்கள் திறமை அடுத்தடுத்த அத்தியாயங்களில் நிரூபணமாகிறது.

காதலில் ஆரம்பித்து இறை தேடலில் நாவல் முடிகிறது. நிருபமாவின் இந்த வாழ்க்கை இறையால் ஆசீர்வதிக்கப்பட்ட வாழ்க்கை.

காதல், காமம் கலந்த காதல், அன்பு ஏன்... குருவின் மீது, இறையின் மீது கொள்ளும் ப்ரேம பக்தியிலும் கூட ஆரம்ப கால அவஸ்தைகளையும், படபடப்பையும், ஆளுமை உணர்வையும் தவிர்க்க முடிவதில்லை. நிறைவும், அமைதியும் உள்ளுக்குள் ஏற்பட கால நிர்ணயம் ஏதுமில்லை. இறை சங்கல்பத்தில் கிடைத்தால்தான் உண்டு. பேதமில்லாத, எதிர்பார்ப்பு இல்லாத, ஆளுமை செய்யத் தோன்றாத அந்த நிறைவு... இறைத் தன்மை இறையால் கிடைக்கும் கொடை.

ஒன்பது வருடக் காதலும், ஒரு வார கால தாம்பத்ய உறவும் பிரணவின் பிரிவில் நிருபமாவின் உடம்பையும், மனசையும் தாக்குகிறது. சௌகர்யமான அமெரிக்க வாழ்க்கையை விட்டு இந்தியா வந்து ஸ்ரீரங்கத்தில் கணவரின் உறவுகளுடன் இழைந்து அவனைத் தேடத் தூண்டுகிறது.

உடம்பின் அவஸ்தை, மனசின் தவிப்பை எப்படி திசை மாற்றுவது என்று யோசிக்க நிருபமாவுக்கு உறங்காவில்லிதாசன் சரித்திரம் நினைவுக்கு வருகிறது. இது பதினாறாவது அத்தியாயத்தில் வந்தாலும் திரும்பவும் அடுத்த அத்தியாயத்தில், கதையில் கால இடைவெளி இருந்தாலும் மீண்டும் பளிச்சென உறங்காவில்லிதாசனும், அவன் பொன்னாச்சியின் மீது கொண்ட காதலையும், காமத்தையும் ஸ்ரீரங்கநாதரின் நேத்ர தரிசனத்தால் திசைமாற்றிய ஸ்ரீராமானுஜரும் நினைவுக்கு வருகிறார்கள்.

மீண்டும் ஒரு புதிய துணை, புதிய வாழ்க்கை என்று இன்னொரு தீர்வு அவளுக்கு புகுந்த வீட்டால் சொல்லப்பட்டாலும் ஸ்ரீரங்கத்தில் கிடைத்த இறை அனுபவம் வேறொரு தீர்வைத் தருகிறது. தன்னை அறிய, இறை தேடலைத் துவங்க அவள் செலுத்தப்படுகிறாள்.

புதிய பெயருடன், புதிய துணையுடன் தன் புருஷனைப் பார்த்தும் எல்லாவற்றையும் சரிசெய்து தனதாக்கிக்கொள்ளும் பரபரப்போ, ஆவேசமோ ஏதுமின்றி அமைதியாய் அவளால் தன் பயணம் தொடர முடிகிறது.

ஆன்மீகம் கலந்து இப்படி ஒரு தொடர் எழுதியிருப்பது ஆச்சரியமும், சந்தோஷமும் தருகிறது. அனேகமாய் வாசகர்கள் தங்கள் அனுபவங்களை வைத்து, அல்லது அனுபவங்களுக்கு விரும்பி கதாபாத்திரங்களில் தங்களை இணைத்துக் கொள்வார்கள். அதனாலேயே இதுதான் தீர்வு என்று நிர்ப்பந்திக்காமல் இப்படியும் ஒரு தீர்வு இருக்கலாம் என்று யோசிக்க உங்கள் எழுத்துக்கள் உதவி செய்யும்.

வாழ்த்துக்கள்.

என்றென்றும் அன்புடன்,
சாந்தா பாலகுமாரன்.

80/4, வாரன் சாலை,
சென்னை.

அன்புள்ள சித்தி,

உனது ‘ஆசை முகம் மறந்தாயோ?’ நாவலை சென்ற வாரம் படித்தேன். உனது ஆகாசத் தூதுக்குப் பிறகு நான் படிக்கும் ஆன்மீகம் சம்பந்தப்பட்ட இரண்டாவது நாவலிது. இது குடும்ப பிரச்சனைகளை அலசும் கதையல்ல. ஆணாதிக்க சமுதாயத்தில் பெண்களுக்கு ஏற்படும் பிரச்சனைகளுக்குத் தீர்வு காணும் கதையும் அல்ல. இது முற்றிலும் ஆன்மாவைப் பக்குவப்படுத்தும் பாடம். இப்படி ஒரு சம்பவம் நம் வாழ்க்கையில் நடக்குமா என்று வினா எழுப்புவதை விட, இதுபோன்ற சம்பவங்கள் நம் வாழ்க்கையில் நிகழும்போது நம் எண்ணங்களை, செயல்களை எப்படிப் பக்குவப்படுத்திக்கொள்ள வேண்டும் என்பதை நேர்த்தியாக சொல்லியிருக்கிறாய். ஆன்மீகம் என்ற பாதை வழியாக கடவுளை அடைய முயற்சிக்கும் நிருபமா என்ற கதாபாத்திரத்தின் மூலம் ஆத்ம விசாரணை நடத்தியிருக்கிறாய்.

எண்ணங்கள் சலனப்படும்போது செயல்கள் அர்த்தமற்றதாகி விடுகிறது. அதிலிருந்து மீண்டு அந்த எண்ணங்களைப் பக்குவப்படுத்திக்கொள்ள ஆன்மீகம் ஒரு சிறந்த வழி என்று தெளிவுபடுத்தியிருக்கிறாய். பக்குவப்பட முடியாத ஆத்மா மிருகமாகிறது. பக்குவப்பட முயற்சிக்கும் ஆத்மா மனிதனாகிறது. பக்குவப்பட்ட ஆத்மா மகாத்மாவாகிறது. காதலையும், காமத்தையும் தாண்டித்தான் ஒவ்வொரு ஜீவனும் கடவுளை அடைகின்றன. யதார்த்தமான கதாபாத்திரங்களும், நேர்த்தியான உரையாடல்களும் கதைக்கு உயிர் ஊட்டியிருக்கிறது.

உள்ளம் ஆசைப்படுவதையெல்லாம் உடல் மூலம் தீர்த்துக்கொள்ள நினைக்கையில், அது முடியாதபோது ஏக்கமும் அதிருப்தியும் நமக்கு ஏற்படுகிறது. எதன்மேலும் பற்று வைக்காமல் இருக்க வேண்டும் என்றால் ஆன்மா என்ற ஒன்றே இல்லாமல்தான் போக வேண்டும். ஆனால் ஆத்மா என்ற ஒன்று படைக்கப்பட்டதே அனுபவித்து பக்குவப்படத்தான்.

சந்தோஷம் என்பதை மூன்று வகையாகப் பிரிக்கலாம். ஆசை, மகிழ்ச்சி, ஆனந்தம். உடலின் சந்தோஷம் ஆசை.

உள்ளத்தின் சந்தோஷம் மகிழ்ச்சி. ஆத்மாவின் சந்தோஷம் ஆனந்தம். ஒவ்வொரு ஜீவனும் பரமாத்மாவை நோக்கித்தான் செல்கின்றன. பரமாத்மா, பல கோடி ஜீவாத்மாக்களாகப் பிரிந்து ஒன்றுக்கொன்று அன்பு செலுத்திக்கொண்டு வாழ்ந்து, உயர்ந்து மீண்டும் பரமாத்மாவோடு இணைவதே வாழ்க்கை.

மனிதன் சரணடைவது காதலிலும் கடவுளிடமும்தான். இரண்டிலும் ஆணவமும், தான் என்ற அகந்தையும் அற்று போகிறது. இரண்டு ஜீவன்கள் ஒன்றுக்கொன்று அன்பு செலுத்தும்போது காதலாகிறது. அந்த அன்பு எல்லா ஜீவன்கள் மீதும் விரியும்பொழுது கடவுளாகிறது. காமத்திலிருந்து கடவுள் என்ற தத்துவத்தை யதார்த்தமாகவும், மிக லாவகமாகவும், எல்லைகள் மீறாமலும் கையாண்டிருக்கிறாய். அனைத்து கதாபாத்திரங்களும் என் மனதிற்குள் உறைந்துவிட்டது.

ஒவ்வொருவரும் சென்று ரசித்து ஆத்மார்த்தமாக அனுபவிக்க வேண்டிய கைலாஷையும், மானசரோவரையும் கண்முன் நிறுத்தியிருக்கிறாய். எல்லா உணர்ச்சிகளையும் கட்டுப்படுத்த சாந்தம் என்ற உணர்ச்சி தேவைப்படுகிறது. அந்த சாந்தமே நம் எண்ணங்களைப் பக்குவப்படுத்திக்கொண்டு ஒரு லட்சியத்தை நோக்கிச் செல்ல வழிவகுக்கிறது. இந்தக் கதையில், நிருபமாவின் சாந்தம் மெய்சிலிர்க்க வைக்கிறது.

இக்கதையின் நோக்கம் ஆன்மீகத்தின் முக்கியத்துவத்தை எடுத்துக் காட்டுவதே தவிர அது ஒன்றுதான் வழி என்று சொல்வதற்காக இல்லை. இருந்தாலும் இதைப் படிக்கும் ஒவ்வொருவரின் உள்ளமும் ஆன்மீகத்தைப் பற்றி சிறிதளவாவது சிந்திக்கும் என நம்புகிறேன்.

இப்படிக்கு,
உன் அன்பு,
S. கிருஷ்ணகுமார்.

நியூ இந்தியா அஷ்யூரன்ஸ் லிமிடெட்,
சென்னை - 600 002.

இனிய நட்புக்கு,

ஒவ்வொரு மனிதனும் காதலில் பிறந்து கடவுளை நோக்கித்தான் செல்கிறான். அவன் விரும்பினாலும், விரும்பாவிடினும் மரணம் நிகழ்வதுபோல அவன் நம்பினாலும், நம்பாவிட்டாலும் அவன் பயணம் இறைமையை நோக்கித்தான். வாழ்க்கை ஒவ்வொருவருக்கும் எவ்வளவு வயது வரை என்பது எவருமறியாத பிரும்ம ரகசியம். குறுகிய இந்த வாழ்வில்தான் மனிதனுக்கு எத்தனையெத்தனை இன்பங்கள், துன்பங்கள்! இன்பங்களை வரவேற்பதும், துன்பங்களைக் கண்டு அஞ்சி விலகுவதும்தான் பொதுவாக மனிதர்களின் இயல்பாக இருக்கிறது. மாறாக இரண்டையும் சமமாக பாவித்து அனுபவிக்கத் தயாராகி, அந்த அனுபவங்களிலிருந்து தன் வாழ்க்கையை மேம்படுத்திக்கொள்ள முயற்சிப்பது சிலர் மட்டுமே. துன்பங்கள் எல்லாம் நம்மை நாமறிவதற்காகவே என்று எண்ணுபவர்கள் அவற்றைக் கண்டு அஞ்சி விலகுவதில்லை.

வாழ்க்கையைக் கொடுத்தால் வாழ்க்கையைப் பெறலாம் என்பது விவேகானந்தர் வாக்கு. அதாவது சிற்றின்பத்திலிருந்து விடுபட்டால் பேரின்பத்தை அடையலாம். விதிவசத்தால் தனது காதல் வாழ்க்கை கலையும்போது, காதலைக் கடவுளின் மீது திசை திருப்பி பேரின்பத்தை அடைய முயற்சி செய்யும் ஒரு பெண்ணின் வாழ்க்கைப் பயணம்தான் இத்தொடர்.

லௌகீகம் என்பது சிற்றின்பம். ஆன்மீகம் என்பது பேரின்பம். கூட்டுக்குள் சுருண்டு வாழும் புழுக்கள்கூட உள்ளேயே சிறகு வளர்த்து தக்க சமயத்தில் அழகிய வண்ணத்துப் பூச்சியாய் கூட்டிலிருந்து விடுதலை பெற்று ஆனந்தமாக விண்ணில் பறக்கிறபோது, ஆறறிவு பெற்ற மனிதனால் சிந்தனைச் சிறகை விரித்து இன்னும் உயரப் பறக்க முடியாதா என்ன? துன்பங்கள் சூழும்போது சும்மாயிராமல் சிறகு வளர்க்கத் தெரிந்தவனால்தான் அத்துன்பங்களிலிருந்து விடுபட்டு வெளியேறவும் இயலும்.

இதுதான் பாதை, இதுதான் தீர்வென்று நான் சொல்லவில்லை. ஒவ்வொருவருக்கும் ஒவ்வொரு பாதை. பாதைகள்

எதுவாயிருப்பினும் லட்சியம் எல்லையற்ற பேரின்பத்தை நோக்கி இருந்துவிட்டால் மனிதன் உயர்வான் என்பது மகான்கள் வாக்கு. மனிதனுக்கும், இறைமைக்கும் இடையிலிருப்பது மிக மெல்லிய திரைதான். ஆனால் மனிதன் முயற்சித்தாலொழிய அத்திரை விலகாது. அவன் அத்திரையை விலக்கி தன்னை தரிசிக்க தெய்வம் அவனுக்குப் பல சந்தர்ப்பங்களை ஏற்படுத்தித் தருகிறது. அவற்றை உபயோகப்படுத்திக் கொள்கிறான். அதை தரிசித்து ஞானியாகிறான். அஞ்சி விலகுகிறவன் அஞ்ஞானியாகிறான். சம்சாரியோ சன்யாசியோ, தன்னையறிபவரே இறைமையையும் அறிவர்.

நமது தினசரி கர்மாக்களைச் செய்வது பக்தியின் நான்காம் நிலையென்றும், பூஜை புனஸ்காரம் செய்து இறை சின்னங்களை தரிசிப்பது மூன்றாம் நிலையென்றும், தியானம் செய்தல் இரண்டாம் நிலையென்றும், தன்னையறிவதுடன் இறைமையை அறிவதே பக்தியின் மிக உயர்ந்த முதல் நிலையென்றும் சிவபுராணம் கூறுகிறது. இதன்மூலம் நாம் எந்த நிலையில் உள்ளோம் என உணர்ந்து அடுத்த நிலைக்குச் செல்ல முயற்சிப்போம்.

தங்களது பொன்னான நேரத்தில் சிறிது ஒதுக்கி, இந்நாவலை வாசித்து தங்களது கருத்துக்களை கடிதமாய் எழுதித் தந்த திருமதி சாந்தா பாலகுமாரனுக்கும், எனது அக்காள் மகன் திரு. கிருஷ்ணகுமாருக்கும், இதனை புத்தகமாய் வெளியிடும் பதிப்பகத்தாருக்கும் எனது மனமார்ந்த நன்றிகள்.

அன்புடன்,
வித்யா சுப்ரமணியம்.

1 அத்தியாயம்

காலையில் கண் விழிக்கும்போதே பிரணவின் நினைவுதான் வந்தது. கூடவே சிரிப்பும்.

"நாம் காந்தர்வ விவாகம் செய்து கொள்ளலாமா நிரூ?" அவன் கேட்ட விதம் இப்போதும் பக்கன்று சிரிக்க வைத்தது.

"சார்க்கு திடீர்னு என்ன அப்டி ஒரு ஆசை?"

"அதுல ஒண்ணும் தப்பில்லப்பா, ஒரு காலத்துல அதுவும் அங்கீகரிக்கப்பட்ட விவாகம் தான். இலக்கியம் படிச்சதில்ல நீ?"

"ஆனா அந்த காலத்துல இப்போ நாம இல்லையே. அதனால் கல்யாணம் பண்ணிக்கணும்னு நெனச்சா சமத்தா இந்தியா போவயாம். ஸ்ரீரங்கநாதனை வேண்டிண்டு உங்கப்பா அம்மாட்ட நம்ம விஷயத்தைச் சொல்லி சம்மதம் வாங்கு. நீ சொல்ற விவாகத்தைப் பத்தி அதுக்கப்புறம் யோசிப்போம்."

"இல்லாட்டாலும் இந்தியாக்கு ஒருமுறை போயாகணும் நிரூ. அம்மா, அப்பா, தங்கைகள், ஸ்ரீரங்கநாதன், உச்சிப்பிள்ளையார், காவேரி, கொள்ளிடம் எல்லாத்தையும் பாத்து எவ்ளோ வருஷமாச்சு!"

அவன் பெருமூச்சு விட்டதைப் பார்க்க பரிதாபமாயிருந்தது நிருபமாவிற்கு. படிப்புக்காகவும், பணிகளுக்காகவும் தேசம்விட்டுத் தேசம் செல்லும் எல்லோருக்குள்ளும் ஏற்படும் இயல்பான ஏக்கம் தான் அது என்றாலும் பிரணவ் அதிகமாகவே ஏங்கினான்.

கட்டிலில் இருந்து இறங்கி ஜன்னலருகில் வந்து அதன் கர்ட்டன்களை விலக்கினாள். கண்ணாடிக்கு வெளியே மிக மெல்லிய ஐஸ் தூறல்களுக்கிடையில் தூரத்தில் நியூயார்க் நகரின் அழகிய வானளாவிய கட்டிடங்களும், ஹட்ஸன் நதியும், அதில் ஆடிக்கொண்டிருந்த படகுகளும் ரம்யமாய்த் தெரிய இமைக்காமல் அந்தக் காட்சியைப் பார்த்தபடி நின்றாள். அழகை ரசிக்கும்போதே ஆழ்ந்த சோகமும் இதயத்தை அழுத்தியது. சென்ற ஆண்டு வரை இந்த கான்கிரீட் காடுகளுக்கு நடுவே ராஜா ராணி போல் இணைந்து கம்பீரமாய் விண்ணைத் தொட்டு நின்ற நியூயார்க் நகரின் பெருமைமிகு வர்த்தக மைய கட்டிடங்கள் இப்போது இல்லை. மனிதக் கூட்டத்துக்கு நடுவே நெருங்கிய இரு மனிதர்கள் தொலைந்து போனாற்போல் அந்த இடம் வெறிச்சிட்டது.

செப்டம்பர் பதினொன்றின் உலுக்க வைத்த அந்த அவலத்தை இப்போது நினைத்தாலும் ரத்தம் உறைந்தது அவளுக்கு.

அன்றும் இதேபோல் ஜன்னலருகில் நின்று அவற்றை ரசித்துக் கொண்டிருந்தாள். புள்ளியாய் ஒரு விமானம் மிகத் தாழ்வாகப் பறப்பதையும் கண்டாள். இன்னும் சற்றுநேரத்தில் அந்த விமானம் செய்யப்போகும் கொடும் செயல்களைப் பற்றி அறியாமல் அது பறப்பதையும் ரசித்தவள் விழிகள் திடீரென்று நிலைகுத்தி நின்றன. அய்யோ என்ற அலறல் தொண்டையிலிருந்து ஜனித்தது.

கடவுளே இதென்ன கொடுமை. நான் காண்பது நிஜம்தானா... இல்லை ஏதாவது கனவு காண்கிறேனா...? பதறியபடி மீண்டும் மீண்டும் கண்களை மூடித்திறந்தாள். கனவல்ல நிஜம்தான். மனித உழைப்பின் மாபெரும் இரண்டு உயரங்கள் முழுக்க தீ ஜ்வாலைகள் கொழுந்துவிட்டு எரிந்து கொண்டிருந்தன. நிருபமா ஓடிப்போய் தன் பைனாகுலரை எடுத்து வந்து அதன் வழியே பார்த்தாள்.

அடுத்தடுத்து இரு விமானங்கள் அந்த அழகை மோதி சிதைத்த காட்சியை காண சகியாமல் கண் கலங்கினாள். அதிர்ச்சியில் உறைந்தாள். முகத்தைப் பொத்திக் கொண்டு அழுதாள். என்னாயிற்று? ஏன் இப்படி ஒன்றும் புரியவில்லை.

விபத்தா...? ஒரு விமானம் மோதினால் விபத்து. அப்படியும் இப்படியுமாய் மூன்று மோதினால்... இல்லை இது விபத்தல்ல... அப்பட்டமான கொலை! இதயம் நின்றுவிடும் போலிருந்தது. கால்கள் வலுவிழக்க கட்டிலில் அமர்ந்த நேரம் தொலைபேசி அடித்தது. பாய்ந்து சென்று எடுத்தாள்.

“நிரூ பாத்தாயா அந்தக் கொடுமையை” பிரணவின் குரலிலும் சோகம்.

“முடியல பிரணவ். என்ன கொடுமை இது? என்னதான் நடக்குது அங்க?”

“டெரரிஸ்ட் அட்டாக்னு டி.வி.யில் சொல்லிட்ருக்காங்க பார். அப்புறம் நிரூ இன்னிக்கு எங்கயும் வெளில போய்டாத சிட்டி முழுக்க பயங்கர பதட்டமா இருக்கு.”

“சரி நீயும் ஜாக்ரதையா இரு.”

“உனக்கொரு விஷயம் தெரியுமா? இன்னிக்கு மார்னிங் ஏழு மணிக்கு ட்வின் டவர் எண்பத்தி எட்டாவது மாடிலதான் என் புராஜக்ட் விஷயமா மிஸ்டர் ஸ்மித்தை மீட் பண்ண டைம் ஃபிக்ஸ் பண்ணியிருந்தேன். ஆனா பாரு என்னிக்குமில்லாம அடிச்சு போட்டா மாதிரி தூங்கிட்டேன். பதறிப்போய் எழுந்து ஸ்மித்துக்கு போன் பண்ணி மன்னிப்பு கேட்டுக்கிட்டே கிளம்பிண்டிருக்கேன். அதுக்குள்ள இப்டியாய்டுத்து. நா மட்டும் போயிருந்தேன்னா?”

“சொல்லாதே பிரணவ்” நிருபமாவின் குரல் நடுங்கியது. கண்கள் மீண்டும் வெளியே நோக்க, எங்கும் கரிப்புகை மண்டிக் கிடக்க, அந்தப் புகையில் நகரமே இருண்டிருந்தது.

போனை வைத்துவிட்டு டி.வி. போட்டவளுக்கு இன்னும் பயங்கர அதிர்ச்சி. பென்டகனும் தகர்க்கப்பட்டிருந்தது. அழிவின் கோரங்களைக் காணக் காண அடிவயிறு கலங்கியது. ட்வின் டவரின் உச்சியிலிருந்து மனிதர்கள் மரண பயத்தில் குதிப்பதைக் கண்டவள் வாய்விட்டு அழுதாள். அப்போது மட்டுமல்ல, அந்தக் காட்சிகளை எப்போது நினைத்தாலும் வயிறு கலங்கத்தான்

செய்தது. திரும்பிப் பார்ப்பதற்குள் மாதங்கள் ஓடி ஓராண்டாகப் போகிறது என்றாலும் நித்தம் நித்தம் அந்த ரெட்டை கோபுரங்கள் இல்லாத கட்டிடக் கூட்டங்களைக் காணும்போது சோகம் பீறிடுவது நிஜம்.

பத்தொன்பது வயதில் படிப்பதற்காக அமெரிக்கா வந்தாள் அவள். கொலம்பியா யூனிவர்சிடியில் படிக்கிற காலத்தில்தான் பிரணவை முதன் முதலில் சந்தித்தாள். மீடியா ஜர்னலிஸம் தொடர்பான மேற்படிப்புக்காக அவனும் அங்கு வந்திருப்பதாகத் தெரிந்து கொண்டாள்.

பொது நூலகத்தில் தான் அவர்களது முதல் சந்திப்பு நடந்தது. தமிழறிந்த ஒருவரை சந்தித்த சந்தோஷம் இருவர் முகத்திலும் இயல்பாய்ப் படர்ந்தது. இருவரும் ஒருவரைப் பற்றி ஒருவர் விசாரித்து தெரிந்து கொண்டனர். நட்பு ரீதியில் ஒரு காப்பி ஷாப்பில் அமர்ந்து காப்பி சாப்பிட்டனர்.

முதல் முறை நடந்த சந்திப்பு எதேச்சையாக நிகழ்ந்தது என்றால் அதற்கடுத்து நிகழ்ந்தவை பிரணவ் திட்டமிட்டு ஏற்படுத்திக் கொண்டவை என்பது முதலில் அவளுக்குத் தெரியவில்லை. சென்ட்ரல் பார்க்கிலாகட்டும், ஷாப்பிங் காம்ப்ளெக்ஸிலாகட்டும், தியேட்டரிலாகட்டும், சுற்றுலா படகுகளிலாகட்டும். ஹலோ நீ எங்க இங்க என்றபடி எங்கிருந்தாவது எதிரில் தோன்றி கை குலுக்குவான். சகஜமாய்ப் பேசுவான். அப்படித்தான் ஒருமுறை சுதந்திர தேவியின் சிலை உச்சியிலிருந்து நியூயார்க் நகரத்தையும் ஹட்ஸன் நதியின் அழகையும் அவள் ரசித்துக் கொண்டிருந்த ஒரு வீக் எண்டிலும் அப்படித்தான் அவள் முன் ஆஜரானான் அவன்.

“அதெப்டி நா போற இடத்துக்கெல்லாம் கரெக்டா வரீங்க? நாம சொல்லி வெச்சுக்கக் கூட இல்லையே” அவள் சாதாரணமாகத்தான் கேட்டாள்.

“எங்க போனாலும் நீ ஏன் தனியாவே போற...? அதனால்தான் நான் உன் பாதுகாப்புக்கு வர வேண்டியிருக்கு” அவன்

புன்னகைத்தபடி சொல்ல, அவள் ஒருவித வியப்புடன் அவனை ஏறிட்டுப் பார்த்தாள்.

பிறகு ஏதோ புரிந்தாற்போல் பக்கென்று அவள் சிரிக்க, அவனும் சிரித்தான்.

"ஸோ... என்னைக் கண்காணிக்க, பாதுகாப்பு கொடுக்க ஒரு ஆள் இருக்கீங்க!"

"அதெல்லாம் இல்ல. எங்க போனாலும் நானும் தனியாத்தான் போக வேண்டியிருக்கு. அதான், பாதுகாப்புக்குப் பாதுகாப்பு, பேச்சுத் துணைக்குப் பேச்சுத்துணை."

தேசம் விட்டு தேசம் போன இடத்தில் கிடைத்த நட்பு இருவருக்குமே இதமாக இருந்தது எனலாம்.

ஆறு மாத நட்புக்குப் பின் ஒரு நாள் அவன் அவளிடம் மனம்விட்டு தான் அவளை நேசிப்பது பற்றிக் கூறினான்.

அவள் சிரித்தாள்.

"என்ன சிரிக்கற?"

"ஒரு பெரிய பாரம் எனக்கு குறைஞ்சாப்போல இருக்கு."

"ஏன்...?"

"எப்டிடா இந்த விஷயத்தை உங்கிட்ட சொல்றதுன்னு தயங்கிட்டிருந்தேன். நீயே முந்திட்ட."

"அப்டின்னா?"

"அப்டிதான்" அவள் புன்னகைத்தாள். அவன் தன் மகிழ்ச்சியை மறைக்க முடியாமல் திணறினான்.

"ஆனா ஒரு விஷயம் பிரணவ்."

"சொல்லு."

"நாம இப்போ மாணவர்கள் ஸ்காலர்ஷிப்லயும், பார்ட் டைம் வருமானத்துலயும் இங்க மூச்சு திணற வாழ்க்கையை நகத்திட்டிருக்கோம். ஏதோ ஒரு லட்சியத்துக்காக வாயைக்

கட்டி வயித்தைக் கட்டி ஓட்டப்பந்தயம் மாதிரி ஓடிட்டிருக்கோம். இந்தியால இருக்கறவங்க வேணா வெளிநாட்டுல படிக்கறயான்னு நம்பளைப் பார்த்து வாய் பிளக்கலாம். ஆனா நாம இங்க படறபாடு நமக்கு தான் தெரியும். இந்த ஓட்டத்துல காதலிக்க நமக்கு நேரமிருக்குமான்றது கூட சந்தேகம்தான். இருந்தாலும் காதலுக்கு அதெல்லாம் தெரியறதில்லயே. எப்டியோ உள்ளுக்குள்ள நுழைஞ்சு சிம்மாசனம் போட்டு உக்காந்தாச்சு. அப்டியே கொஞ்ச நாள் உக்கார வெச்சுட்டுப் படிப்பை முடிக்கற வழியைப் பார்ப்போம். அதுக்கப்புறம் வேலைன்னு கிடைச்சா தான் காதலைக் கூட சந்தோஷமா அனுபவிக்க முடியும். மனசுல கவலைகளை வெச்சுண்டு காதலைப் பத்தி சந்தோஷமா நினைக்க முடியாது."

அவள் பேச, அவன் வாய் மீது கை வைத்து பவ்யமாய் நின்றான், சிரிப்பை அடக்கப் படாத பாடுபட்டான்.

"ஓஹோ நா பேசறதெல்லாம் கிண்டலார்க்கோ?"

"இல்ல... இதப்பத்தியெல்லாம் நானும் யோசிக்காமயா இருப்பேன்? சொல்லப் போனா உன்னைவிட எனக்கு பிரச்சனைகள் அதிகம். கவலைப்படாதே. காதல்ங்கறது நெருப்பு மாதிரி. அதால விளக்கு ஏற்றலாம். வீட்டையும் எரிச்சு நாமும் சாம்பலாகலாம். அதை நாம் கையாள்ற விதத்துலதான் இருக்கு. சொல்லப்போனா நல்ல லட்சியங்களை நோக்கிப் போறவனுக்கு காதல் இன்னும் அதிகமா புத்துணர்ச்சியைக் கொடுக்கும். நா இதை நம்பறேன். காதலை நாம் வளர்ப்போம். காதல் நம்மை வளர்க்கும் சரியா?"

"காதலை வளர்க்க நாம் என்ன செய்யணும் பாஸ்?"

"வெரி சிம்ப்பிள். நேரம் கிடைக்கும் போதெல்லாம் என் பேரை ஸ்ரீராமஜெயம் மாதிரி எழுது. கலர் கலரா டிரெஸ் போட்டுட்டு குரூப் டான்ஸர்கள் சகிதம் என்னோட டூயட் பாடற மாதிரி நினைச்சுக்கோ."

"எதுக்கு நினைக்கணும்? சென்ட்ரல் பார்க் போய் இப்பவே ஆடினா என்ன?"

"பார்க்ல அப்படியே ஒரு துண்டு விரிச்சுடுவோம். நல்ல கலெக்‌ஷன் சேரும். ரெண்டு மாசம் ரெக்ரியேஷன் செலவுக்காச்சு."

"அதெல்லாம் ஆகாது. இந்தியாலேர்ந்து யாரோ சினிமாக்காரங்க வந்து டூயட் ஸீன் ஷூட் பண்றாங்கன்னு கண்டுக்காம போய்டுவாங்க."

பேச்சில் விளையாட்டும் குறும்பும் இருந்ததே தவிர உண்மையில் அவர்கள் மாதக்கணக்கில் கூட சந்திக்க நேரமின்றி இருந்தார்கள். படிப்பு, ஆய்வு என்று பாதி நேரம் போக, மீதி நேரம் ரெஸ்ட்டாரண்ட்களில் பிளேட் கழுவினார்கள். வெய்ட்டர் வேலை பார்த்தார்கள். ஷாப்பிங் காம்ப்ளெக்ஸில் விற்பனைகள் கவனித்தார்கள். தங்களால் இயன்ற வேலை எல்லாம் பார்த்து தங்களது இதர செலவுகளுக்கு பணம் சம்பாதித்தார்கள். நடுநடுவே சற்று நேரம் கிடைக்கும்போது தொலைபேசியில் உரையாடினார்கள். இன்னும் சற்று அதிக நேரம் கிடைக்கும் போது நியூயார்க்கை சுற்றியிருக்கும் சுற்றுலா இடங்களுக்குப் போவார்கள். தங்கள் படிப்பு, திட்டங்கள், எதிர்காலம் குறித்துப் பேசுவார்கள்.

கடுமையான உழைப்பினூடே இருவரும் தங்கள் உயர் படிப்பை முடித்தார்கள். பிறகு நல்ல வேலை கிடைக்கும் வரை சிறு சிறு தற்காலிக வேலைகளில் பணிபுரிந்து அனுபவம் தேடிக்கொண்டார்கள். இருவரும் இப்போது பார்க்கும் வேலை ஒரு வருடத்திற்கு முன்புதான் கிடைத்தது. மருந்துப் பொருட்கள் தயாரிக்கும் ஆராய்ச்சி நிறுவனம் ஒன்றில் அவள் பயிற்சி விஞ்ஞானியாய் சேர்ந்தாள். எலிகளுக்கும், முயல்களுக்கும் ஊசி மூலம் புதிய மருந்துகளை செலுத்தி ஆராய்ந்து அறிக்கை சமர்ப்பிக்க வேண்டும். பிரணவ் ஒரு தனியார் தொலைக்காட்சியின் விளம்பரப் பிரிவில் பணியில் சேர்ந்தான். கடுமையான வேலை. ஓயாத உழைப்பு. நல்ல ஊதியம்தான் என்றாலும் அதில் பெரும்பகுதியை ஊருக்கு அனுப்ப வேண்டியிருந்ததால் வெளிநாட்டில் இருந்தாலும் மிடில் கிளாஸ் வாழ்க்கை தான் வாழ முடிந்தது. நியூஜெர்ஸியில் வாசம். காலையில் கிளம்பினால் இரவு எட்டாகிவிடும் வீடு செல்ல.

திருச்சியில் அவனை நம்பி ஒரு குடும்பம் இருந்தது. அப்பா ஓய்வு பெற்ற ஆசிரியர். அவர் பென்ஷனில் குடும்பம் பத்து நாள் சாப்பிடலாம். மிச்ச இருபது நாள் சாப்பாட்டுக்கும் இதர செலவுகளுக்கும் இவன்தான் பணம் அனுப்ப வேண்டும். அதிலும் அம்மா சிக்கனம் பிடித்து பெண்களின் கல்யாணத்திற்கு பணம் சேர்த்துக் கொண்டிருக்கிறாள். அவன் அமெரிக்காவில் இருப்பதாலேயே சம்பந்தம் பேச வருபவர்கள் அதிகம் எதிர்பார்ப்பதாக தகவல். அவர்களது திருமணத்திற்காக இவன் இன்னும் தன் செலவுகளைக் குறைத்துக் கொண்டான். சில நாள் காப்பிச் செலவுக்குக் கூடக் கையில் காசிருக்காது.

முதல் நாள் இதைப் பற்றித்தான் அவன் அவளோடு பேசிக் கொண்டிருந்தான். கடல் அலைகள் எப்பொழுது ஓயும் நிரூ? என்று கேட்டான். அதைத் தொடர்ந்து தான் திடீரென்று நாம் காந்தர்வ விவாகம் செய்து கொண்டால் என்ன என்ற கேள்வியைக் கேட்டு அவளைச் சிரிக்க வைத்தான்.

யோசித்துக் கொண்டிருக்கும் போதே நிருபமாவிற்கு ஒரு எண்ணம் தோன்ற, அவள் டெலிபோனை எடுத்து பிரணவின் செல் நம்பரைத் தொடர்பு கொண்டாள்.

“ஹாய் ஸ்வீட்டி என்ன பண்ணிட்ருக்க? இப்பதான் எழுந்தயா?”

“உன்னை இன்னிக்கு பார்க்கணுமே பிரணவ்?”

“பார்த்தா போச்சு.”

“உனக்காக காரசாரமா சமைச்சு வெக்கறேன் இங்க வந்துடறயா?”

“வேலை முடிஞ்சு தான் வர முடியும்.”

“நா வெயிட் பண்றேன்.”

அவள் போனை வைத்துவிட்டு குளிக்கச் சென்றாள். குளித்துவிட்டு வந்ததும் குளிர்சாதனப் பெட்டியிலிருந்து காய்கறி பாக்கெட்டுகளை எடுத்தாள். அவனுக்குப் பிடித்த வெங்காய சாம்பாரும், குடமிளகாய் உசிலியும், ரசமும் அரைமணியில் தயார் செய்தாள்.

ஒரு மணிக்கு வந்தான் பிரணவ். பசியோடு ரசித்து சாப்பிட்டான். "இப்டி சாப்ட்டு எவ்ளோ நாளாச்சு." என்று மனம்விட்டுப் பாராட்டினான்.

"அதுக்கென்ன தினமும் சமைச்சுப் போட்டா போச்சு."

"ஆமா இதுக்கோசரம் தினம் யார் இங்க வரது?"

"நீ எதுக்கு வரணும்? நா வந்துடறேனே?"

"வந்து...?"

"ஏய் நா விளையாடல... சீரியஸா சொல்றேன்."

"நீ சிரியஸா பேசினா சுத்தமா புரியறதில்லை" அவன் சிரித்தான்.

"நிஜமா தான் பிரணவ். நா ஒரு முடிவுக்கு வந்திருக்கேன்."

"சொல்லு."

"நாம் கல்யாணம் பண்ணிக்கலாம்."

"ஆர் யூ ஜோக்கிங்."

"ஐ ஆம் வெரி சீரியஸ்."

"நேத்திக்குத்தானே எங்க வீட்டுப் பிரச்சனை முழுக்கச் சொன்னேன். பேச்சுலரா இருக்கும்போதே எனக்கு முழி பிதுங்கறதாம். இதுல இப்போ மேரேஜ் வேற பண்ணிண்டா...? தவிர நம்ம விஷயத்தை நா இப்போ வீட்ல சொல்லவும் முடியாது."

"எதுக்கு சொல்லணும்?"

"என்ன சொல்ற நீ? சொல்லாம எப்டி?"

"இப்போதைக்கு சொல்லவே வேண்டாம். நா சொல்றதை கவனமா கேளு பிரணவ். குடும்பப் பிரச்சனைங்கறது உனக்கு தான். எனக்கில்ல, எனக்குன்னு யாரும் கிடையாது. நாம கல்யாணம் பண்ணிக்கிட்டு ஒண்ணா இருந்தா, ரெண்டு அபார்ட்மெண்ட், ரெண்டு சமையல்னு எல்லா ரெட்டைச் செலவுகளும் குறையும். தவிர என் சம்பாத்யமும் அடிஷனலா சேரும். நீயும் ஊருக்கு தாராளமா பணம் அனுப்பலாம்."

அவன் திகைத்தான். கூடவே இது சரியா எனத் தயங்கினான்.

"இதுல தயங்கறதுக்கு ஒண்ணுமே இல்ல பாஸ். நாம் கல்யாணம் பண்ணிக்கப் போறது என்னிக்கிருந்தாலும் நிச்சயம். அதை இப்பவே பல நன்மைகள் கருதி பண்ணிக்கப் போறோம். இதுல நம்ம சுயநலம்ங்கறதை விட உன் குடும்பத்தின் சந்தோஷம் தான் அதிகம் இருக்கும். தங்கைகளுக்கு கல்யாணமானதும் நீ பக்குவமா நம்ம விஷயத்தைச் சொல்லு. அவங்க சம்மதத்தோட அவங்களுக்கு முன்னாலயும் நாம் சம்பிரதாயப்படி ஒரு முறை கல்யாணம் பண்ணிக்கப் போறோம். அவ்ளோதானே?"

அவள் வெகு சுலபமாகக் கூறிவிட்டாலும் பிரணவ் திணறினான். சட்டென்று ஒரு முடிவுக்கு வர முடியாமல் தடுமாறினான்.

"உன் பாரத்தைக் கொஞ்சம் நானும் சுமக்க அனுமதியேன்" அவள் அவன் முகவாய்த் தூக்கி கேட்க, அவன் ஒரு குழந்தையாய் அவள் மடியில் விழுந்தான்.

அத்தியாயம் 2

டி. என். கிருஷ்ணனின் வயலினில் சிந்து பைரவி அறை முழுக்க மிக மெலிதாக நிறைந்திருக்க நிருபமா சோபாவில் சாய்ந்து கண்மூடி அமர்ந்திருந்தாள். மனதில் வேறு எந்த சிந்தனையுமின்றி மனம் இசையில் மட்டும் ஒருமுகப்பட்டிருந்தது. கேஸட் முடியும் வரை அப்படியே அமர்ந்திருந்தாள். அது முடிந்தபின் கண் விழித்தவள் புத்துணர்ச்சியோடு எழுந்து அன்றைய வேலைகளுக்குத் தயாரானாள். ஒரு வாரத்திற்கு வேண்டிய துணிமணிகளை மெஷினில் போட்டு துவைத்து அயர்ன் பண்ண வேண்டும். அரிசி பருப்பு வகைகள் கொஞ்சம் வாங்கி வைக்க வேண்டும். நியூஜெர்ஸியில் சிநேகிதி ரமணி கிருஷ்ணனின் குழந்தைக்கு முதல் பிறந்த நாள் என்று அழைத்திருக்கிறாள். அங்கு வேறு சென்று வர வேண்டும் என்று நிறைய வேலை இருந்தது. சனி ஞாயிறு என்று பெயர் தானேயொழிய ஒவ்வொரு வாரமும் இப்படித்தான் வேலைகள் சேர்ந்துவிடும். இருப்பினும் விடுமுறை என்பது சின்ன சுகம் தான். மனதுக்குப் பிடித்தவற்றை செய்யலாம். முக்கியமாய் சங்கீதம் கேட்கலாம் நிறைய நேரம். அப்பா அவளுக்கு நிறைய நல்ல விஷயங்களைக் கற்றுத் தந்திருக்கிறார். மனதுக்குப் பிடித்த காட்சிகளைப் பார், மனதுக்குப் பிடித்த இசையைக் கேள். மனதுக்குப் பிடித்தவைகளை ஓவியமாய் வரை. இந்த மூன்று விஷயமும் அற்புதமானவை. மனதை ஒருமுகப்படுத்தக் கூடியவை. அமைதியைத் தருபவை. எது உனக்கு அமைதியைத் தருகிறதோ அது உன் எண்ணங்களை ஒருமுகப்படுத்தி சிந்தனைகளேதுமின்றி சூன்ய நிலையில் மனதை வைக்கிறதோ,

அதைத் தொடர்ந்து செய். இதுவும் ஒரு வகை தியானம்தான். உன் மனம் புத்துணர்ச்சி பெறும். உடல் ஆரோக்கியமாயிருக்கும்... நீயறியாமல் உனக்குள் இருக்கும் மாசுகள் அகலும். மீன் தொட்டியும், நல்ல ஓவியங்களையும் வீட்டில் வைப்பது கூட இதனால் தான். அப்பா அவளுக்குக் கற்றுக் கொடுத்த தியானம் இது.

பள்ளியிறுதி வரை சென்னையில் தான் படித்தாள் அவள். அப்பாதான் பல நல்ல விஷயங்களுக்கு அவளுக்கு குருவாக இருந்தார். அவருக்கு, சர்க்கரையும், இரத்த அழுத்தமும் இருந்ததால் கண்டிப்பாக வாக்கிங் செல்ல வேண்டும் என்று டாக்டர் கூறியிருந்தார். ஆரம்பத்தில் தன் வியாதிகள் குறையத்தான் அவர் வாக்கிங் சென்றார். நாளடைவில் கடற்கரைக் காட்சிகள் எல்லாம் அவர் மனதை வசீகரிக்க, யாம் பெற்ற இன்பத்தை மகளே நீயும் பெறுக என்று நிருபமாவையும் உடன் அழைத்துச் சென்றார். முதல் இரண்டு நாள் தூக்கம் கலைகிறதே என்று முரண்டு பிடித்தாலும் போகப் போக அவளுக்கே காலையின் இனிமை பிடித்துப் போயிற்று. நான்கு மணிக்கெல்லாம் வந்து விடுவார்கள். கண்ணகி சிலை வரை நடந்து சென்று திரும்பும்போது சூரியன் உதிக்கத் தயாராகியிருப்பான். புல்வெளியில் தகப்பனும் மகளுமாக சம்மணமிட்டு தியானம் செய்கிறாற்போல் அமர்ந்து கொள்வார்கள். கீழ்வானத்தின் சிவப்பையும், அலைகளின் துள்ளலையும், தங்கப்பந்தாய் அதனிடையிலிருந்து எழும்பி வரும் ஆதவனையும் விழிகளால் விழுங்குவது போல் பார்ப்பார்கள். அந்த ஒரு காட்சியில் மனம் குவியும். வேறு எந்த எண்ணச் சிதறல்களுமில்லாத நிலையில் மனம் அமைதி பெறும். உடலில் புதுசாய் ஒரு சக்தி பிறக்கும். அப்போதுதான் ஒருமுறை அப்பா இப்படிச் சொன்னார். அன்றிலிருந்து இது கட்டாய வழக்கமாயிற்று. அண்ணன் சந்துரு இருபத்தி ஐந்து வயதில் சாலை விபத்தில் அகால மரணமடைந்தபோது, அந்த அதிர்ச்சி தாளாமல் நாலாவது நாள் அம்மாவும் கண் மூடியபோதும் அந்த துக்கத்தை விழுங்கிக் கொண்டு உறுதி குலையாமல் அவர் இருந்தாரென்றால் அதற்குக் காரணம் அவரது அமைதியான குணமும், அதை ஒரு ஸ்திதப்பிரக்ஞ நிலையில் அவர் வைத்திருந்ததும் தான்.

“உங்களால் எப்படிப்பா இப்டி இருக்க முடியுது?” கேட்டுவிட்டாள் அவள்.

“இந்த உலகில் நாம் விரும்பி எதுவும் நடப்பதில்லை பெண்ணே. உன் அம்மாவுக்கும் அண்ணனுக்கும் பணி தீர்ந்துவிட்டது. நம் பணிகள் இன்னும் பாக்கி இருக்கிறது. சக பிரயாணிகள் இறங்கிச் சென்றால், அந்த பிரிவை ஏற்றுக்கொண்டு விடை கொடுக்கத்தானே வேண்டும். துக்கங்களுக்கு நாம் இடம் கொடுத்தால் நம் பணிகள் பாதிப்படையும். கடமை தவறுவதை கீதை அனுமதிக்கவில்லை. நான் பகவத் கீதையை நம்புகிறவன். வேறு வேதங்கள் ஏதும் அறியாதவன். ஒரு வேளை உனக்கும் ஏதாவது ஆனால் கூட உன் பிரிவையும் ஏற்று, நான் தொடர்ந்து அமைதியாக இயங்கிக் கொண்டு தான் இருக்க வேண்டும். எதனாலோ நான் மட்டும் இன்னும் உயிருடன் வைக்கப்பட்டிருக்கிறேன் என்பதை உணர்ந்து என் வாழ்க்கையை இன்னும் பயனுள்ளதாக்கிக் கொள்ளத்தான் வேண்டும். ஒரு வேளை எனக்கு ஏதாவது ஆனாலும் கூட நீயும் அதை ஏற்றுக்கொண்டு அமைதியாயிருக்கப் பழக வேண்டும். நமக்கு நடந்துவிட்ட சம்பவங்களை மாற்றி நடக்க வைக்க நம்மால் இயலாதபோது, அவற்றை ஏற்றுக் கொள்வது தானே விவேகம்.”

அப்பா தேரில் இல்லை. அவள் அவர் முன் மண்டியிட்டிருக்கவில்லை. அவ்வளவு தான். கீதை அப்பா மூலம் அவள் வேரில் பாய்ந்தது.

ப்ளஸ் டூ ரிஸல்ட்டுக்காக அவள் காத்திருந்தபோது ஒரு நாள் அப்பாவின் பணிகள் முடிந்ததென அறிவித்தான் எமன். அதற்கு முன் கூட அவர் சாதாரணமாகத் தான் பேசிக் கொண்டிருந்தார்.

“எவ்ளோ மார்க் எதிர்பார்க்கறடா செல்லம்?”

“தெரியலப்பா வர வர நமக்கு கிடைக்க வேண்டிய நியாயமான மார்க்ஸ் கிடைக்கறது கூட அதிர்ஷ்டம்னு ஆய்டுத்து.”

“மார்க்ஸ் குறைஞ்சாலும் கூடினாலும் அதுபத்தி கவலைப்படாதே. மதிப்பெண்கள் என்பது ஏணியில் ஒரு படி

போலத்தான். புத்தியின் அளவுகோல் அல்ல அது. உண்மையில் கல்வி என்பது பள்ளிக்கும், கல்லூரிக்கும் வெளியில் தான் அதிகம் இருக்கிறது. ஆனால் சான்றிதழ் என்ற ஒன்றிற்காகத் தான் இங்கே பள்ளிகளும், கல்லூரிகளும் நிரம்பி வழிகின்றன."

அப்பா சிரித்தார். சிரிக்கும்போதே குப்பென வியர்த்தது. முகத்தில் வலியின் வீரியம் தெரிந்தது.

"என்னப்பா ஆச்சு?"

அவரால் பேச முடியவில்லை. நெஞ்சு வலிக்கிறதென்று சைகையால் சொன்னார். அவள் பயப்படக்கூடாது என்பதற்காக சிரிக்க முயன்றார். சிரிப்பு கோணலாயிற்று.

"நா ஏதாவது ஆஸ்பிடல்க்கு போன் பண்ணி ஆம்புலன்ஸ் கேக்கறேம்ப்பா."

அவள் பதற்றத்துடன் எழுந்திருக்க முயல, அவர் சட்டென்று அவள் கரம் பற்றி உட்காரச் சொன்னார். அவள் மடியில் தலை சாய்த்துக் கொண்டார்.

"சொன்னதெல்லாம் ஞாபகமிருக்கில்ல?" மிகவும் சிரமப்பட்டு ஈனஸ்வரத்தில் அவர் பேசிய கடைசி வார்த்தை இவைதான்.

நிருபமா வெகுநேரம் அவரையே பார்த்தபடி சிலையாய் அமர்ந்திருந்தாள்.

'மரணம் விடுதலையெனில் அப்பாவின் விடுதலைக்கு அழுவது சரியா? இருப்பினும் அழுகை வரத்தான் செய்தது. இனி இந்த ரூபத்தில் அந்த ஆன்மாவைக் காண முடியாது என்பதற்காக அழத்தான் வேண்டும். நல்ல ரூபத்தில் நல்ல ஆன்மா சேர்வதென்பதும் அப்படிச் சேர்ந்து ஜனித்த நல்ல மனிதரைத் தகப்பனாக அடைவதென்பதும் உயர்ந்த வரம். ஆனால் உயர்வானவைகளுக்கு எப்போதும் ஆயுள் குறைவுதானோ? மூன்றாம் பிறையைப் போல் அப்பாவும் சட்டென்று காணாமல் போய் விட்டார். எப்போது நினைத்தாலும் அப்பாவின் மரணம் தாங்க முடியாததாகவே இருந்தது. இருப்பினும் அவர் சொல்லிக்

கொடுத்தபடி அந்த பிரிவை அவள் ஏற்றுக்கொண்டு தொடர்ந்து இயங்கினாள்.'

ப்ளஸ் டூவில் மிக நல்ல மதிப்பெண்கள் கிடைத்தது. டோஃபல் எழுதினாள். கொலம்பியா யூனிவர்ஸிடியில் மேற்படிப்புக்கு முயற்சித்தாள். அது கிடைக்கும் வரை தற்காலிகமாக கல்லூரி ஒன்றில் ஆங்கில இலக்கியம் சேர்ந்து கொண்டாள்.

அப்பாவின் உறவு என்றிருந்த ஒரு சில உறவுகள் அவள் வெளிநாடு செல்வதை அங்கீகரிக்கவில்லை.

"தன்னந்தனியா உன்னை எப்டி அனுப்ப? இங்கேயே படிச்சு ஏதாவது வேலை தேடிக்க. எங்க கடமைக்கு ஒரு கல்யாணத்தை முடிச்சு வெக்கறோம். அதை விட்டுட்டு கடல் கடந்து போறேன்னா? காசு வேணாமா அதுக்கெல்லாம்? உங்கப்பாக்கு வந்த காசு முழுக்க இதுக்கே செலவழிச்சுடுவ போலருக்கே. அப்பறம் கல்யாணம்னு வந்தா அதுக்கு நாலு காசு வேணாமா?"

மாற்றி மாற்றி கேள்வி கேட்டார்கள். நிருபமா எதற்கும் பதில் சொல்லவில்லை. பிடிவாதமாக இருந்தாள்.

அடம் பிடித்தவள், திமிர், கர்வம் என்று தொடர் பட்டம் தந்தார்கள்.

ஸ்காலர்ஷிப்போடு அவளுக்கு அங்கிருந்து அனுமதி கிடைத்ததும், விசாவுக்கு அலைந்தாள். பயணத்திற்குத் தயாரானாள்.

எப்படியோ ஒழி என்று வாழ்த்தியது உறவு. தன் வீட்டு ஆண் குழந்தைகளுக்குக் கூட இல்லாத புத்தியும் சமர்த்தும், யோகமும் கேவலம் ஒரு சின்னப் பெண்ணுக்கு இருக்கிறதே என்று வயிற்றெரிச்சலோடு அவளை வழியனுப்பி வைத்தது. தன் செலவுபோக அப்பாவின் பணத்தின் மிச்சத்தை பிக்ஸட்டில் போட்டுவிட்டு அவள் கிளம்பினாள்.

இப்போது நினைத்தாலும் மலைப்பாகத்தான் இருக்கிறது. திரும்பிப் பார்ப்பதற்குள் ஆறரை வருடங்கள் ஓடியேதான் போய்விட்டது. பிரணவைக் காதலிக்க ஆரம்பித்தே ஆறு வருடங்களாகிறது.

அவனை மட்டும் இங்கு சந்திக்கவில்லையென்றால் வருடங்கள் வறட்சியாகத் தான் நகர்ந்திருக்கும் எனலாம். ஆறு வருடத்தில் அவர்களுக்கிடையில் இருந்த அன்பும் புரிந்துகொள்ளலும் திருமணமாகி சேர்ந்து வாழும் தம்பதிகளுக்குக் கூட இருக்குமா என்பது சந்தேகம். அந்த அன்பு மிகுதியால்தான் அவனது பிரச்சனைகளில் பங்கெடுக்க விரும்பினாள் அவள். தவிர அவனை விட அன்பான அனுசரணையான ஆண் அவளுக்கு கணவனாகக் கிடைத்துவிடவும் மாட்டான். அப்பாவிடம் அவள் கண்ட பல நல்ல அம்சங்கள் அவனிடமிருந்தது அதைவிட ஆச்சர்யம். பழகிய கொஞ்ச நாட்களிலேயே இதை அவள் புரிந்து கொண்டாள். அவ்வப்போது கேலியும் குறும்புத்தனமும் செய்தாலும், அவள் மீது மிகுந்த மரியாதை இருந்தது அவனுக்கு. அவளுடைய ரசனைகள், திறமைகள் எதிலும் அவன் தலையிட்டதில்லை. விமர்சித்ததுமில்லை.

இரண்டு சகோதரிகளுடன் பிறந்து வளர்ந்ததால் பெண்ணின் உணர்வுகள் சுலபத்தில் அவனுக்குப் புரிந்தன எனலாம். நிதானம், பொறுமை, கனிவு இதெல்லாம் அவளை விடவே அவனுக்குக் கூடுதலாக இருந்தது. எவனொருவன் தாய்க்கும், சகோதரிகளுக்கும் கடமை என கருதாது அன்புடன் அனைத்தும் செய்கிறானோ அவன் தன் மனைவி குழந்தைகளிடமும் அப்படியே இருப்பான் என்று அப்பா அடிக்கடி சொல்வார். பிரணவ் அப்படிப்பட்டவன்தான். தன் குடும்பத்துப் பிரச்சனைகளைப் பற்றி அவன் ஒருபோதும் சலித்துக் கொண்டதில்லை. தன் வீட்டைப்பத்திப் பேசும் போதெல்லாம் அவன் முகத்தில் சந்தோஷமும் கூடவே நெகிழ்ச்சியும் பரவும். அவர்களைக் காண முடியாத தூரத்தில் இருக்கும் ஏக்கமும் அவன் விழிகளில் தெரியும்.

“ரொம்ப ரொம்ப ஆச்சாரமான அன்பான குடும்பம் நிரூ என்னோடது. என் ஒருத்தன் உயர்வுக்காக, அங்க அத்தனை பேரும் ரொம்பக் கஷ்டப்பட்டிருக்கா. நிறைய உழைச்சிருக்கா. விட்டுக் கொடுத்திருக்கா. என் மாணவப்பருவம் ரொம்ப சந்தோஷமான பருவம். நல்ல அப்பா, அம்மா, சகோதரிகள், நண்பர்கள்னு என்னைச் சுத்தியிருந்த எல்லாரும் நல்லவா. அவாளோட நல்ல குணங்கள் தான் எனக்குள்ளயும் இன்னி வரை பிரதிபலிக்கறதுன்னு சொல்லலாம். வீடு விட்டா, ஸ்கூல்,

காவேரிக்கரை, ஸ்ரீரங்கநாதர் கோவில், மலைக்கோட்டை, அம்மா மண்டபம் படித்துறை, திருவானைக்காவல்னு இவற்றைத் தவிர வேற எதுவும் தெரியாது. இக்கரைக்கும் அக்கரைக்குமா காவேரியில் நீந்தும்போதும், உச்சிப்பிள்ளையார் கோயில் பாறையில் மூச்சு முட்டற அளவுக்கு காத்து வாங்கிண்டு நண்பர்களோட படிப்பு, சினிமான்னு அரட்டை அடிக்கும் போதும், வீட்ல தங்கைகளைச் சீண்டிண்டு, அம்மாட்ட குறும்பு பண்ணிண்டு, தாத்தாவை வம்புக்கிழுக்கும் போதும் இருந்த சந்தோஷம் இனி மறுபடியும் கிடைக்குமா? இத்தனைக்கும் அப்போ வீட்ல செழிப்பு கூடக் கிடையாது. அப்பா ஒருத்தரோட சம்பாத்யம்தான். அதைத்தான் அம்மா இழுத்து பிடிச்சு செலவு பண்ணணும். வக்கணையா சாப்ட்டோம்னு சொல்ல முடியாது. ஆனாலும் சந்தோஷமா ரசிச்சுச் சாப்ட்டோம். கொல்லையில சேம்பும், கருவேப்பிலையும், முருங்கையும், கத்திரியும், வெண்டையும் இருக்கும். பாதிநாள் அதுதான். ஆனா ஆரோக்யமார்க்கும். உடம்புக்கு ஒரு கெடுதலும் செய்யாது. முதல்ல என்னை, அப்பாவை, தாத்தாவை உக்கார வெச்சு போட்டுட்டு அப்பறம் தான் அம்மாவும் தங்கைகளும் சாப்டுவா. ஒரு நாள் அம்மா எங்களை சாப்டக் கூப்ட்டப்போ அப்பா அவாளையும் எங்களோடயே சாப்ட உக்காரச் சொன்னார். இதென்ன புது வழக்கம்னு அம்மா முடியாதுன்னா. இல்ல உக்காந்து தான் ஆகணும்னார் அப்பா. வேற வழியில்லாம உக்காந்தா. வழக்கமா சமைக்கற அதே அளவுதான் ஆனா அன்னிக்கு வழக்கத்தை விட குறைவா சாப்ட்டா மாதிரி இருந்தது. எனக்கு அப்புறம் தான் அப்பா சொன்னார். நமக்கு வாரி வாரி வயிறு நிறைய போட்டுட்டு அதுகள் மூணும் அரையும் குறையுமா சாப்பிடறதுகள். அதான் இன்னிக்கு சேர்ந்து உக்காரச் சொன்னேன். இப்போ எல்லாரும் ஒரே மாதிரி சாப்ட்டோம் பாருன்னார். எனக்கு ஷாக்காய்டுத்து. அதுக்கப்புறம் இருப்பதைப் பகிர்ந்துண்ங்கறது தான் எங்க வீட்டு பாலிஸியாச்சு.

எல்லாமும் சேர்ந்துதான் உக்காருவோம். யாரும் யாரையும் ஏமாத்த முடியாது. அப்டி ஒண்ணா உக்காந்து சாப்ட்டதால மனசுவிட்டு எல்லாரும் எல்லா கதையும், எல்லா பிரச்சனையும் பேசிக்க முடிஞ்சுது. யாரும் யாருக்கும் போலியா பயப்படவுமில்ல. போலி மரியாதை

கொடுத்துக்கவுமில்லை. தங்கைகளுக்கும் எனக்கும் சில நேரம் குடுமிப்பிடி சண்டை கூட வந்திருக்கு. ஆனா அன்பு இம்மியளவு கூட அதனால் குறையாது. என்ன சொல்லு நிரூ அது ஒரு அற்புதமான காலம். வறுமை கூட அங்க சுகமா இருந்தது. அந்த சந்தோஷமும் சரி வறுமையும் சரி இனி திரும்பக் கிடைக்காதுங்கும்போது அது மனசுக்குள்ள விலை மதிப்பில்லாத விஷயமா தங்கிப் போய்டுத்து."

ஹட்ஸன் நதியில் ஒரு விடுமுறையில் படகில் சென்றபோது பிரணவ் இத்தனையும் மனம்விட்டுப் பேசினான்.

"இந்த வேலை, இந்த வாழ்க்கை எல்லாத்தையும் உதறிட்டு இப்பவே உன் வீட்டுக்குப் போய் அவங்கள்ள நானும் ஒருத்தியாய்டணும் போல இருக்கு பிரணவ். உன் குடும்பம் என்னை ஏத்துக்குமா? நம்ம காதலை அவங்க ஒத்துப்பாங்களா? என்னதான் நல்லவங்கன்னாலும் பிள்ளையோட கல்யாணம் குறித்து ஒவ்வொரு தாய்க்கும் கனவுகள் இருக்குமே. அந்தக் கனவை நம்ம காதல் சிதைச்சுடுமா? அவங்க வேதனைக்கு நா காரணமாய்டுவேனா?" அவள் பயத்துடன் கேட்டாள்.

"நீ சொல்றாப்பல கனவுகள் இருக்கலாம். ஆனா கண்டிப்பா பேராசைகள் இருக்காதுன்னு நிச்சயமா சொல்லுவேன். காதலைப்பத்தி படிக்கறது வேற, சினிமால பாக்கறது வேற. ஆனா அது நம்ம வீட்டுக்குள்ள படி ஏறி வரும்போது ஏற்படற உணர்வுகள் வேற. இந்த விஷயத்துல எங்கம்மா அப்பா எப்படின்னு என்னாலயே கெஸ் பண்ண முடியல. என்மேல ஏராளமான நம்பிக்கைகள். காதல்ங்கற கடலுக்குள்ளல்லாம் நா குதிக்க மாட்டேங்கற நம்பிக்கையும் அதுல ஒண்ணா இருக்கலாம். யார் கண்டா?"

"ஒருவேளை அவங்க ஒத்துக்கலன்னா நீ என்னை மறந்துடுவயா பிரணவ்?"

"அப்டியெல்லாம் சொல்ல மாட்டான்னுதான் நெனக்கறேன்."

"ஒருவேளை சொல்லிட்டா?"

"புரிய வெப்பேன். உன்னைப்பத்தி சொல்லுவேன். நீ இல்லைன்னா கல்யாணமே வேணாம்னு பிடிவாதம் பிடிப்பேன்.

என் வழிக்கு அவங்களை வரவழைப்பேன். ஆனா இதெல்லாம் போன்ல முடியாது. என் தங்கைகள் கல்யாணம் முடியட்டும். நேருக்கு நேர் அவங்களோட பேசி சம்மதிக்க வெச்சு நம்ம முகூர்த்த நாளைக் குறிச்சுட்டுத்தான் திரும்பி வருவேன்."

அவ்வளவு தீர்மானமாகச் சொன்னவன் தங்கைகளின் திருமணத்திற்காகவே அவர்களுக்கு முன் தான் திருமணம் செய்துகொள்ள சம்மதித்திருக்கிறான் என்றால் அது பெரிய விஷயம். அவள் அதற்காக சந்தோஷப்பட்டாள். கூடவே தன் பொறுப்புகளும் இனி கூடிவிடும் என்பதால், தான் என்னென்ன செய்ய வேண்டும் என்றும் மனதுக்குள் திட்டம் போட்டாள்.

எதிர்காலமென்பது எவர் கண்ணுக்கும் புலப்படாத பிரும்ம ரகசியமாயிருப்பதால் தான் மனிதன் தன் ஒவ்வொரு முடிவையும் மகிழ்ச்சியுடன் எடுத்துக் கொண்டிருக்கிறான். நீண்டு இருண்ட குகைக்குள் விளக்கின்றி ஒரு பிரயாணம் என்பதே வாழ்க்கை. நடக்க நடக்க, கால் பதிக்கும் இடம் மட்டுமே கண்ணுக்கு புலப்படும். அதன் வழியெங்கிலும் நவரசங்களும் கலந்த அனுபவங்கள் அவனை எதிர்கொள்ளும். அவற்றை எதிர்கொள்ளவும், ஏற்றுக்கொள்ளவும் கடந்து செல்லவும் அவனும் தயாராகிறான். இருளடர்ந்த பாதை எனத் தெரிந்தாலும் இந்த பயணத்தை எவரும் தவிர்த்து விடமுடியாது. பின் வாங்கவும் முடியாது. அதே நேரம் எல்லோரது பாதையும் ஒரே மாதிரியாக இருப்பதுமில்லை. சிலவற்றில் பூக்களும், சிலவற்றில் முட்களும், சிலவற்றில் எல்லாம் கலந்தும் அவர்களை எதிர்கொள்கிறது.

இதுவரை, எத்தனையோ சந்தோஷங்கள், துக்கங்கள், இடர்கள் சந்தித்தாயிற்று. இருப்பினும் தங்களது அடுத்த அடியை எடுத்து வைக்க அவர்கள் தயாரானார்கள். இதுவரை தனித்துச் சென்ற பயணத்தில் இப்போது பற்றிக்கொள்ள ஒரு காதல் கரம் துணையாய்க் கிடைக்கும்போது வேண்டாமென யாரால் மறுக்க முடியும்? ஆனால் துணை என்பது எதுவரை?

அத்தியாயம் 3

பிற்பகல் மூன்று மணிக்கு மின்சார ரயில் பிடித்து நியூஜெர்ஸிக்கு பயணமானாள். ஏற்கனவே பிரணவுக்கு தன் பயணம் குறித்துச் சொல்லியிருந்ததால் நாலரை மணிக்கு அவள் நியூஜெர்ஸி ரயில் நிலையத்தில் இறங்கியபோது அவன் தன் காருடன் காத்திருந்தான்.

"தினம் எப்டிதான் நீ இவ்ளோ நாழி டிரெயின்ல உட்கார்ந்து வரயோ? என்னாலல்லாம் முடியாதுப்பா."

"ஒரு நாளைக்கே இப்டி அலுத்துக்கற. ஒருவேளை உன் ஃபிரண்டு மார்க்கும் அவன் மனைவி சூசனும் இரண்டு வருட ஒப்பந்தத்தில் தன் அபார்ட்மெண்ட்டை உன்னிடம் ஒப்படைச்சுட்டு இங்கிலாந்துக்குப் போகாம இருந்திருந்தா, மன்ஹாட்டன்ல உனக்கு வீடு கிடைச்சுடுமா என்ன? நீயும் என்னை மாதிரிதான் நியூஜெர்ஸி கிராமங்கள்ல வீடு பார்த்துண்டு, டெய்லி கார்ல ஏறி அதை ரயில்வே ஸ்டேஷன்ல பார்க் பண்ணிட்டு டிரெயின் பிடிச்சு நியூயார்க் போய்ட்டு, ராத்திரியும் அதே மாதிரி ஆய்ஞ்சு ஓய்ஞ்சு வீட்டுக்கு வந்து விழுவ."

"அதென்னமோ உண்மைதான். ஆனா மார்க்கும் சூசனும் திரும்பி வந்ததும் நா அந்த அபார்ட்மெண்ட்டை அவங்ககிட்ட ஒப்படைச்சுத்தானே ஆகணும்."

"வெயிட் வெயிட்... எப்படியிருந்தாலும் உனக்கு நியூஜெர்ஸி தான் மாமியார் வீடு. ஸோ இந்த அலைச்சல்லேர்ந்து நீ தப்பிக்கவே முடியாது" அவன் சிரித்தான்.

"யெஸ். ஆனா அப்பொ அது சிரமமாவே இருக்காது. ஏன்னா துணைக்கு நீயிருப்பாயே."

அவள் சொன்னதும் அவன் கனிவுடன் அவளைப் பார்த்தான்.

"ஒரு பக்கம் எனக்கு கில்ட்டியாவும் இருக்கு நிரூ."

"எதுக்கு?"

"என் சுமைகளை உன் தோள்ல ஏத்தறது சரியான்னு."

"கடமைகளை சுமைகள்னு நீ சொல்றதே தப்பு பிரணவ். சந்தோஷமாச் செய்யற எந்த வேலையும் சுமையாகாது. இன்னொரு முறை இந்த வார்த்தையை உபயோகிக்காதே."

அவள் சொன்ன பிறகுதான் தன் அபத்தம் அவனுக்கும் உறைத்தது.

"யூ ஆர் கரெக்ட்" என்றான்.

சிநேகிதியின் அபார்ட்மெண்ட் வளாகத்திலிருந்த பார்க்கிங்கில் காரை நிறுத்தினான். இருவரும் சேர்ந்தே அந்த விழாவில் கலந்து கொண்டார்கள். இவர்கள் காதலர்கள் என்பது அங்கிருந்த அனைத்து நண்பர்களும் அறிந்த விஷயம்தான். தேசம் விட்டு தேசம் வரும்போது, உறவுகள் ஏதும் அருகிலில்லாத நிலையில், நண்பர்கள் தான் உறவு என்று ஆகின்றனர். அந்த நண்பர்களும் தன் தேசத்தவராக, அதிலும் தன் மொழி பேசுகிறவராக அமையும்போது நட்பும் சந்தோஷமும் ரெட்டிப்பு மடங்காவது இயற்கை.

அப்படி ஒருவருக்கொருவர் நண்பர்களான ஒரே தேசத்தைச் சேர்ந்தவர்கள் அனைவரும் மாதத்திற்கொரு முறை ஏதாவது ஓரிடத்தில் சந்தித்து சேர்ந்து உணவருந்துவது வழக்கமாயிற்று. சில நேரங்களில் சந்திப்பு என்பது ஏதாவது ஒரு விழாவை சாக்கிட்டும் நடந்தது. ஆளுக்கொரு உணவு வகை தயாரித்து எடுத்துக்கொண்டு ஓரிடத்தில் கூடி, சேர்ந்து உண்டு, சகல விஷயங்களும் பரிமாறிக் கொண்டு, யாருக்கு என்ன பிரச்சனை என்றாலும் மற்றவர்கள் அவர்களுக்கு உதவுவது என்று அவர்கள் தங்களுக்குள் ஒரு பலமான நட்புணர்வு கொண்டிருந்தார்கள். வருடத்திற்கொரு முறை

ஒரு மினி ஹாலில் தங்களுக்குள்ளேயே கலைநிகழ்ச்சிகளும் கூட நடத்திக் கொள்வார்கள்.

நிருபமாவின் நண்பர்கள் வட்டம் என்பது சுமார் இருபத்தி ஐந்து இந்தியக் குடும்பங்கள் கொண்டது. இதில் முக்கால்வாசிப் பேர் நியூஜெர்ஸியை சுற்றியும், மீதம் பேர் நியூயார்க் நகரத்திலும் இருந்தாலும் கூட அவர்கள் எப்படியாவது ஒன்றுசேர்ந்து நட்பை வளர்த்துக் கொண்டார்கள். இவர்களது நட்பு கிடைத்த முதல் ஆண்டு நடந்த கலைநிகழ்ச்சியில் பிரணவ், ஜாகீர் உசேன் போல தப்லா வாசிக்க, நிருபமா ஒரு ஹிந்தி கஸ்லை அருமையாகப் பாடினாள். பாட்டு முடிந்ததும் அத்தனை பேரும் மேடைக்கு வந்து அவர்களது கரம் பற்றி வாழ்த்த, இருவரும் நமுட்டுச் சிரிப்பு சிரித்தார்கள். நிருபமா ஒரு நிமிடம் என்றபடி மேடைக்குப் பின்புறம் சென்று சி.டி. பிளேயரும், சி.டி. ஒன்றும் எடுத்து வந்தாள்.

“பாராட்டணும்னா தயவுசெய்து இதை பாராட்டுங்கள்” என்று சிரித்தாள்.

“ஏய் நிரூ என்ன சொல்ற நீ?”

“சத்தியமா நா பாடல. இதுதான் பாடித்து. தப்லாவும் இதுதான் வாசிச்சுது. மேடைல நாங்க பிடிச்சது வெறும் அபிநயம் மட்டும்தான்.”

அவள் சொல்ல கூட்டம் மூக்கில் விரல் வைத்து வாய் பிளந்து நின்றது.

“உன் வாய்ஸ் மாதிரியேல்ல இருந்துச்சு.”

“அதனால தான் உங்களையெல்லாம் இப்டி என்டர்டெய்ன் பண்ண முடிஞ்சுது.”

“இப்படி பக்காவா அபிநயம் பண்றதுக்கு நிறைய பிராக்டீஸ் பண்ணியிருக்கணுமே.”

“ஆமா. நானும் பிரணவும் ஒரு நாலு நாள் இதுக்காக பிராக்டீஸ் பண்ணினோம்.”

“எனி ஹவ், இட்ஸ் ஒண்டர்ஃபுல் பர்ஃபாமென்ஸ். எங்களுக்காக ஒன்ஸ்மோர் அதை செய்ய முடியுமா?”

அவர்கள் மீண்டும் கை தட்டி கேட்டார்கள். பிரணவும் அவளும் மீண்டும் அந்த இசைக்கு அபிநயம் செய்தார்கள்.

இந்த ஐடியா யாரோடது நிருபமா? நண்பர் ஒருவர் கேட்டார்.

அவர் அப்படிக் கேட்டதும் நிருபமாவுக்கு அப்பா ஞாபகமும், அண்ணன் ஞாபகமும் வந்தது.

பள்ளியில் படிக்கிற காலத்தில் அவளையும் சந்துருவையும் அப்பா ஒரு சங்கீத குருவிடம் பாடம் படிக்க அனுப்ப விரும்பினார். எனக்கு பாட்டு வராதுப்பா வயலின் கத்துக்கறேன் என்றான் அண்ணா. அவளும் வீணை கற்பதாகக் கூறினாள். அப்பா மறுக்கவில்லை. அதன்படியே அவனை ஒரு வயலின் வித்வானிடம் அனுப்பினார். அந்த வித்வானின் மனைவியிடம் அவளும் வீணை படிக்கப் போனாள்.

அப்பாவுக்காகப் போனதாலோ என்னமோ இருவருக்கும் அதில் பெரிய ஆர்வம் ஒன்றும் ஏற்படவில்லை. அந்த வித்தையும் புரிபடவில்லை. எனக்கு இதில் ஆர்வமில்லை என்று சொன்னால் அப்பா ஒன்றும் வற்புறுத்தியிருக்கப் போவதில்லை. இருப்பினும் அப்பாவை வருத்தப்பட வைக்க மனமின்றி இருவரும் அந்த வகுப்புக்குச் சென்றார்கள். மூன்றாம் மாதம் அப்பா வெகு ஆர்வமாக அவர்களை வாசித்துக் காட்டச் சொல்ல அவர்கள் ஒருவரை ஒருவர் பார்த்துக் கொண்டார்கள். இதோ வரோம் என்று உள்ளே போய் குசுகுசுவென்று பேசிக் கொண்டார்கள்.

சந்துரு அப்பாவிடம் வந்தான். “அப்பா...” என்று தயங்கினான்.

“என்னடா வயலின் எடுத்துட்டு வரேன்னு போன எங்கே வயலின்?”

“அதாம்ப்பா. நீ எங்களை வாசிக்கச் சொல்ற. நாங்க ரெடிதான். ஆனா இதுக்கு எங்க குருகிட்ட பர்மிஷன் கேட்க வேண்டாமா?”

“ஆங்...” அப்பா விழித்தார்.

“இதுக்கு எதுக்குடா பர்மிஷன் நா என்ன அரங்கேற்றமா பண்ணச் சொல்றேன்?”

“இருந்தாலும் குருவைக் கேக்காம உம் முன்னாடி வாசிக்கறது கூட தப்புப்பா. ஒரு நாள் டைம் குடு. அப்பா ஆசைப்படறார் அவருக்கு வாசிச்சு காட்டட்டுமான்னு அவர்ட்ட ஒரு வார்த்தை கேட்டுட்டு வாசிக்கறோம்.”

“அடேயப்பா எம் பசங்களுக்கு எவ்ளோ குரு பக்தி!” அப்பா பெருமைப்பட்டார்.

மறுநாள் அவர்கள் வாசிக்கத் தயாரானார்கள். ஹாலில் அமர்ந்து முதலில் சந்துரு வயலின் வாசித்தான். சீராகப் பரவியது அதன் இசை. அப்பா கண் மூடிக் கேட்டார். நடு நடுவே அம்மாவைத் திரும்பிப் பெருமையாய்ப் பார்த்தார். அதன் பிறகு அவன் வயலினோடு அறைக்குள் செல்ல, ஐந்து நிமிடம் கழித்து நிருபமா வீணையோடு வந்து அவன் இடத்தில் அமர்ந்து வீணை வாசித்தாள்.

“ஆஹா!” அப்பா பரவசமானார். சரியாய் பத்தே நிமிடம்தான். அவள் வாசிப்பை நிறுத்தினாள்.

“ஏம்மா...? இன்னும் கொஞ்சம் வாசியேன். ரம்யமார்க்கு கேட்க.”

“இதுக்கு மேல் வாசிக்க முடியாதுப்பா” அவள் அறைக்குள் ஒரு பார்வையும் அவர் மீது மற்றொரு பார்வையுமாக மென்று விழுங்கியபடி பதில் சொன்னாள்.

“ஏண்டா செல்லம்? கை வலிக்குதா?”

“ம்ஹூ ம்... இவ்ளோதான் நேத்திக்கு மாமி வாசிச்சா?”

“யார் வாசிச்சா?” அப்பா குழப்பத்துடன் பார்த்தார்.

அவள் திருட்டு விழி விழிக்க சந்துரு வெளியில் வந்தான்.

“உனக்கு கேக்கணும்னா இதைக் கேட்டுக்கோப்பா” என்றபடி டூ இன் ஒன்னை அவர் முன் வைத்தான்.

அவர் விழிக்க அவன் சிரித்தபடி அதை அழுத்த ஹாலில் இருபக்கமும் வைத்திருந்த ஸ்பீக்கரில் அவர்கள் வாசித்த அதே பாட்டு ஒலித்தது.

“என்னடா இது? நீ ரெக்கார்டு பண்ணினயா என்ன?”

“ரெக்கார்ட் பண்ணினதைத்தாம்பா நாங்க வாசிச்சோம்.”

“என்னடா சொல்ற?”

“இது வாசிச்சுதுப்பா. இந்த வாசிப்புக்கு நாங்க வாசிக்கறா மாதிரி ஆக்ஷன் பண்ணினோம்ப்பா.”

“படவா என்னடா சொல்ற?”

“நிஜமாப்பா. எப்டி எங்க ஆக்ஷன்?”

அப்பாவும், அம்மாவும் மலைத்துப் போனார்கள்.

“ஒரு நிமிஷத்துல என்ன இப்டி ஏமாத்திட்டயேடா... கொஞ்சம் கூட சந்தேகம் வரலையே எனக்கு!” வியந்தார்.

“என்மேல் சந்தேகம் வராத வரை நா உன்னை ஏமாத்தறது சுலபம்ப்பா... ஆனா இனிமே நா நிஜமாவே வாசிச்சாலும் நீ எங்கயாவது டேப் ஓடறதான்னு பார்ப்ப. இதான் ஹியூமன் சைக்காலஜி. இந்த சைக்காலஜியை சரியான விதத்துல புரிஞ்சுக்கிட்டு பிளான் பண்ணினா வாழ்க்கைல நிறைய ஜெயிக்கலாம்.”

அவர் வாய் பிளந்தார். “அடப்பாவி எங்கிட்டயே சைக்காலஜி பேசறான் பாரேன்” அவனை செல்லமாக அடிக்கப்போக அவன் சுற்றிச் சுற்றி ஓடினான்.

“என்னடா விஷமம் இது? ஏன் இப்டி பண்ணினேள்?”

“பாதி தமாஷ்க்குதாம்ப்பா. மீதி உங்கிட்ட ஒரு விஷயம் சொல்றதுக்காக.”

“என்ன விஷயம்?”

“வயலின் கத்துக்க எனக்கு ஆர்வமில்ல. உனக்காகத்தான் சேர்ந்தேன். ஆனா அவ்ளோ நல்லா அது எனக்கு வரல. இந்த விஷயத்தை உன் மனசு வருத்தப்படாம ஜாலியா சொல்லணும்னு தான் இந்த இசை நாடகம்.”

அப்பா புரிந்து கொண்டார். அவன் தலையை பரிவோடு தடவினார். “நாடகம்னு தெரியாம நாடகம் போடற பெரிய கலை

எம் பசங்ககிட்ட இருக்கே. அதுபோதுண்டா. ஏதோ ஒரு வித்தை. அது எதுவா இருந்தா என்ன? இந்த நாடகத்தையே கூட நீங்க இன்னும் பல வடிவங்கள்ல பல மேடைகள்ல அரங்கேற்றி புகழ் பெறலாம் தெரியுமா?"

"தேங்ஸ்ப்பா. இதே வேற ஒரு அப்பாவார்ந்தா நாங்க இப்டி பண்ணினதுக்கு முதுகுல டின் கட்டியிருப்பா."

"நா டின் எல்லாம் கட்டமாட்டேன். ஆனா என்னை ஏமாத்தினதுக்கு தண்டனை உண்டு."

"என்ன தண்டனை?"

"ஒன்ஸ்மோர் இந்த நாடகத்தை நடத்திக் காட்டணும்."

அப்பா கேட்க, அவர்கள் உற்சாகமாக மீண்டும் டேப்பில் ஒலித்த இசைக்கு வாசிப்பது போல் அபிநயம் செய்தார்கள்.

அப்பாவும் அம்மாவும் விழுந்து விழுந்து சிரிக்க... அந்த ஆனந்தமான சிரிப்பு இத்தனை காலம் கழித்து அவளைத் தொற்றிக் கொண்டது.

"கைல கேக்கை வெச்சுக்கிட்டு என்ன சிரிப்பு? விழிச்சுண்ருக்கும் போதே கனவா?"

பிரணவ் அவள் தோள்பட்டையில் இடித்து கேட்டதும்தான் அந்த சூழலுக்குத் திரும்பியது அவள் மனம்.

"ஒண்ணுல்ல. ஏதோ பழைய ஞாபகம்."

"என்ன ஞாபகம்னு நா சொல்லட்டா?"

"என்ன?"

"உன் அப்பா ஞாபகம் வந்திருக்கும். எப்பவோ நீங்க மனசுவிட்டு சிரிச்சுப் பேசின சம்பவங்கள் நினைவுக்கு வந்து அன்னிக்கு வந்த சிரிப்பு இன்னிக்கும் வந்திருக்கும்."

"வாவ்... உனக்கு எக்ஸ்ட்ரா பவர் ஏதாவது இருக்கா என்ன?"

"யெஸ்..." அவன் தோள் குலுக்கினான்.

“காதலர்கள் பேச்சில் குறுக்கிடறதுக்கு மன்னிக்கணும்” ரமணி கிருஷ்ணன் அவர்களிடம் வந்தாள். பிறந்த நாள் காணும் குழந்தை அவள் இடுப்பிலிருந்து சிரித்தது.

“உங்கிட்ட ஒரு சந்தேகம் கேக்கணும் பிரணவ்” ரமணி அவனிடம் கேட்டாள்.

“கேளுங்க.”

“இன்னும் எவ்ளோ காலம் இப்டி காதலர்களாகவே இருக்கறதா உத்தேசம். எப்போ கல்யாணம்?”

“த பார்ரா. கல்யாணமாய்ட்டா காதலர்களாக இருக்க முடியாதா என்ன? நீங்க இப்டி சொல்றதா கிருஷ்ணன்கிட்ட வத்தி வெக்கட்டுமா?”

“இந்த கேள்வியைக் கேக்கச் சொன்னதே கிருஷ்தான்” ரமணி சிரித்தாள்.

“உங்களுக்கு ஒரு சந்தோஷமான செய்தி. நாங்க கல்யாணம் செய்துக்கப் போறோம்.”

“எப்பொ?”

“அடுத்த முகூர்த்தம் எப்பொ?”

“முப்பத்து முக்கோடி தேவர்கள் மாதிரி நாங்க இத்தனைப் பேர் இங்க சந்தோஷமான மனநிலைல உங்களை வாழ்த்தறதுக்கு தயாரா இருக்கோம். இதைவிட நல்ல முகூர்த்தம் வேணுமா உனக்கு?”

“என்ன சொல்ல வரீங்க?”

“உங்க வெட்டிங் ரிங்கை இன்னிக்கே இப்பவே மாத்திக்கறது.”

“இப்பவா?”

“நன்றே செய். அதை இன்றே செய்னு பெரியவங்க சொல்லியிருக்காங்க.”

“திடீர்னு கல்யாணம் பண்ணிக்கன்னா? நாங்க தயாரா வர வேணாமா?”

"என்ன வேணும் இப்பொ? ரெண்டு மாலை, ரெண்டு மோதிரம் அவ்ளோ தானே. எல்லாம் ரெடியார்க்கு."

"நீங்க விளையாடறீங்களா? சீரியஸா பேசறீங்களா?"

"சீரியஸாதான் பேசறோம். இது ஒரு எங்கேஜ்மென்ட் மாதிரின்னு வெச்சுக்கோ. எல்லாரும் சேர்ந்து இருக்கோம். இந்த சந்தோஷமான விஷயமும் இன்னிக்கு நடக்கணும்னு நாங்க எல்லாருமே விரும்பறோம். இன்னிக்கு நிறைஞ்ச முகூர்த்த நாளும் கூட. என்ன சொல்ற?"

"நா என்ன சொல்ல?" அவன் திணறினான். நிருபமாவை பார்த்தான்.

"நா ரெடி பாஸ்."

"அப்பொ வெட்டிங் ரிங் மாத்திக்கலாம்ங்கறயா?"

"கல்யாணம் பண்ணிக்கறதுன்னு முடிவு பண்ணியாச்சு. அதை இப்பவே பண்ணிக்கறதுல என்ன வந்துடப் போறது?"

"அதுக்கில்ல ஏதாவது ஒரு கோயில்ல வெச்சுக்கலாம்னு நெனச்சேன்."

"நல்லவங்க இருக்கற இடம்தான் கோயில்னு நா நம்பறேன். அவங்க வாழ்த்துதான் முக்கியமா தேவை."

"அப்புறம் என்ன? நானும் ரெடி" அவன் சொல்ல அனைவரும் கை தட்டி வாழ்த்தினார்கள். ரமணி கிருஷ்ணன் உள்ளே போய் இரண்டு சந்தன மாலைகளையும் தன்னிடமிருந்து இரண்டு மோதிரங்களையும் எடுத்து வந்தாள்.

"மோதிரம் கூடவா ரெடியார்க்கு?" பிரணவ் வியப்போடு கேட்டான்.

"நாங்கதான் வாங்கி வெச்சோம். உங்களுக்காகவே."

"திட்டம் போட்டு மாட்டிவிடறீங்களா?" ரமணி சிரித்தபடி இருவரிடமும் மாலையும் மோதிரமும் கொடுத்தாள்.

அவர்கள் வாழ்த்த அவன் அவள் விரலில் மோதிரமிட்டு மாலை போட்டான். அவளும் அவனுக்கு மோதிரம் அணிவித்து

மாலை போட, மறுபடியும் அவர்கள் கைதட்டி தங்கள் மகிழ்ச்சியைத் தெரிவித்தார்கள். அவர்கள் கரம் பற்றி குலுக்கினார்கள்.

“சீக்கிரமே வெட்டிங் பார்ட்டி குடுத்துடுங்க ரெண்டு பேரும்.”

“கண்டிப்பா...” நிருபமா மிகுந்த சந்தோஷத்துடன் சொன்னாள். டின்னர் முடிந்து இருவரும் அங்கிருந்து காரில் கிளம்பிய சில விநாடிகளில் அவள் அவன் தோளில் சாய்ந்து கொண்டு ஏதோ பாடலை முணுமுணுத்தாள். “அவ்ளோ சந்தோஷமா என் தேவிக்கு?”

“பின்னே...? ஒரு விஷயம் தெரியுமா ப்ரணவ்?”

“என்ன?”

“இந்த கல்யாணத்துக்கு நாந்தான் ஏற்பாடு செய்தேன்.”

அவள் சொல்ல அவன் வியப்புடன் திரும்பிப் பார்த்தான்.

அத்தியாயம் 4

"இதென்ன பார்வை? கோவமா பாக்கறயா ஆச்சர்யமா பாக்கறயா? இல்ல பேந்த பேந்த விழிக்கறயான்னே தெரியல?"

நிருபமா அவன் தோளில் செல்லமாய் குத்தினாள்.

"ஆனாலும் உனக்கு ரொம்பத்தான் தைரியம்."

"இதுக்கெதுக்கு தைரியம்?"

"எங்கிட்ட ஒரு வார்த்தை சொல்ல வேண்டாமா இந்த ஏற்பாட்டைப்பத்தி?"

"கிளம்பறதுக்கு முந்திதான் எனக்கே இந்த எண்ணம் வந்தது. ரமணிகிட்ட பேசினேன். அவளுக்கு என்னைவிட சந்தோஷம். என் பிரஸன்ட்டா வெட்டிங் ரிங் வாங்கி வெக்கறேன் ஸைஸ் சொல்லுன்னா, சொன்னேன். வாங்கி வெச்சுட்டா."

அவன் எதுவும் பேசவில்லை.

"என்ன பாஸ் கோவமா?"

"இல்ல. ஒரு சின்ன வருத்தம்."

"என்ன?"

"நாம ரெண்டு பேரும் சேர்ந்து போய் வெட்டிங் ரிங் வாங்கணும்னு நெனச்சேன்."

"அதுக்கென்ன இந்தக் கைல மோதிரவிரல் காலியா தானே இருக்கு. ஒண்ணு வாங்கி மாட்டிவிட்டா வேண்டான்னா சொல்லப்

போறேன். இதுக்கா வருத்தப்படற? இதோ பார் பிரணவ், இந்த மோதிரம், தாலி இதெல்லாம் ஒரு சமூக அங்கீகாரத்துக்கான அடையாளங்கள் தானே தவிர, அன்புதான் அதைவிட முக்கியம். அதன்படி பார்த்தா நமக்கு கல்யாணமாகி ஆறு வருஷம் ஆயாச்சு. மனசு எப்பொ காதலைப் பரிமாறிக்குதோ அந்த க்ஷணமே கல்யாணம் ஆனாப்போல தான். வெட்டிங் ரிங் மாத்திண்டா என்ன மாத்திக்காட்டி என்ன? காதல் ஆத்மான்னா இந்த வெட்டிங் ரிங் உடல் மாதிரின்னு வேணா வெச்சுக்கலாம்."

அவன் திரும்பிப் பார்த்து சிரித்தான். "நல்லா பேசற. ஸோ நமக்கு கல்யாணமாய்டுத்து?"

"யெஸ் ஆயாச்சு. நா இப்போ உன் மனைவி."

"அப்பறம் எதுக்கு நியூயார்க் போணும்? உன்னை என் வீட்டுக்கு கூட்டிட்டுப் போறேனே?"

"அதுக்கென்ன வரேனே?"

"கூட்டிட்டுப் போனா சும்மார்க்க மாட்டேன். அடுத்த கட்டத்துக்குப் போவேன் சரியா?"

"நடந்தது கல்யாணம்னு நீ நம்பற இல்ல."

"சத்தியமா?"

"அப்பறம் என்ன? நடந்தது கல்யாணம்னா நடக்கப் போறது பஸ்ட் நைட். இதுல பயப்படறதுக்கு என்ன இருக்கு?"

அவன் நெகிழ்ந்து போனான். எத்தனை ஜென்மமாய் தொடரும் உறவு இது என்று யோசித்தான்.

"என்ன யோசனை?"

"இதே ஸ்ரீரங்கமார்ந்தா ஒரு கூடைப் பூவும், வெள்ளிச் சொம்பு நிறைய பாலுமா எங்கம்மாவும் தங்கைகளும் ரூம் டெக்ரேஷன் பண்ணி அசத்தியிருப்பா."

"நம்ம உறவுகள் வேணா இங்க இல்லையே தவிர பூவும் பாலும் ஏராளமா இருக்கு. ஏதாவது மால்ல வண்டியை நிறுத்துங்க. பூவும், பாலும், ஸ்வீட்சும் வாங்கிப்போம்."

"வேணாம்."

"ஏன்."

"பூ மாதிரி நீ இருக்கும்போது பூ எதுக்கு?"

"ஓஹோ!"

"பால் மாதிரி உன் மனசிருக்கும்போது பால் எதுக்கு?"

"ம்... அப்பறம்?"

"உன் கண்ணை திராட்சைன்னும் சொல்லலாம் ரசகுல்லான்னும் சொல்லலாம்."

"ம்ஹ்ம்ம்?"

"உன் மூக்கு முந்திரி கேக் மாதிரி. ஆரஞ்சு சுளை மாதிரி உன் இதழ்கள்."

"போதும்ப்பா போதும். ஒரே வார்த்தைல சொல்றதானா பழக்கடை அல்லது ஸ்வீட் ஸ்டால். அதுசரி என்னாச்சு உனக்கு? ஏதாவது தமிழ் சினிமா பார்த்தயான்ன?"

"எப்பவோ படிச்ச ஒரு பழைய தமிழ் நாவல் நினைவுக்கு வந்தது. அதுல இப்டித்தான் காதலியை வர்ணிப்பான் ஒருத்தன்."

"அந்தக் காதலியை வர்ணிச்சது காதலன் இல்ல. கதையை எழுதினவனா இருக்கும்."

"அது யாருன்றதா இப்பொ முக்கியம்?"

"இப்பொ என்ன வேணும் உனக்கு? இப்டி வழியற!"

"என் அபார்ட்மெண்ட் வந்தாச்சு. உள்ள வா பேசிக்கறேன்."

அவன் வரிசையாய் நின்றிருந்த கார்களை அடுத்து தன் காரை நிறுத்தினான். லிஃப்ட்டில் நுழைந்து ஆறாவது மாடிக்கு வந்தார்கள்.

சிறியதானாலும் படு சுத்தமாய் நேர்த்தியாய் வைத்திருந்தான் தனது வீட்டை.

"பரவால்லயே பேச்சுலர் ரூம் எப்படி இருக்குமோன்னு நினைச்சேன். என்னை விட ரொம்ப சுத்தமா வெச்சிருக்க!"

"அதெல்லாம் இல்ல. இன்னிக்கு நீ வரப்போறயேன்னு ஸ்பெஷலா க்ளீன் பண்ணினேன். திடுதிப்புன்னு வந்து பார்த்தா தெரியும் லட்சணம்."

அவள் ஜன்னல் காட்டன்களை லேசாய் விலக்கி வெளியில் பார்த்தாள். நியூயார்க் அளவுக்கு பரபரப்பில்லை இங்கு.

"பிடிச்சிருக்கா?"

"அமைதியா இருக்கு. ஆனா ஒரே ஒரு குறை."

"என்ன?"

"மன்ஹாட்டன் அபார்ட்மெண்ட்லேர்ந்து பார்த்தா ஸ்கை ஸ்கிராப்பர்களும், ஹட்ஸன் நதியும், கப்பல்களும் படகுகளும் மனசுக்கு ரொம்ப ரம்யமா தெரியும். அதில்லை இங்க."

"வேணும்னா ஒரு வால்பேப்பர் ஒட்டிடுவோம். தினம் பார்."

"நா எப்பொ அந்த வீட்டைக் காலி பண்ணட்டும்?"

"அதான் சொல்ல வந்தேன். இப்போதைக்கு நீ பண்ண வேண்டாம். நா பண்ணிடறேன். மார்க்கும் சூசனும் திரும்பி வர எப்டியும் இன்னும் ஒரு வருஷமாகும். உன்னை நம்பி தன் வீட்டை மிகக் குறைந்த வாடகைக்கு விட்டுட்டு போயிருக்கா. அதை இப்பொ காலி பண்ணினா அது அவங்களுக்கு கஷ்டமார்க்கும். எப்டியும் எனக்கு இங்கேர்ந்து போய்ட்டு வர ரொம்ப கஷ்டமார்க்கு என் வேலை அப்டி. அதனால ஷிஃப்ட் பண்ணிடலாம்னு இருக்கேன். பால்ட்வின்ல என் நண்பர் ஒருத்தரோட வீடு இருக்கு. அங்க வரச் சொல்றார் அந்த நண்பர். ஒரு வருஷம் அவர்ட்ட டைம் கேக்கறேன் அதுவரை மன்ஹாட்டன் அபார்ட்மெண்ட்ல நாம இருப்போம். மார்க்கும் சூசனும் திரும்பி வரதா தகவல் வந்ததும் நாம பால்ட்வின் வீட்டுக்கு மாறிடுவோம். சரியா?"

"ரொம்ப சரி நீ எப்போ இதை காலி பண்ணப்போற?"

"எனக்கென்ன மிஞ்சிப் போனா மூணு பெட்டி. அடுத்த மாசம் காலி பண்ணிடுவேன்."

“அதுவரை?”

“அதுவரை ஹனிமூன்.”

“எங்க கூட்டிட்டுப் போவ?”

“எங்க போணும்னு சொல்லு.”

“கழுதை கெட்டா குட்டிச்சுவர். அமெரிக்க கப்பிள்ஸ் கல்யாணம் பண்ணிண்டா நயாகரா. அதைவிட்டா வேற எங்க போக? நம்ம வசதிக்கும் அதுதான் சரிப்படும்.”

“உன் இஷ்டம்?”

“ஹனிமூன் அப்றம். இந்த ராத்திரியை இப்பொ எப்டி இனிமையாக்கலாம்னு சொல்லு.”

“ஓடிப்பிடிச்சு விளையாடலாமா?”

“எதுக்கு அவளோ சிரமம் ஏபிஸிடி சொல்லுவோமே.”

“எனக்கு தமிழ்ப் பற்று ஜாஸ்தி ‘அ’னா ஆவன்னா தான்.”

“அப்டிங்களா? பல்லு பேந்துரும். வந்து படுடி நாட்டுக்கட்ட.”

“நீதான் நாட்டுக்கட்ட. திருவானைக்கா தூண் மாதிரி. நா சிட்டி கட்டையாக்கும்.”

“அது என்ன கட்டைன்னு பார்த்துட்டா போச்சு இப்டி வா.”

அவன் அவளை இழுக்க கையை நீட்ட, அவள் அவன் கையில் சிக்காமல் நழுவி ஓடினாள்.

ஜன்னலோரத்தில் அவளை வளைத்துப் பிடித்தவன், அப்படியே அவளைத் தூக்கிக் கொண்டு வந்து படுக்கையில் போட்டான். சற்று நேரம் அவளையே இமைக்காமல் பார்த்தான். அவள் நெற்றியில் விழுந்திருந்த கேசத்தை இடக்கை விரலால் மெல்ல ஒதுக்கி விட்டான்.

“இன்னிக்கு ராத்திரி இவ்ளோ பெரிய அதிர்ஷ்டம் எனக்குக் கிடைக்கும்னு ஸ்டேஷனுக்கு வரும் வரை நா நெனக்கக் கூட இல்ல நிரூ.”

“உனக்கு இந்த சர்ப்ரைஸ் குடுக்கணும்னுதான் உங்கிட்ட கூட சொல்லாம ஏற்பாடு செஞ்சேன். என்னாலயும் முடியலப்பா. தனிமை அலுத்துப் போச்சு. சமுத்திரத்துல அலைகள் மாதிரி வாழ்க்கைன்னா அடுத்தடுத்து ஏதாவது ஒரு கடமை நமக்கு காத்துட்டுதான் இருக்கும். அதுக்கு நடுலதான் இந்தச் சின்னச் சின்ன இன்பங்களை அனுபவிச்சாகணும்.”

அவள் அவன் தோளைப் பற்றி அருகில் படுக்க வைத்து அவன் மார்பில் தலை சாய்த்து அணைத்துக் கொண்டாள்.

மிக இனிய சங்கமம் அங்கே நிகழ்ந்தது.

“காமத்தை ஏன் அக்னின்னு சொல்றாங்க தெரியுமா உனக்கு?”

பின்னிரவில் அவன் கேட்டான்.

“எங்கப்பா இன்னும் ரெண்டு மூணு வருஷம் இருந்திருந்தா இதெல்லாம் கேட்டுத் தெரிஞ்சுட்ருப்பேன். எதனால?”

“பொதுவா எல்லாருக்குள்ளயும் சொல்லப்போனா எல்லா ஜீவராசிக்குள்ளயும் ஒரு நெருப்பு எரிஞ்சுண்டே இருக்கும். அதுக்கு இன்னொரு பேர் சக்தி. இந்த சக்திதான் நம்மை இயக்கிண்ருக்கு எல்லா வேலைகளும் இந்த சக்தியாலதான். உடலைச் சம நிலைல வெக்கறதும் இந்த சக்திதான். இந்த சக்தி அதிகம் செலவழிவது காமத்தில்தான். காமம் ஏற்படும் போது உடம்பு கொதிப்பதும் அது தணியும்போது உடல்கள் சில்லிட்டுப் போவதும் மிக இனிமையான உணர்வுகளை அது தருவதால் தான் இந்த அக்னியை மட்டும் எல்லா உயிர்களும் உயர்வானதென்று நினைக்கிறது. சொல்லப்போனா இதுகூட ஒரு வகை தெய்வ தரிசனம் தான். இதை உயர்வா நினைக்கறவனுக்கு இது உயர்வைத் தரும். வெறிபிடிச்சு தறிகெட்டு அலையறவனை இது வியாதியஸ்தனாக்கும். அதனாலதான் இல்லற தர்மம் முக்கியம்னு தர்ம சாஸ்திரங்கள்ள சொல்லி வெச்சிருக்கு.”

“அடேயப்பா இதெல்லாம் யார் சொன்னா உனக்கு?”

“அப்பா.”

"காவேரிக்கரை அப்பா, பிள்ளைகிட்ட இதெல்லாம் பேசுவாரா?"

"காவேரிக்கரைல தான் ரெண்டு பேரும் பேசினோம். என்னை வெளிநாட்டுக்கு அனுப்பறதுக்கு முந்தி ரெண்டு பேரும் எல்லா கோயிலுக்கும் போனோம். ரங்கநாதனை வணங்கிட்டு உச்சிப் பிள்ளையாருக்கு மலை ஏறிப்போய் தோப்புக்கரணம் போட்டுட்டு, திருவானைக்காவல் அப்புவுக்கும், அகிலாண்டேஸ்வரிக்கும் ஒரு ஹலோ சொல்லிட்டு, காலாற நடந்து போய் காவேரிக்கரைல உக்காந்தோம்."

"தண்ணி இருந்துதா காவேரில?"

"மழைக்காலம் அப்பொதான் முடிஞ்சிருந்தது. அதனால நிறையவே வெள்ளம்."

"ஆசை தீர காவேரி ஸ்நானம் பண்ணனும்னா பண்ணிக்கோடா. அங்கல்லாம் இப்படி குளிக்க முடியாதுன்னார் அப்பா. நானும் களைப்பு தீர நீந்தி நீந்தி குளிச்சேன். ஆசை தீர்ந்துடுமா என்ன? தீராமதான் கண் சிவக்கக் கரையேறினேன். காத்துலயே வேட்டி காஞ்சுடும்னு அப்பா பக்கத்துல உக்காந்தேன்.

அன்னிக்குத்தான் அப்பா எங்கிட்ட நிறைய விஷயங்கள் பேசினார். அதுல இதுவும் ஒண்ணு. காமம்ங்கறது அக்னி மாதிரி. அது கர்ப்பக்கிருகத்துல எரிஞ்சா தீபம்; வீட்டுக்குள்ள அளவோட எரிஞ்சா அடுப்பு. நம்ம பசியை அது தீர்க்கும். வீட்டுக்கு வெளில பத்திண்டு எரிஞ்சா அது காட்டுத் தீ. ஊரும் சாம்பல். நாமளும் சாம்பல்தான். வெளிநாட்டுச் சந்தைல எல்லாமே மலிவு விலைல கண்ணைப் பறிக்கும். ஆனா நமக்கு எது வேணும், நமக்கு எது நல்லதுன்னு தெரிஞ்சவன், அந்த சந்தைல தன்னைத் தொலைக்க மாட்டான். நீ புத்திசாலி. ரெண்டு உயிர்களின் அன்பான சங்கமத்துல உண்டாவன். உனக்கு சொல்லணும்னு இல்ல. இருந்தாலும் சொல்ல வேண்டிய கடமைக்காக சொல்லிட்டேன்னார்."

"அப்பாக்கு பயம். வெளிநாட்டுல நா எந்தத் தப்பும் பண்ணிடக் கூடாதேங்கற கவலை. என்மேல நம்பிக்கையில்லாம இல்ல. ஆனா சூழ்நிலைகளுக்கு நா பலியாய்டக் கூடாதில்லையா. அதான் அப்டி ஒரு உபதேசம்."

“காமம் ஒரு புனிதமான சக்தின்னா ஏன் அதை இன்னும் அருவறுப்பான விஷயமாவே பலர் நினைக்கறாங்க? சிற்றின்பம்னு ஏன் அதை சொல்றோம், அதிலிருந்து விடுபடணும்னு ஏன் ஞானிகள் சொல்றாங்க; இதுபத்தி உங்கப்பா ஏதாவது சொல்லியிருக்காரா?”

“சொன்னாரே தர்மத்திற்குட்பட்ட சிற்றின்பம் பேரின்பத்தை அடைவதற்கான படிக்கட்டுதான். இடுப்புக்கு பின்புறம் இது குண்டலினி சக்தியா இருக்கு. இது கீழ்நோக்கி இறங்கினா காமம். மேல்நோக்கி நகர்ந்தா ஞானம். சிற்றின்பத்தை அறிந்தவனால் தான் பிரம்மத்தையும் அறிய முடியும் என்பது உண்மை. ஆதிசங்கரன் கூடு விட்டு கூடு பாய்ந்து அறிந்து கொண்ட சத்தியம் இது. உலகத்துலயே மிக உயர்ந்த காரியம் சிருஷ்டி. அந்த சிருஷ்டியை உண்டாக்கற இந்த சக்திதான் மிகப் பெரிய சக்தி. மிக உயர்ந்த ஒன்றைச் செய்வது புனிதமில்லாம வேற என்ன? ஆனா எவ்ளோ காலம் மனுஷன் கீழ்ப்படியே நிக்கறது? மேல போக வேண்டாமா? அதான் அதைக் கொஞ்சம் கொஞ்சமா விட்டுட்டு மேல வந்து ஞானத்தைத் தேடுன்றாங்க.”

நிருபமா அவனை மரியாதையுடன் பார்த்தாள். சரியான இடத்தில் சரியான விஷயத்தைப் பற்றிப் பேசிய அவனது விவேகம் அவளுக்கு மரியாதையை ஏற்படுத்தியது. முதலிரவைப் புனிதமாய் நினைக்கிற புருஷன் எல்லாப் பெண்ணுக்கும் கிடைத்து விடமாட்டான். ஒரு காரியத்தை அதன் பொருள் புரிந்து செய்கிற பண்பு எல்லோருக்குள்ளும் இருந்துவிடாது. இதுநாள் வரை அவனிடம் அவள் கண்ட பரிமாணம் வேறு. இப்போது காணும் பரிமாணம் இன்னும் அழகானது, உயர்ந்தது.

அவள் மிகுந்த சந்தோஷத்துடன், திருப்தியுடன் உறங்கினாள். புருஷன் மிக நல்லவன் என்ற உணர்வுதான் ஒரு பெண்ணை நிம்மதியாக உறங்கச் செய்யும். அவள் நிம்மதியாக உறங்கினாள்.

எதிர்காலம் அறிவுக்கு எட்டாத வரை எல்லோருமே நிம்மதியாகத் தான் உறங்குவார்கள். அது தெரிந்தால்?

5 அத்தியாயம்

அந்த இரவு முடிவற்றதாயிருக்க வேண்டும் என அவள் மனம் விரும்பியது. ஜனித்தது முதல் நேற்று வரை அவளது இரவுகள் வேறு. தாயின் அரவணைப்பில், தகப்பனின் பாசத்தில், சகோதரனின் பாதுகாப்பில் பதினெட்டு வருடத்தின் இரவுகள் கழிய அதன் பிறகு ஒன்பது வருடத்து இரவுகள் அமெரிக்க மண்ணில் தனிமையில் தான் கடந்து சென்றது. ஏழு வருடமாய் பிரண்வைக் காதலிக்கிறாள் என்றாலும், இருப்பது அமெரிக்கா தான் என்றாலும், சந்தர்ப்பங்களுக்கு அங்கு குறைவில்லை என்றாலும் இருவரும் அதுபற்றி நினைத்தது கூட இல்லை.

சின்னச் சின்ன தீண்டல்களிலும், ஆழ்ந்த மௌனங்களிலும், அன்பான பார்வைகளிலுமே காதல் பரிமாறிக் கொள்ளப்பட்டது. ஒரு விதத்தில் அவை கூட சுகமானவை தான். குற்றாலத்து சாரல்போல. இருவரும் சேர்ந்து எத்தனையோ இடங்களுக்குப் போயிருக்கிறார்கள். சில நேரம் ஒரே அறையில் கூட தங்கியிருக்கிறார்கள். இருந்தாலும் ஒரு சின்ன தடுமாற்றம் கூட இருவரிடமும் இருந்ததில்லை. திருமணத்தைப் பற்றி அப்பொதெல்லாம் யோசிக்கவில்லை என்பதாலோ என்னவோ காமத்தையும் ஒரு பெரிய விஷயமாய் நினைத்ததில்லை. இருவரிடமும் ஒரு ஆழ்ந்த அமைதியான அன்பிருந்ததால், இந்த அக்னியும் உள்ளுக்குள்ளே தொந்தரவின்றி அமைதியாய் காதலை வளர்த்துக் கொண்டிருந்ததோ என்னவோ, அதே அக்னிதான் இப்போது மேலெழும்பி சுடர்விட்டு சூடு தணித்துக்

கொண்டிருக்கிறது. ஆழம் காண முடியாத ஒரு ஜலப்பிரயாணத்தில் மின்னலைப் போல ஒரு ஒளியுடன் ஆழ்ந்த சமாதி நிலைக்கு அவர்களை அழைத்துச் சென்றது அந்த அக்னி. சர்ப்பங்கள் சமாதி நிலையில் ஒன்றை ஒன்று வெகு நேரம் பிணைந்து கிடந்தன.

சுவாசம் சீரடைந்து, மனம் விழிப்பு நிலைக்கு வந்து, பிரணவ் விழி திறந்து பார்த்தபோது அவன் மார்பில் கண்ணீர் வழிய சாய்ந்து கிடந்தாள் நிருபமா.

"ஏண்டா... என்னாச்சு? கஷ்டப்படுத்திட்டேனா உன்னை?" பிரணவ் மிக மெல்லிய குரலில் கேட்டபடி அவள் நெற்றியில் மிருதுவாய் முத்தமிட்டான்.

"ப்ஸு ... அதில்ல."

"பின்னே?"

"இதுபோதும்பா எனக்கு. ஏழேழு ஜென்மத்துக்கும் சேர்த்து கிடைச்ச இந்த பரவசம் இனி கிடைக்காட்டியும் கூட கவலையில்ல. வாரக்கணக்கா பனிமலைல நடந்து மேல ஏறிப்போய் கைலாச மலையை தரிசனம் பண்ணிட்டு வந்தாப்போல இருக்கு. ஆயுசுக்கும் இந்த ஒரு சுகம் போதும்."

அவள் நன்றி சொல்வதுபோல், அவன் கன்னத்திலும், இதழ்களிலும் முத்தமிட அவள் கண்ணீர் அவன் உதட்டில் உப்புக்கரித்தது.

இரவு முடியும் நேரம் இருவரையும் உறக்கம் தழுவியது. அடித்துப் போட்டாற்போல் உறங்கியவர்கள் பிற்பகல்தான் கண் விழித்தார்கள். ஒருவரை ஒருவர் வெட்கத்துடன் பார்த்துப் புன்னகைத்துக் கொண்டார்கள்.

"வீட்ல என்ன இருக்கு? பசிக்குது" அவள் எழுந்து குளிக்கப் போனாள்.

"பால் இருக்கு. அதைச் சூடு பண்ணி காபி போடறேன். மத்ததை வெளில பார்த்துப்போம்" அவனும் எழுந்தான்.

அவள் குளித்துவிட்டு வரும்போது காபி தயாராக இருந்தது. அவனுடைய ஷார்ட்ஸும், சட்டையும் அணிந்திருந்தாள்.

"அழகார்க்கு" அவன் காப்பியை ருசித்தபடி அவளை ரசித்தான்.

"இப்டி பார்த்தா முழியை நோண்டிடுவேன்."

"பார்க்கத் தானே அழகு! கண்ணை மூடிக்கறதுக்கா?"

"அதுக்காக...? எனக்கு என்னமோ மாதிரி இருக்கில்ல?"

"எப்டி எப்டி...?"

"ச்சீ போ..."

"அதுசரி. இந்த 'என்னமோ மாதிரி' இத்தனை காலம் எங்க இருந்ததாம்? ஸ்விம் சூட்லயே பாத்திருக்கேன்! இப்ப என்ன புதுசா?"

"அது வேற. இது வேற? இப்ப பாக்கறது சரியான எக்ஸ்ரே பார்வை. உடம்பை என்னமோ செய்யுது பாஸ்."

அவள் சொல்ல அவன் பெரிசாய் சிரித்தான். சற்று நேரத்தில் அவனும் குளித்துவிட்டு வர, அவள் உடை மாற்றிக் கொண்டு தயாராயிருந்தாள். இருவரும் வெளியில் புறப்பட்டனர். அலுவலகம், வேலை டென்ஷன் என்று எதுவுமில்லாத நிலையில் மனம் ரிலாக்ஸ்டாக இருந்தது.

"உங்க அபார்ட்மெண்ட் சொந்தக்காரருக்கு காலி செய்யற தகவலை இன்னிக்கே மெயில் பண்ணிடு பிரணவ்."

"பண்ணிடறேன்."

"நாம இன்னிக்கே உன் சாமான்களோட நியூயார்க் போறோம். இன்னிக்கு ஒரு நாள் தான் நா லீவு. இன்னும் பத்து நாள் எனக்கு லீவு எடுக்க முடியாது. பத்து நாள் கழிச்சுதான் நம்ம ஹனிமூன் டிரிப். அதுவரை வீட்லதான் தேனும் நிலவும். ஏன் பிரணவ் ஹனிமூன் வேணுமா என்ன? அனாவசிய செலவுதானே. அந்த பணத்தை சேர்த்து வெச்சா சித்ராவுக்கு ஏதாவது நகை வாங்கலாம் இல்ல?"

"ஓ... வாங்கலாமே. நாம் ஒரு வேளை சாப்பாட்டைக் குறைச்சுட்டா அவளுக்குக் கல்யாணமே பண்ணிடலாம்."

அவள் திரும்பிப் பார்த்தாள். "கிண்டலடிக்கறயா? சீரியஸா சொல்றயா?"

"உனக்கெப்டி தோண்றது?"

"கிண்டல் தானே?"

"தெரியறது இல்ல? இதோ பார் குட்டி பணம் வேணும்தான். அதுக்காக நாம பட்னி கிடந்துதான் சேக்கணும்னு இல்ல. பத்து நாள் கழிச்சு ஒரு வாரம் லீவு எடுக்கறோம். கனடா போறோம்."

"அதுக்கு முன்னால அட்லாண்டிக் சிட்டி போலாமா?"

"எதுக்கு?"

"வேற எதுக்கு? ஜாலியா நம்ம அதிர்ஷ்டத்தை ஒரு கை பார்க்கத்தான். அமெரிக்கா வந்ததுலேர்ந்து ஒருமுறைகூட அங்க போனதில்ல."

"வேணாம் நிரு. சூதாடறது தப்புன்னு எங்கப்பா சொல்லியிருக்கார்!"

"ம்ம்... எங்கப்பா கூடத்தான் சொல்லியிருக்கார். அடப்போப்பா. வாழ்க்கையே சில நேரம் சூதாட்டம் மாதிரிதான். இதுல நாம் ஒரு தரம் பொழுதுபோக்குக்காக ஆடினா என்ன?"

"தத்துவம்...?"

"ம்... அப்பா ஏகப்பட்டது சொல்லிட்டுப் போயிருக்கார். அதையெல்லாம் எப்பதான் எடுத்து விடறதாம்?"

"வேணாம் தாயே. உன் இஷ்டப்படியே ஆகட்டும்."

பல அடுக்குமாடிக் கட்டிடத்தில் அமைந்திருந்த மால் ஒன்றில் வேண்டிய பொருட்கள் வாங்கிக் கொண்டு, அதே கட்டிடத்திலிருந்த ஒரு உணவு விடுதியில் உணவை முடித்துக் கொண்டார்கள். எட்டாம் தளத்திலிருந்த ஒரு ஜுவல்லரியில் அழகிய மோதிரம் ஒன்று வாங்கினான். எமரால்டும் அமெரிக்க வைரமும் இழைத்த இதய வடிவ மோதிரம்.

“இதுதான் என் உண்மையான வெட்டிங் ரிங்” என்றபடி அவள் வலது கை மோதிர விரலில் மாட்டிவிட்டான். வைத்த கண் எடுக்காமல் வழி முழுக்க அதையே பார்த்துக் கொண்டு வந்தாள்.

“பிடிச்சிருக்கா?”

“ம்ம்... உங்களை விட.”

“கொழுப்பு.”

“பின்ன..? நீங்க வேற இது வேறன்னா தானே இந்தக் கேள்விக்கு பதில் சொல்ல.”

அவன் சிரித்தான்.

வீட்டுக்கு வந்து சற்று நேர ஓய்வுக்குப் பிறகு அவன் தன் முக்கியமான உடைமைகளை இரண்டு மூன்று சூட்கேஸ்களில் அடுக்கினான்.

“எட்டு மணிக்குள்ள நாம் நியூயார்க் போயிடலாம் இல்ல.”

“கிளம்பிடலாம். ரெண்டாம் ராத்திரி அங்கதான்” அவன் கண்ணடித்து சிரித்தான்.

“வீட்ல வடை பாயாசத்தோட சமைச்சு வெச்சுட்டுதான் வந்திருக்கேன். சூடு பண்ணி சாப்ட வேண்டியதுதான்.”

“திட்டம் போட்டு என்னை சிறை பிடிச்சப்பறம் என்னத்த சொல்ல? வழக்கமா கல்யாணத்துக்கப்பறம் பொண்ணுதான் புருஷன் வீட்டுக்கு வருவா. இங்க பார் உன் வீட்டுக்கு நா கிளம்பிண்ருக்கேன்.”

“நீ அமெரிக்கால இல்ல இருக்க! சும்மாவா பின்னே?”

“என்னைக் கண் கலங்காம பார்த்துப்பயாடி பொண்டாட்டி?”

“பாத்துக்கறேன். சீக்கிரம் கிளம்புடா புருஷா.”

அவர்கள் மிக சந்தோஷமாக நியூ ஜெர்ஸியிலிருந்து கிளம்பினார்கள்.

நியூயார்க்கிற்கு வழக்கமாகச் செல்லும் பாதையில் வாகன போலீஸார் வாகனங்களை மாற்றுப் பாதையில் அனுப்பிக் கொண்டிருக்க என்ன காரணம் என்று விசாரித்தான் பிரணவ்.

“காட்டுத் தீயாம்” வாகன ஓட்டி ஒருவர் சொல்ல சலித்தவாறு மாற்றுப் பாதையில் வாகனத்தை செலுத்தினான். ஒன்றரை மணி நேரப் பயணம் ஏழு மணி நேரத்திற்கு நீடிக்க, இருவரும் சோர்ந்து போனார்கள். வீடு போய்ச் சேர்ந்தால் போதும் என்றிருந்தது. எப்போதாவது இப்படித்தான் காட்டுத் தீயால் வாகனங்கள் தடம் மாறுவதுண்டு.

நள்ளிரவில் நியூயார்க்கை அடைந்து அவளது அபார்ட்மெண்டிற்குச் சென்றதும் பிரணவ் கார் ஓட்டிய சோர்வுடன் படுக்கையில் விழுந்தவன் சற்று நேரத்தில் தூங்கியே போக அவன் தூக்கத்தைக் கலைக்க விரும்பாமல் அவனருகில் படுத்தவள் தனக்கு தூக்கம் வரும் வரை அவனை ரசித்துப் பார்த்துக் கொண்டிருந்துவிட்டு தானும் தூங்கிப் போனாள்.

மறுநாள் காலை பிரேக் ஃபாஸ்ட் முடித்துக் கொண்டு இருவரும் அவரவர் காரில் ஏறி வேலைக்குச் சென்றனர். நிருபமா தன் அலுவலக நண்பர்களுக்கு தன் திருமண விஷயத்தைச் சொல்லி இனிப்பு வழங்கினாள். அன்று மாலை சிறப்பு அனுமதி அளித்து அவளை சீக்கிரமே வீட்டுக்கு கிளம்பச் சொன்னார்கள். தான் புறப்படும் தகவலை பிரணவுக்குச் சொல்லிவிட்டு அவள் கிளம்பி வீட்டுக்கு வந்தாலும் வேலை காரணமாக அவனால் வர இயலவில்லை. இரவு வழக்கம் போல்தான் அவன் வந்தான்.

அன்றிரவு அவர்கள் நெடுநேரம் தங்களது எதிர்கால விருப்பங்கள் குறித்து நிறைய பேசினார்கள்.

“சீக்கிரமே சித்ராக்கு நல்ல வரன் பார்க்கச் சொல்லிடுங்க. அவ கல்யாணம் முடிஞ்சுட்டா உங்கம்மாக்கு பாதி கவலை குறைஞ்சுடும். அதுக்கப்பறம் விஜிக்கு படிப்பு முடிய இன்னும் ரெண்டு வருஷமாவது ஆகும். அதுக்குள்ள அவ கல்யாணத்துக்கும் பணம் சேர்த்துடலாம்.”

“அதுக்கப்புறம் தான் என் கவலையே ஆரம்பமாறது நிரூ.”

“என்ன கவலை?”

“அப்பா அம்மாக்கு வயசானா அவங்களுக்கு யார் துணை? நாம இங்க இருப்போம். ஒரு ஆத்திர அவசரம்னா அவங்க என்ன பண்ணுவாங்கன்றதை நினைச்சா கவலையார்க்கு.”

“இதுக்கா கவலை. ரெண்டு பொண்ணும் ரெண்டு மாப்ளையும் கூப்ட்ட குரலுக்கு வந்துட மாட்டாங்களா?”

“கிட்டக்க இருந்தா வருவாங்க. அவங்களும் டெல்லி, மும்பைனு தூரத்துலயோ இல்ல அயல்தேசத்துலயோ இருந்தா?”

“அதைப்பத்தி இப்பவே எதுக்கு கவலை? அப்டி ஒரு பிரச்சனை வரும்போது அந்த சந்தர்ப்பத்துக்கு தகுந்தாப்போல ஏதாவது முடிவு செய்யலாம். அதை விடு. இப்போ நம்மைப்பத்தி கொஞ்சம் பேசுவோமா?”

“நமக்கென்ன... இப்போ?”

“உங்க வீட்ல எவ்ளோ சீக்கிரம் முடியுமோ அவ்ளோ சீக்கிரம் சொல்லிடணும் பிரணவ். முடிஞ்சா சித்ரா கல்யாணம் முடிஞ்ச கையோட உங்க ஊர்ல வெச்சு நம்ம கல்யாணமும் அவங்க முன்னால் நடந்துட்டா நல்லார்க்கும். அதுக்கு முன்னாடி நாம குழந்தை மட்டும் வேண்டாம்னு தள்ளிப் போட்டுடணும். நாம் இங்க சேர்ந்து வாழறது அவங்களுக்கு தெரியக்கூடாதே. அதான்.”

“குழந்தைகள்னா உனக்கு ரொம்ப ஆசையாச்சே?”

“உண்மைதான். உங்கம்மா அப்பா ஆசியோட ஒரு அஞ்சாறு கூட பெத்துக்க ரெடி.”

“ஆசை அஞ்சாறு கேட்டாலும் நம்ம சக்தி ஒண்ணே ஒண்ணு கண்ணே கண்ணுதான். அது ஆணோ பொண்ணோ போதும்னு வெச்சுட வேண்டியது தான்.”

“அட்லீஸ்ட் ரெண்டு...?”

“பார்ப்போம்.”

“நம்ம குழந்தைகள் வளர்ந்து அவங்க வாழ்க்கைல உத்யோகம் குடும்பம்னு செட்டிலானதும் நாம ரெண்டு பேரும் இந்தியாக்கே திரும்பிப் போய்டணும். உங்க ஸ்ரீரங்கத்து வீட்ல, கோயில் குளம், சாமி பூஜைன்னு செக்ஸுக்கு அப்பாற்பட்ட ஒரு அன்யோன்ய வாழ்க்கை வாழணும்.”

அவன் சிரித்தான்.

"என்ன சிரிப்பு?"

"இன்னும் கிருஹஸ்தாஸ்ரமே ஆரம்பிக்கல அதுக்குள்ள வானப்பிரஸ்தத்துக்கு போய்ட்ட."

"இந்த கனவும் கற்பனைகளும், ஆசைகளும் மட்டும் இல்லாட்டி மனுஷன் பைத்தியமாய்டுவான் இல்ல? ஏன் பிரணவ் எதிர்காலத்தைப்பத்தி யோசிக்கறது தப்பா என்ன?"

"நாம யோசிக்கிறபடியெல்லாம் நடக்கறதா இருந்தா யோசிக்கலாம்."

"ஏன் இப்டி சொல்ற?"

"உண்மையைத் தானே சொல்றேன். அடுத்த நிமிஷம் என்ன நடக்கப் போறதுன்னே தெரியாத மனுஷ வாழ்க்கைல இன்னும் முப்பது வருஷம் கழிச்சு எப்டி இருக்கப் போறோம்னு பேசுவானேன்."

"ஆசையைத் தானே சொன்னேன் எல்லாத்தையும் போற போக்குல நிறைவேத்திப்போம் சரியா?"

"இப்போதைக்கு என் ஆசையைக் கொஞ்சம் நிறைவேத்து." அவன் அவளை இழுத்து அணைத்தபடி கட்டிலில் சாய்ந்தான்.

ஜன்னல் கண்ணாடி வழியே ஸ்நோ விழுவதை வேடிக்கை பார்த்துக் கொண்டிருந்தான் பிரணவ். மரங்கள், கார்கள், வீடுகள், சாலைகளெங்கும் ஸ்நோ பெய்து எங்கும் ஐஸ் மயமாகியிருந்தன. சிறுவர்கள் இருவர் ஐஸைத் திரட்டி உருண்டையாக்கி ஒருவர் மேல் ஒருவர் எறிந்து விளையாடிக் கொண்டிருந்தார்கள். நகராட்சி ஊழியர்கள் சாலையில் நிரம்பியிருந்த பனித்துகள்களை இயந்திரம் மூலம் திரட்டி ஓரமாய் ஒதுக்கிக் கொண்டிருந்தார்கள். பிரணவின் அருகில் வந்து வெளியில் பார்த்த நிருபமா அவன் தோளில் சாய்ந்து கொண்டாள்.

"ராத்திரி எனக்கொரு கனவு பிரணவ்" என்றாள்.

"கனவு காண்ற அளவுக்கு நாம் எங்க தூங்கினோம். ஒரு அரை மணி தூங்கியிருப்போமா? அதுல ஒரு கனவா? சரி சொல்லு" அவன் கிண்டலடிக்க அவள் பொய்க் கோபத்துடன் அவன் முதுகில் கிள்ளினாள்.

"கேளு பாஸ். இதே மாதிரி பனி படர்ந்த மலைகள் நிரம்பின ஒரு சூழல் அது எந்த இடம்னு தெரியல. நா மட்டும் தனியா நடந்து போயிட்ருக்கேன். எங்க போறேன் என்னன்னு தெரியல. ஆனா என் மனசுக்குள்ள அப்டி ஒரு பரவசமும் அமைதியும் நிரம்பியிருக்கு."

"இதுதான் கனவா?"

"ஆமா."

"உன்னை உதைப்பேன். மரியாதையா மறுபடியும் படுத்துத் தூங்கி அதே கனவைக் காண்ற. உன்கூட கனவுல நானும் வரா மாதிரி காணணும் வா சொல்றேன்."

அவன் அவளை இழுக்க, அவள் சிரித்தபடி நழுவி ஓடினாலும் அந்தக் கனவு அவளுக்குள் இனம் புரியாத தாக்கத்தை ஏற்படுத்தியிருந்தது நிஜம்.

அத்தியாயம் 6

ஒரு வார விடுப்பில் முதல் நாள் அட்லாண்டிக் நகருக்குச் சென்றார்கள். அந்நகர் முழுக்க சூதாட்ட அரங்குகள்தான். பல அடுக்கு மாடிகள் கொண்ட ஒரு சூதாட்ட அரங்கின் நான்காவது மாடியிலிருந்த கார் பார்க்கிங்கில் காரை நிறுத்திவிட்டு இறங்கி உள்ளே நுழைந்தார்கள்.

அடேயப்பா என்று வியந்தாள் நிருபமா. அழகான உள் அலங்காரங்கள் கண்ணைப் பறித்தன. விதம் விதமான சூதாட்ட இயந்திரங்கள் அந்த அரங்கு முழுக்க நிறுவப்பட்டிருந்தன. ஒவ்வொரு இயந்திரத்தின் முன்பும் மனிதக் கூட்டங்கள். சூதாட்டத்தில் தான் மனிதனுக்கு எவ்வளவு ஆர்வம்! இதிகாசகாலம் முதல் இன்று வரை அதற்குள்ள ஈர்ப்பு மட்டும் துளியும் குறையவில்லை. அன்று ஒரு தருமன் ஆடிய சூதாட்டத்தின் பலனாய் ஒரு தர்ம யுத்தமே நடந்து முடிந்தது. இருப்பினும் மனிதனுக்கு அதில் ஆர்வம் குறைவதாய்த் தெரியவில்லை. ஐந்து ரூபாய் முதலீட்டில் உடல் உழைப்பு ஏதுமின்றி ஐந்து கோடி கிடைத்துவிட வேண்டும் என்ற பேராசை பெரும்பான்மையானவர்களுக்கு இருப்பதால் தான் அந்த ஆசையையும் மூலதனமாய் வைத்து அரசாங்கம் லாபம் சம்பாதிக்கிறது.

உழைப்பையே முழுக்க முழுக்க நம்புகிறவர்களுக்கும் கூட உள்ளத்தின் ஒரு ஓரமாகத் தன் அதிர்ஷ்டத்தை சோதித்துப் பார்க்கும் ஆவல் ஒரு துளி ஒளிந்திருக்கும் சந்தர்ப்பம் கிடைக்கும்போது அது வெளிக்கிளம்பி தன் சக்தியை உரசிப்

பார்க்கிறது வென்றால் உற்சாகம். தோற்றால் மீண்டும் மறைவிடம் தேடி ஓடி ஒளிந்துவிடும். அப்படி ஒரு சின்ன ஆசையில்தான் நிருபமா அந்த சூதாட்ட நகரத்திற்கு வந்திருந்தாள்.

“ஏன் நிரூ இதுக்கு முன்னாடி நீ இங்கு வந்ததே இல்லையா?”

“இல்லைன்னு சொன்னேனே.”

“வராமயே இந்த சூதாட்டம் உன்னைக் கவர்ந்திருக்கே. இப்ப ஒரு முறை வந்துட்ட இனி அடிக்கடி கூப்டுவயா இங்க.”

“கண்டிப்பா இல்ல. சும்மா ஜஸ்ட் ஜாலிக்காகத் தான் போலாம்ன்னேன்.”

“எனக்கு அதிர்ஷ்டத்துல நம்பிக்கையில்ல நிரூ.”

“எனக்கும்தான். ஆனா அதிர்ஷ்டம்னு ஒரு விஷயத்தை எல்லா மனுஷனுக்குமே கடவுள் கொடுத்திருக்கான். அது எப்பொ கதவு தட்டும்னுதான் தெரியாது. முயற்சியும் தெய்வ நம்பிக்கையும் இருக்கிறவனுக்கு அதிர்ஷ்டத்தை சீக்கிரமே அனுப்பி வைப்பான் கடவுள்னு அப்பா சொல்லுவார். ஒரு ஏழைத் தொழிலாளிக்கு ரொம்ப ரொம்ப கடவுள் பக்தியாம். கடவுளே எனக்கு கொஞ்சம் அதிர்ஷ்டத்தைக் கொடுக்கக் கூடாதான்னு தினமும் வேண்டிப்பானாம். ஒரே ஒரு முறை லாட்டரில் ஒரே ஒரு கோடி ரூபாய் எனக்கு விழச் செய். உன் பக்தனுக்கு நீ இதுகூடச் செய்யமாட்டாயா என்னன்னு தினமும் பிரார்த்தனை செய்வானாம். ஆனா தினமும் பேப்பர் பார்த்தா யாரோ ஒருத்தருக்கு பரிசு விழுந்திருக்கும். இவனுக்கு ஒரே எரிச்சல். நேரா கோயிலுக்குப் போனான். நீயெல்லாம் என்ன சாமி இவ்ளோ வேண்டிக்கறேனே என் பக்தியை நீ கொஞ்சமாவது மதிக்கறயான்னு திட்டினானாம். கடவுள் சட்டுன்னு பதிலுக்கு திட்டினாராம். முதல்ல போய் ஒரு லாட்டரி டிக்கெட் வாங்கிட்டு அப்பறம் வேண்டிக்கடா முண்டமேன்னு.”

பிரணவ் வாயைப் பொத்திக் கொண்டு சிரித்தான்.

“ஸோ ஒரு முறை நம்ம அதிர்ஷ்டத்தை சோதனை பண்ணிப் பார்க்கறதுல தப்பே இல்லை. வந்தா கடவுள் கொடுத்ததா

சந்தோஷமா வாங்கிப்போம். வராட்டீ ஓகேன்னு கிளம்பிடுவோம். வெறி பிடிச்சு அலையறதுதான் தப்பு. நமக்கு வெறி எதுவும் இல்லையே."

நிருபமா அவனை சமாதானப்படுத்திவிட்டு ஒரு இயந்திரத்தின் அருகில் சென்றாள். ஐம்பது சென்ட் நாணயங்கள் நான்கைந்தை எடுத்து கையில் வைத்துக் கொண்டாள். அவனிடம் இரண்டு நாணயத்தைக் கொடுத்தாள். முதலில் ஒன்றை இயந்திரத்தின் வாயில் போட்டாள். போட்ட சில வினாடிகளில் அது சுழன்றது. அடுத்த நிமிடம் கலகலவென்று அதன் ஒரு பக்கத்திலிருந்து காசுகள் வந்து வெளியில் கொட்ட பிரணவ் பிரமித்தான். நிருபமா முகம் மலர அவற்றை அள்ளி எடுத்து எண்ணினாள். இருநூற்றி ஐம்பது டாலர்கள். வாவ்...! வியந்தாள். நீ போடு என்று அவனைத் தள்ளினாள். அவன் ஒரு ஐம்பது சென்ட்டைப் போட ம்ஹூம்... ஒன்றுமில்லை. இரண்டாவது ஐம்பதைப் போட்டான். அதற்கும் ஒன்றுமில்லை.

"ஐ ஹாவ் நோ லக்; நீயே டிரை பண்ணு" என்றபடி நகர்ந்தான். அவள் மீண்டும் ஒரு ஐம்பது சென்ட் போட, சொல்லி வைத்தாற்போல் இப்போதும் இயந்திரம் சுழன்று காசு கொட்டியது. இம்முறை நானூற்று ஐம்பது டாலர்கள்.

"பரவால்லயே உனக்கு நிறையவே லக் இருக்கு. வேற ஏதாவது டிரை பண்றயா?"

"வேணாம் பாஸ். இதுபோதும். நாம் கிளம்பலாம் வா."

"நிஜம்மா?"

"ச்சீ வா பிரணவ்" அவனை இழுத்துக் கொண்டு வெளியில் வந்தாள்.

"நம்ம ஹனிமூன் ட்ரிப்புக்காச்சு. இது அதிர்ஷ்டமில்ல பிரணவ். என் வேண்டுகோள். சொல்லப்போனா எனக்கு ஹனிமூன் போய் பணம் செலவழிக்க இஷ்டமில்ல. ஆனா உன் சந்தோஷத்தைக் கெடுக்கவும் முடியல. அதான் அதிர்ஷ்டத்தை சோதிச்சுதான் பார்ப்போமேன்னு வந்தேன். இப்ப பார் நம்ம ஹனிமூன் செலவுக்கு காசு கிடைச்சாச்சு. கடவுள் ஆசிர்வதிச்சுட்டார். நீ என்ன சொல்ற?"

"கடவுள் ஒன்பது வருஷம் முன்னாலயே என்னை ஆசிர்வதிச்சாச்சு."

"என்ன...?"

"உன்னைக் காதலியா கொடுத்து ஆசிர்வதிச்சுட்டார்னேன்."

"நீ ஏதாவது சினிமாவுக்கு டயலாக் எழுதப் போகலாம்."

அவன் சிரித்தபடி அவள் தோளைப்பற்றி அழைத்துக் கொண்டு வெளியில் வந்தான். அவர்கள் கார் நியூயார்க் நோக்கிச் சென்றது.

கிடைத்த எண்ணூறு டாலரை உடனடியாய் வங்கியில் போட்டுவிட்டாள்.

"இந்த பணத்துல உங்க தங்கைக்கு ரெண்டு ஜோடி வளையலும், ஒரு நெக்லஸும் வாங்கச் சொல்லி அனுப்பி வெச்சுடுங்க."

"முதல் முதல்ல கிடைச்ச பணம். இதுல நீ ஏதாவது வாங்கிக்கோயேன்."

"இப்போதைக்கு எனக்கு எந்த தேவைகளும் இல்ல. அப்டி ஏதாவது தேவைன்னா வாங்கித்தர நீதான் இருக்கயே. எனக்கென்ன?" அவள் சிரித்தாள்.

மறுநாள் தான் கனடா செல்வதென இருந்ததால் அன்று முழுக்க நியூயார்க் நகரை ஒரு சுற்று சுற்றினார்கள். சுரங்க ரெயில்களில் ஜாலியாகப் பயணித்தார்கள். ஹட்ஸன் நதிக்குக் கீழே சென்ற சுரங்க ரெயில்களிலும் சென்றார்கள். முன்னூறு வருடச் சரித்திரம்தான் அமெரிக்கர்களுக்கு. ஆனால் அவர்களது இந்த பிரும்மாண்ட வளர்ச்சி எவரையும் திகைக்க வைக்கும். கல்வியிலாகட்டும், போக்குவரத்திலாகட்டும், கட்டிடத்துறையிலாகட்டும், வியாபாரச் சந்தையிலாகட்டும் அசுர வளர்ச்சி என்றுதான் கூற வேண்டும். இந்த வளர்ச்சிக்கு காரணம் மக்களின் கடுமையான உழைப்பு. ஊழல்களற்ற அதிகாரிகள். நாட்டின் முன்னேற்றமும் வளர்ச்சியும் மட்டுமே அங்கு ஒவ்வொரு குடிமகனின் எண்ணமாயிருக்கிறது. வர்த்தக மைய இரட்டைக் கட்டிங்கள் இடிந்து விழுந்தபோது கிட்டத்தட்ட அந்த இடமே போர்க்களம் போலத்தான் இருந்தது. அந்த கான்கிரீட் குவியலையும் அதனடியில் சமாதியாகியிருந்த மனித உயிர்களையும் கண்டு கலங்காத கண்களில்லை.

கொழுந்துவிட்டு எரிந்து கொண்டிருந்த தீயின் ஜ்வாலைகள் தணியவே பல வாரங்களாயிற்று. இத்தனை சேதாரங்களையும் எப்படி அகற்றி அந்த இடத்தை சரி செய்யப் போகிறார்கள் என்ற மலைப்பு அதைப் பார்த்தவர்களுக்கு ஏற்பட்டது நிஜம். ஆனால் யாரும் நினைத்துக் கூடப் பார்க்க இயலாத அளவுக்கு துரித கதியில் அங்கே பணிகள் ஆரம்பித்துவிட்டது. இரும்புக் குப்பைகள் கப்பல் கப்பலாக சீனாவுக்கும் இதர நாடுகளுக்கும் ஏற்றுமதியாகிச் செல்ல அந்த இடம் வெகு விரைவில் சுத்தப்படுத்தப்பட்ட விதம் அசுர வேகம் என்றுதான் கூற வேண்டும்.

நிருபமாவின் அலுவலகத்தில் பணிபுரியும் மூன்று பெண்களின் கணவர்கள் அந்த இடிபாடுகளில் சிக்கி இறந்து போனபோது அந்த பெண்கள் துக்கத்தில் வாய்விட்டு அழுதாலும் சோர்ந்து விடவில்லை. ஒரே வாரத்தில் அலுவலகம் வந்துவிட்டனர். என் சோகம் என் அலுவலகத்தையும் அதன் மூலம் இந்த தேசத்தின் வளர்ச்சியையும் பாதிப்பதை என் மனம் விரும்பவில்லை என்று அவர்கள் சொன்னபோது நிருபமா மலைத்துப் போனாள். இந்த நேர்மையும் தேசப்பற்றும்தான் அந்த நாட்டின் அசுர வளர்ச்சிக்கு ஆதாரம் என்பது புரிந்தது. அவர்களது அந்த மன உறுதிக்கும் நாட்டுப் பற்றுக்கும் தலை வணங்கினாள் அவள்.

“ஏய்... நிரூ என்ன யோசனை...?” பிரணவ் அவள் முகத்தின் முன் கை விரித்து ஆட்டினான்.

“ஒண்ணுல்ல செப்டம்பர் லெவன் ஞாபகம்.”

அவனிடமிருந்து மெல்லிய பெருமூச்சு வெளிப்பட்டது. “அதுபோல் சோகம் இனி ஒருபோதும் ஏற்படாமலிருக்க வேண்டிப்போம்” என்றான்.

“உங்க வீட்டுக்கு நீ போன் பண்ணினயோ?” திடீரென்று கேட்டாள் அவள்.

“பண்ணனும்னு இப்பதான் நானும் நெனச்சேன் நீயும் கேக்கற” அவன் நேரம் பார்த்தான் இந்தியாவில் காலை ஏழு மணியிருக்கும்

இப்போது. சற்று தூரத்திலிருந்த ஒரு பொது தொலைபேசியிலிருந்து ஸ்ரீரங்கத்து எண்களைத் தொடர்பு கொண்டான். மணி அடித்துக் கொண்டே இருந்தது. யாரும் எடுக்கவில்லை. மீண்டும் மீண்டும் முயற்சித்தான் ம்ஹூ ம். ரிங் போய்க்கொண்டே இருந்தது.

“என்னாச்சுன்னு தெரியல? போன் அவுட் ஆஃப் ஆர்டரா? இல்ல எல்லோரும் எங்கயாவது போய்ட்டாங்களான்னு தெரியல. ஆனா வீட்டைப் பூட்டிட்டு இவ்ளோ கார்த்தால எங்க போவாங்க?”

“அவுட் ஆஃப் ஆர்டராதான் இருக்கும். அங்க வேற யாராவது சொந்தக்காரங்களோ இல்ல நண்பர்களோ பக்கத்துல இருந்தா அவங்களுக்கு பண்ணி விசாரிச்சு பாரேன்” அவள் சொல்ல, பிரணவ் தன் டிஜிடல் டைரக்டரியில் ஸ்ரீரங்கத்து நண்பன் ரங்கனின் நம்பரைக் கண்டுபிடித்து அந்த எண்களுக்கு தொடர்பு கொண்டான்.

எதிர்முனையில் நண்பன் ரங்கன் ஆச்சர்யத்தோடு பேசினான். பிரணவ் விஷயத்தை சொன்னான். “நீ ஒரு அரை மணி கழிச்சு மறுபடியும் எனக்கு பண்ணு. நா போய் அதுக்குள்ள உங்காத்துல யாரானும் இருக்காளான்னு பாத்துண்டு வந்துடறேன்.”

நண்பன் போனை வைத்துவிட்டுப் போனான்.

சரியாய் அரை மணி கழித்து பிரணவ் மறுபடியும் அவனுடன் தொடர்பு கொண்டான்.

“உங்காம் பூட்டியிருக்குடா பிரணவ். பக்கத்தாத்துல கேட்டேன். உங்கப்பாவை ஆஸ்பத்திரியில் சேர்த்திருக்காமே. மைல்டு அட்டாக்னா.”

“என்னடா சொல்ற?” பிரணவ் பதறினான்.

“நா ஆஸ்பத்திரிக்கு போய் பாக்கறேன். ஒண்ணும் பயப்படறா மாதிரி இருக்காதுடா. நீ கவலைப்படாதே. நா பக்கத்துல இருந்து பார்த்துக்கறேன் நீ ராத்திரியோ இல்ல நாளைக்கோ போன் பண்ணு சரியா?”

பிரணவ் முகம் வெளிற போனை வைத்தான்.

“என்னாச்சு பிரணவ்” என்று கேட்டவளிடம் விஷயத்தைச் சொன்னான்.

“ஒண்ணும் ஆகாது பிரணவ். உங்கப்பா நல்லார்ப்பார். கேஸ்ட்ரபிளா கூட இருக்கும் அதை நெஞ்சு வலின்னு நினைச்சு பதறிப் போயிருப்பாங்க. நீ டென்ஷனாகாதே. நாம அபார்ட்மெண்ட் போயிடலாம் வா.”

நிரூ அவனை அணைத்து அழைத்துக் கொண்டு நடந்தாள்.

“நாம் கனடா போணுமா நிரு.”

“வேணாம். அப்பறம் போய்க்கலாம். ஹனிமூன் எங்க போய்டப் போறது.”

“என்னமோ கவலையார்க்கு நிரூ.”

“நாளைக்கு நல்ல நியூஸ்தான் வரும். நீ அனாவசியமா கவலைப்படற” நிருபமா அவனை சமாதானப்படுத்தி வீட்டுக்கு அழைத்து வந்தாள்.

இரவு முழுக்க அவன் தூங்கவில்லை. புரண்டு புரண்டு படுத்தான். நிருபமா பின்னிரவில் தூங்கிவிட்டாள்.

விடியற்காலையில் உறக்கத்திலிருந்து திடீரென்று விழித்து எழுந்து உட்கார்ந்தாள். மீண்டும் அதே கனவு. பனி படர்ந்த மலையில் அவள் தன்னந்தனியாய் நடப்பது போன்ற அதே கனவு. அவள் வியந்தாள். ஒரே கனவு இரண்டு முறை வருமா? என்ன அர்த்தம் இதற்கு? அவளுக்குப் புரியவில்லை.

மறுநாள் அதே நேரத்திற்கு பிரணவ் நண்பனுக்குப் போன் செய்தான்.

“உங்கப்பாவுக்கு அட்டாக்தானாம். இன்னும் இன்டென்ஸிவ்லதான் இருக்கார். நடுல ஒரு தரம் பேசினாராம். உன்னைப் பார்க்கணும்னாராம். முடிஞ்சா ஒரு தரம் அவனை வந்துட்டுப் போகச் சொல்லுடான்னு உங்கம்மா அழுதாடா பிரணவ். நீ வாயேன். வராயா? வரதா உங்கம்மாட்ட சொல்லிடவா.

நீ வரன்னு தெரிஞ்சாலே உங்கப்பா எழுந்து உக்காந்துடுவார்னு தோணறது. பாதி ஏக்கம்தாண்டா அந்த மனுஷருக்கு. வரயடா பிரணவ்? உங்கம்மாட்ட என்ன சொல்லட்டும் சொல்லு?" நண்பன் திரும்பத் திரும்ப கேட்க,

"இன்னும் ரெண்டு நாள்ல வரேன்னு சொல்லுடா. எப்படியானம் நா புறப்பட்டு வரேன்" என்றான். உடனடியா எமர்ஜன்ஸி டிக்கெட்டுக்கு நண்பர் ஒருவர் மூலம் ஏற்பாடு செய்துவிட்டு வீட்டுக்கு வந்தான்.

7 அத்தியாயம்

பயணத்திற்கான ஏற்பாடுகளை அவசர அவசரமாக செய்தாள் நிருபமா. திடீரென திட்டமிடப்பட்ட பயணம் என்பதால் நிறைய பரிசுப் பொருட்கள் எதுவும் அவன் மூலம் கொடுத்தனுப்ப இயலவில்லை. இருப்பினும் தன்னால் முடிந்தவரை அவன் தங்கைகளுக்கு தன்னிடமிருந்த கட்டப்படாத சில புதுப் புடவைகளையும், பர்ஃப்யூம் பாட்டில்களும், முகக்கிரீம்களும் வீட்டிலிருந்த கேல்குலேட்டர்கள், பேனாக்கள், இன்னும் பிற வீட்டு உபயோகப் பொருட்கள் என்று அவர்களுக்குத் தேவைப்படும் எனத் தோன்றியதை எல்லாம் எடுத்து வைத்தாள். பிரணவின் முகம் களையிழந்திருந்தது. அப்பாவுக்கு மாரடைப்பு வந்துவிட்டதே என்ற கவலையா, திடீரென்று புறப்படுவதால் ஏற்படும் செலவை எப்படி சமாளிக்கப் போகிறோம் என்ற கவலையா அல்லது நிருபமாவை பிரியும் வருத்தமா தெரியவில்லை.

மறுநாள் தேன் நிலவுக்குப் போவதென இவர்கள் எடுத்திருந்த முடிவை இறைவன் வெகு சுலபமாய் மாற்றிவிட்டான். கனடா செல்ல வேண்டியவர்களை இந்தியாவுக்குச் செல்லும்படி செய்திருப்பது எதனாலோ தெரியவில்லை.

“என்ன பாஸ் இப்டி டல்லாய்ட்ட? அப்பாவுக்கு ஒண்ணும் இருக்காது. வீணா கவலைப்படாதே. நீ வேணா பார் அவர் டிஸ்சார்ஜ் ஆகி உன்னை வரவேற்க வீட்டு வாசல்ல பாசத்தோட, காத்துட்ருப்பார். நீயும்தானே காவேரிக்காற்றை அனுபவிக்கணும்னு ஏங்கிட்ருந்த ஊர்ப்பக்கம் நீ போய் பத்து

வருஷமாகப் போறதில்லை...? உன்னைப் பார்க்காத ஏக்கம் அங்க எல்லாருக்கும் நிறையவே இருக்கும். போய் எல்லாரையும் பார்த்து சந்தோஷப்படுத்திட்டு வா. இந்த ரெண்டு மாசத்துல சித்ராவுக்கு ஏதாவது வரன் அமையறதான்னு பார்த்து அவ கல்யாணத்தை முடிச்சுடு. பணத்தைப்பத்தி கவலைப்படாதே என் சேமிப்பு நிறையவே இருக்கு. இனி அதெல்லாம் உன்னோடதும் கூட. எவ்ளோ வேணுமோ மெயில் அனுப்பு. உடனே டிரான்ஸ்ஃபர் பண்ணிடறேன். கமான் பிரணவ் சந்தோஷமா போய்ட்டு வா மேன்."

நிருபமா அவனை உலுக்கி உற்சாகப்படுத்த, அவன் ஒப்புக்கு சிரித்தபடி அவளை அணைத்துக் கொண்டான். நெடுநேரம் அந்த அணைப்பைத் தளர்த்தவில்லை. அந்த அணைப்பே ஆத்ம திருப்தியாய் அவர்கள் நீண்ட நேரம் அப்படியே மௌனமாய் படுத்திருந்தார்கள்.

லண்டன் வழியே செல்லும் அமெரிக்க விமானம் ஒன்றில் மறுநாள் அவன் இந்தியாவிற்குக் கிளம்பினான். ஏர்போர்ட்டில் அவன் கண்கள் லேசாய்க் கலங்கியது.

"வேணாம் பிரணவ். நீ அழுதா நானும் அழுதுடுவேன். அழுதுக்கிட்டே உன்னை வழியனுப்ப வேணாம்னு பாக்கறேன். ப்ளீஸ் கண்ட்ரோல் யுவர் டியர்ஸ்."

நிருபமாவின் குரல் எந்த நேரத்திலும் அழுது விடுவேன் என்று எச்சரித்தது.

"இவ்ளோ காலம் ஊருக்குப் போணும்னு ஏங்கினது போய் இப்போ உன்னை விட்டுட்டுப் போக மனசில்லாம தவிக்கறேன் நிரூ. ரெண்டு மாசம் உன்னை எப்டி...?"

"ஓடிடும் பாஸ். இப்டிங்கறதுக்குள்ள ஓடிடும். அங்கயும் அப்பா, அம்மா, தங்கைகள்னு ஜாலியாதானே இருக்கப் போறீங்க. பத்து வருஷமா உங்களைப் பார்க்காம இருக்காங்க. அவங்களும் பாவம்தானே. நீங்க டல்லா போய் இறங்கினா அவங்க வாடிப் போய்டுவாங்க. அப்பாவுக்கு ஒண்ணும் ஆகாது. என் மனசு சொல்லிடுச்சு. சிரிச்சுக்கிட்டே போங்க. ஹாவ் எ நைஸ் ஜர்னி."

நிருபமா அவனை உற்சாகப்படுத்தி வழியனுப்பிவிட்டு விமானம் புறப்படும் வரை கையசைத்துக் கொண்டிருந்தாள்.

விமானம் கண்ணுக்கு மறையும் வரை பார்த்தாள். நிமிடத்திற்கு நூற்றுக்கணக்கான விமானங்கள் வந்து செல்லும் கென்னடி ஏர்போர்ட் திடீரென்று யாருமே இல்லாது வெறிச்சிடுவது போலிருந்தது. அபார்ட்மெண்டிற்குத் திரும்பி வந்து படுத்தவளுக்கு எளிதில் உறக்கம் வரவில்லை. காதல் என்ற உணர்வு ஏற்பட்ட நாளிலிருந்து கல்யாணம் என்ற ஒன்று நடக்கும் வரை தனியாகத் தான் இரவுகள் இறந்திருக்கின்றன. ஆனால் இன்று மட்டும் ஏன் இத்தனை தகிப்பு? புருஷ சுகம் அறிந்துவிட்டால் தனிமை தகிக்கத்தான் செய்யுமோ? இலக்கியம் இதனைத்தான் பசலை நோய் என்கிறதா? ஒரு இரவுக்கே இப்படி என்றால் இன்னும் இரண்டு மாதங்கள் இந்த அனலை எப்படி தாங்கப் போகிறது இந்த தேகம்! விடியும் வரை தூங்கவில்லை அவள். மறுநாள் அலுவலகத்தில் கண்கள் செருகிற்று சிரமப்பட்டு சோர்வை விரட்டினாள். மாலையில் அலுவலகம்விட்டு வீட்டுக்கு வரப்பிடிக்காமல் நியூயார்க் நகரின் அவென்யூக்களில் இலக்கின்றி நடந்தாள். அங்காடிகளில் நுழைந்து ஒன்றும் வாங்காமல் சுற்றிப் பார்த்துவிட்டு வெளியே வந்தாள். வால் ஸ்டாட்டில் நுழைந்து ட்வின் டவர் இருந்த இடத்திற்கருகில் வந்து பூங்கொத்து வாங்கி வைத்து அஞ்சலி செலுத்தினாள். இந்த ட்வின் டவரில் எவ்வளவோ நாட்கள் அவளும் பிரணவும் சந்தித்து நேரம் போவது தெரியாமல் சுற்றிக் களைத்திருக்கிறார்கள். வைல்ட் ப்ளு ரெஸ்ட்டாரண்ட்டில் பிஸ்ஸா சாப்பிட்டிருக்கிறார்கள்.

பிரணவின் நண்பர்கள் சிலர் அங்கே பலவித அங்காடிகள் வைத்து நடத்திக் கொண்டிருந்தார்கள். அவர்களோடு எத்தனையோ நாட்கள் பேசியிருக்கிறார்கள். எப்போது வெட்டிங் டின்னர் கொடுக்கப் போறீங்க என்று கேட்டவர்கள் இப்போது என்ன ஆனார்கள் என்றே தெரியவில்லை.

நிருபமா பெருமூச்சு விட்டாள். சுற்றிக் களைத்து சோர்ந்ததும் காரில் ஏறிக்கொண்டு தன் அப்பார்ட்மெண்ட்டிற்கு வந்து சேர்ந்தாள்.

பிரணவ் இந்நேரம் சேர்ந்திருப்பான். தன் அப்பா அம்மா சகோதரிகள் எல்லோரையும் பார்த்துப் பேசிக் கொண்டிருப்பான். ஒருவேளை ஆன்லைனில் அவளோடு பேசினாலும் பேசலாம்.

நிருபமா கம்ப்யூட்டரை ஓப்பன் பண்ணினாள். அவனிடமிருந்து மெயில் ஏதாவது வந்திருக்கிறதா என்று பார்த்தாள். ஒன்றுமில்லை. போய்ச் சேர்ந்த விவரம் கேட்டு அவனுக்கு அவள் மெயில் அனுப்பினாள்.

இரண்டு நாளாகியும் அவனிடமிருந்து மெயிலும் இல்லை. வாய்ஸ் சாட்டிலும் ஆன்லைனில் வரவில்லை. என்னதான் செய்கிறான். ஒருவேளை அவன் அப்பாவுக்கு சீரியஸாகிவிட்டதா அல்லது ஏதாவது ஏடாகூடமாகி மனிதர் போய்விட்டாரா... ஏன் ஒரு தகவலும் இல்லை? ஒன்றும் புரியாமல் தவித்தாள். யாரிடம் விசாரிப்பதென்றும் புரியவில்லை. ஒருவேளை தன் அலுவலக நண்பர்களுக்கு ஏதாவது மெஸேஜ் அனுப்பியிருப்பானா? அவள் அவனோடு பணிபுரியும் மலையாளி ரமேஷ் வாரியாரை தனது செல்லில் தொடர்பு கொண்டாள்.

“ஹவ் ஆர் யூ நிருபமா?”

“ஃபைன் ரமேஷ், பிரணவ்கிட்டேர்ந்து உங்களுக்கு ஏதாவது மெயில் வந்திருக்கா? போய்ச் சேர்ந்த விஷயம் பத்தி?”

“மெயிலொன்னும் இல்லல்லோ. எந்தா நிங்கள்க்கு அயாள் மெயில் அனுப்பியோ?”

“இல்ல ரமேஷ். ஒரு தகவலும் இல்ல. ஐ ஆம் வெரி மச் ஒர்ரீட் ஐ டோன்ட் நோ வாட் டு டூ.”

“ஓ... டோன்ட் ஒர்ரி நிருபமா. அயாள்க்கு அவிடெ எந்தெங்கிலும் பிராப்ளம் உண்டாயிருக்கும். ஹி வில் டெஃபனட்லி சென்ட் யூ தி மெயில் பட்சே எனிக்கு எந்தெங்கிலும் மெயில் கிட்டியால், ஐ வில் கான்டாக்ட்யூ டோண்ட் ஒர்ரி யா.”

அடுத்த நாளே ரமேஷ் அவளைத் தொடர்பு கொண்டான். அவன் குரலில் பதற்றமிருந்தது.

“ஸ்ரீரங்கத்திலிருந்து ப்ரணவின்டெ ஃப்ரெண்டென்னு சொல்லி ஓராள் போன் செய்து நிருபமா, ப்ரணவ் எப்போ வரும்னு அயாள் கேட்டது. இங்கேர்ந்து கிளம்பி நாலு நாளாச்சுன்னு ஞான் பறஞ்சு. அயாள் சம்சாரிச்சது கேட்டா, ப்ரணவ் இன்னும் அவிடெ எத்திட்டில்லான்னு தோனுன்னதா. எந்தா பற்றிப் போயது அயாள்க்கு?”

நிருபமா பதறிப்போனாள். இன்னும் அவன் அங்கும் போய்ச் சேரவில்லை. அவனிடமிருந்து இங்கும் ஒரு தகவலும் இல்லையென்றால் என்னதான் ஆயிற்று அவனுக்கு? இதயம் படு வேகமாக படபடத்தது. வேண்டாத எண்ணங்கள் எல்லாம் மனதில் படமாய் ஓடி பயமுறுத்த அந்த குளிரிலும் வியர்த்தது அவளுக்கு.

ஸ்ரீரங்கத்தில் அன்று பிரணவ் பேசிய அந்த நண்பனின் தொலைபேசி நம்பரும் பிரணவ் வீட்டு எண்ணும் அவள் டைரியில் இருந்தது. பிரணவ் வீட்டுக்கு பேசினால் நீ யார் என்று கேட்டால் என்ன சொல்வது என்ற தயக்கம் ஏற்பட அந்த நண்பனுக்கு போன் பண்ணினாள். இரண்டு முறை அவனில்லை என்ற தகவல் தெரிய தொடர்பை துண்டித்தாள். மூன்றாவது முறை இந்தியாவில் இரவு பத்து மணிக்கு மேல் அவன் கண்டிப்பாக இருப்பான் என்ற எண்ணத்தோடு அந்த நேரத்திற்கு தொடர்புகொள்ள நல்ல வேளை அவன் இருந்தான்.

“நா ப்ரணவோட ஆபீஸ் கலீக் பேசறேன். மிஸ்டர் ப்ரணவ் அங்க வந்துட்டாரா?”

“இன்னும் இல்ல மேடம். அவன் எப்பொ கிளம்பினான்? ஏன் இன்னும் வந்து சேரல? என்னன்னு சொல்லிட்டு கிளம்பினான் அவன்? வேற எங்கயாவது போய்ட்டு வருவானா? இங்க அவா வீடு எப்பொ அவன் வருவான்னு காத்துருக்கு.”

“எங்களுக்கு ஒண்ணும் புரியல மிஸ்டர் ரங்கன். பம்பாய் வழியா விமானம் மாறி நேரா திருச்சிக்குப் போகப் போறதா சொல்லிட்டு கிளம்பினார்.”

“ம்ஹூம் இதுவரை அவங்கிட்டேர்ந்து ஒரு தகவலும் இல்ல. சொல்லப்போனா அவன் கிளம்பின விஷயத்தை வேற அவன்

வீட்ல சொல்லியாச்சு. அவன் வந்துடுவான் வந்துடுவான்னு நம்பி கூடவே நாலு நாள் ஓடிடுத்து. எங்கதான் போனான் அவன்னு தெரியலையே. அவம்மா வேற ஏண்டா கிளம்பிட்டான்னயே இன்னும் வந்து சேரலையேன்னா. ஒருவேளை கிளம்பலையோ என்னவோன்னேன்."

"அவரோட அப்பா இப்போ எப்டி இருக்கார்."

"இன்னும் டிஸ்சார்ஜ் பண்ணல. ஆனா அபாய கட்டம் தாண்டிட்டார். பிரஷர் எக்கச்சக்கமா இருந்துது. இப்பொ கண்ட்ரோல்ல இருக்கு. இவன் கிளம்பிட்டான். இன்னும் வந்து சேரலன்னு தெரிஞ்சா அவருக்கு ஏதாவது ஆய்டப் போறதேன்னு பயந்துண்டு நா இன்னும் ஒண்ணும் சொல்லலை அவாள்ட்ட."

"சொல்ல வேண்டாம் மிஸ்டர் ரங்கன். இப்போதைக்கு அவங்களை பதற்றப்படுத்த வேண்டாம். அவருக்கு லீவு கிடைக்கலை. இன்னும் ரெண்டு மாசம் கழிச்சு வரதா சொன்னார்னு ஏதாவது சொல்லி அவங்களை நம்ப வைங்க. அதுக்குள்ள நாங்க இங்க பிரணவைத் தேட ஏதாவது வழி இருக்கான்னு பாக்கறோம்."

போனை வைத்துவிட்டு நிருபமா உடல் துவள படுக்கையில் சரிந்தாள். எவ்வளவு கட்டுப்படுத்தியும் அடக்கமாட்டாமல் கண்ணீர் பீறிட்டு வழிந்தது.

எங்கடா ராஸ்கல் போய்ட்ட? உனக்கென்ன ஆச்சு? ஏதாவது தகவல் அனுப்பித் தொலையேன் விளையாட்டுக்கும் ஒரு அளவில்லையா உனக்கு?

டேபிளின் மீதிருந்த அவன் புகைப்படத்தை முறைத்துப் பார்த்தாள்.

மறுநாள் தன் நண்பர்கள் அத்தனை பேருக்கும் ஃபோன் பண்ணி விஷயத்தைச் சொல்லி பிரணவைக் கண்டுபிடிக்க ஏதாவது வழி இருக்கிறதா என்று கேட்டாள்.

ஒவ்வொருவரும் ஒவ்வொரு வித முயற்சி எடுத்தார்கள். மும்பைல அவன் இறங்கியிருக்கான் நிருபமா ஆனா அங்கேர்ந்து மாறிப்

போக வேண்டிய விமானத்துல அவன் ஏறல ஸோ மும்பைல தான் அவன் மிஸ்ஸாகியிருக்கணும். ஏன் அவன் மாற்று விமானத்துல ஏறலங்கறது தான் தெரியல. ஒருவேளை மும்பைல அவனுக்கு ஏதாவது அஃபிஷியல் ஒர்க் குடுத்தனுப்பியிருப்பாங்களா?

அப்படி எந்த அலுவலகப் பணியும் அவனிடம் கொடுக்கப்படவில்லை என்றான் ரமேஷ் வாரியார்.

“இப்பொ என்ன செய்யறது ரமணி?”

“எதுக்கு கவலைப்படற நிரு. பிரணவ் என்ன சின்ன பையனா? மும்பைல திடீர்னு யாரையாவது பழைய நண்பனைப் பார்த்திருப்பான். அவன்கூட போயிருப்பான்.”

“அவங்கப்பாக்கு உடம்பு சரியில்லன்னு அவசரமா இந்தியாவுக்குப் போனவன் அப்படியெல்லாம் பொறுப்பில்லாம எந்த ஒரு நண்பனோடவும் போக மாட்டான் ரமணி. சரி அப்டியே அதைவிட தலை போகற வேலையா போயிருந்தாலும் எனக்கு மெயில் அனுப்பாம இருக்கமாட்டானே ஏன் அனுப்பல? இல்ல ரமணி சம்திங் ராங். எனக்கென்னமோ ரொம்ப பயம்மார்க்கு.”

“சரி. நா இன்னொரு வேலை பண்றேன். மும்பைல என் மச்சினன் இருக்கான். அவனுக்கு பிரணவோட போட்டோவை ஸ்கேன் எடுத்து மெயில் அனுப்பி உடனே அவனைத் தேடச் சொல்றேன். அவனுக்கு மும்பைல ஒவ்வொரு இண்டு இடுக்கும் தண்ணி பட்டபாடு. எங்க இருந்தாலும் கண்டுபிடிச்சு தகவல் அனுப்பிடுவான்.”

“உடனே அதைச் செய் ரமணி.” நிருபமா பிரணவின் நல்ல புகைப்படம் ஒன்றை அவளிடம் கொடுத்தாள்.

கடிகாரத்தின் சின்ன முள்ளும் பெரிய முள்ளும் போட்டி போட்டுக் கொண்டு சுற்றியது. அவை சுற்றிச் சுற்றி நாட்களை உருட்டியதில் விளையாட்டு போல பத்து நாட்கள் ஓடிவிட்டன.

ரமணியின் மைத்துனர் உருப்படியாய் ஒரு தகவலும் அனுப்பவில்லை. தேடிக்கொண்டே இருப்பதாக எப்போது

கேட்டாலும் கூறினவன் ஒரு மாதம் கழித்து மும்பை முழுக்க தேடிப் பார்த்தாயிற்று. தன் போலீஸ் நண்பனிடம் சொல்லி அவர்கள் மூலமும் பார்த்தாயிற்று அந்த நண்பரைக் கண்டுபிடிக்க இயலவில்லை. மன்னிக்கவும் என்று மெயில் அனுப்பினான்.

முதல் முறையாக நிருபமா உடைந்து போய் அழுதாள். யாருக்கும் அவளை சமாதானப்படுத்தத் தெரியவில்லை.

ஆயிரக்கணக்கான மைல்களுக்கு அப்பால் இருந்து கொண்டு அவனை எங்கே என்று தேட...? இனி ஒரு நிமிடம் கூட அமெரிக்காவில் தன்னால் இருக்க முடியும் என்று அவளுக்குத் தோன்றவில்லை.

அவள் தன் அலுவலகத்தில் தான் இந்தியாவுக்குச் சென்று வர மூன்று மாத விடுப்பு கேட்டாள். ஒரு மாதத்திற்கு மேல் தர இயலாது என்றது நிர்வாகம். வேலையை விட்டுவிட முடிவு செய்தாள் அவள்.

“அவசரப்படாதே நிரூ. ஏற்கனவே இங்க வேலை கிடைக்கறதுல நிறைய பிரச்சனை இருக்கு. இந்த நேரத்துல நல்ல வேலையை விட்றது நல்லதில்ல. முதல்ல ஒரு மாசம் லீவுல போ. பிரணவைத் தேடு. கடவுள் உன் பக்கம் இருந்து பிரணவை உன் கண்ணுல காட்டுவார்.”

ரமணியும் கிருஷ்ணனும் அவளுக்கு அறிவுரை கூறினார்கள். நிருபமா சம்மதித்தாள். ஒரு மாத லீவில் இந்தியாவுக்குச் செல்ல தீர்மானித்தாள்.

மும்பையில் அவள் தங்குவதற்கு தன் மைத்துனரின் வீட்டிலேயே ஒரு அறை ஏற்பாடு செய்தாள்.

அந்த வாரத்தின் இறுதியில் அவள் இந்தியாவிற்கு விமானம் ஏறினாள்.

சரியாய் பத்து வருடங்கள் கழித்து இந்திய மண்ணை மிதிக்கப் போகிறாள். தாய் வீடு வரும் மகளைப்போல மனம் மகிழ்ச்சியில் திளைத்திருக்கும் சாதாரணமாயிருந்தால். ஆனால் இப்போது

மகிழ்ச்சிக்கு பதில் குழப்பமும் துயரமும் மண்டிக்கிடந்தது மனதில். ரமணி கூறியதுபோல் கடவுள் அவள் மீது அன்பு கொண்டு அவனை அவள் கண்ணில் தென்படச் செய்வாரா? அவனுக்கு ஒரு சின்ன ஆபத்தும் ஏற்படாமல் அவனைக் காத்து அவளிடம் ஒப்படைப்பாரா?

அம்மா சின்ன வயதில் அவளுக்கு பல ஸ்லோகங்கள் சொல்லித் தந்ததை எதுவும் அவள் மறக்கவில்லை. அமெரிக்காவில் இருந்தாலும் தினமும் காலையில் விளக்கேற்றி ஏதாவது ஒரு ஸ்லோகம் சொல்வது வழக்கம். இப்போதும் அவள் மனதுக்குள் கந்த சஷ்டி கவசம் சொன்னாள். விமானம் மும்பையில் தரையிறங்கும் வரை திரும்பத் திரும்ப சொன்னாள்.

விமானம் தரையிறங்கி நின்று நகரும் படிக்கட்டுகள் பொருத்தப்பட்டது.

அத்தியாயம் 8

ரமணியின் மைத்துனர் மனைவி ஜெயாவோடு மும்பையின் அனைத்து மருத்துவமனைகளிலும் ஏறி இறங்கினாள். பிரணவின் புகைப்படத்தை தலைமை மருத்துவரிடம் காட்டி அவன் மும்பை வந்த நாளையும் கூறி அவன் விபத்தில் ஏதாவது சிக்கி அங்கு சிகிச்சை பெற்றானா என்று விசாரித்தாள். அனைவரும் ஒரே போல உதடு பிதுக்கி இல்லையென்றார்கள். மார்ச்சுவரிகளையும் கூட விட்டுவைக்காமல் தேடினார்கள். மும்பைக்கு அவன் வந்திறங்கிய நான்கு நாளில் வெளியான ஹிந்தி, ஆங்கில, தினசரிகள் அத்தனையும் தேடிப்பிடித்து அவற்றில் ஏதேனும் விபத்துச் செய்தி வந்திருக்கிறதா என்று பார்த்தார்கள்.

எல்லா முயற்சியும் தோற்றது பிரணவைப் பற்றி ஒரு சின்ன தகவலும் கிடைக்கவில்லை. முப்பது நாள் விடுப்பு முடிய வேறு வழியின்றி நியூயார்க்கிற்குப் புறப்பட்டாள்.

நியூயார்க் விமான நிலையத்தில் ரமேஷ் அவளுக்காகக் காத்திருந்தான். அவனைப் பார்த்ததும் கண் கலங்கியது அவளுக்கு.

“நேத்து உனக்கொரு மெயில் அனுப்பி இருந்தேன் பார்த்தாயா நிருபமா?”

“இல்ல ரமேஷ் ரெண்டு மூணு நாளா நான் மெயில் செக் பண்ணல. பண்ற மூட்லயும் இல்லை.”

“ரொம்ப முக்கியமான விஷயம் அனுப்பியிருந்தேன் நிருபமா.”

“என்ன...?”

"ஒரு விஷயம் நான் ரொம்ப லேட்டாதான் அறிஞ்சது. பிரணவின்டெ நியூஜெர்ஸி ஃப்ரண்ட் சுனில் என்னு ஒரு பூனேக்காரர். அயாளுடெ அச்சன் வளரெ சீரியஸாணென்னு ஆ சுனில் ஒரு முக்கியமான, இன்ஜெக்ஷன் மருந்து பிரணவ்கிட்ட கொடுத்தனுப்பியது ஆமருந்தோடு பிரணவ் பூனே போய் மருந்தின அங்க சேர்த்திருக்கு. சுனிலின் டெ அச்சன் ரட்சப்பெட்டு, மிஸ்டர் சுனில் என்டெயிடத்தில் பறஞ்சு."

நிருபமா திகைத்தாள்.

நண்பனின் தந்தைக்காக மருந்து எடுத்துக்கொண்டு பூனே சென்றானா? மருந்தை அங்கு கொடுத்திருக்கிறான். ஆனால் திரும்பி வந்து திருச்சிக்கு விமானம் ஏறவில்லை என்றால் நடு வழியில் என்ன நடந்தது...? மும்பையின் மருத்துவமனைகளில் மட்டும் விசாரித்தது தவறோ? அதைச் சுற்றியுள்ள ஊர்களிலும் விசாரித்திருந்தால் ஒருவேளை அவனைக் கண்டு பிடித்திருக்கலாமோ?

நிருபமா தளர்ந்து போய் ஒரு இருக்கையில் அமர்ந்தாள்.

"பிரணவ்க்கு எதுவும் ஆகியிருக்காது நிருபமா. அவன் வரும். அயாள்க்கு எந்தெங்கிலும் ஆக்ஸிடென்ட் ஆகியிருக்கும். அதன்னே அவன் மெஸேஜ் ஒன்னும் ஆயிக்காததாயிருக்கும். ஒன்னோ ரண்டோ மாசம் கழிச்சு அவன் தேக அசுகம் மாறி வரும். பேடிக்கண்டாம் மோளே. கோ அண்ட் டு யுவர் ஜாப் பீஸ் ஃபுல்லி ஓகே."

ரமேஷ் அவளை அழைத்துச் சென்று அவள் அபார்ட்மெண்ட்டில் விட்டுவிட்டுப் போனான்.

ஒரு வாரம் ஜடம் மாதிரி அலுவலகம் போனாள். அதற்குமேல் தாக்குப் பிடிக்க முடியவில்லை. வாழ்க்கை அர்த்தமற்றதாய்த் தோன்றியது. தனக்கே இப்படி என்றால், அவன் குடும்பம் அங்கே எந்த நிலையில் இருக்கிறதோ? அவன் அப்பா உடல் நிலை எப்படி இருக்கிறதோ? இவனிடமிருந்து ஃபோனும் இல்லை. ஆளும் வரவில்லை என்று கவலைப்படமாட்டார்களா? அவர்களது

பொருளாதாரம் அங்கே எப்படி உள்ளதோ? விளையாட்டு போல் பிரணவ் காணாமல் போய் இரண்டு மாதங்களுக்கு மேலாகிறது. மாதா மாதம் அவன் அனுப்பும் பணம் வராமல் அங்கே எப்படி இருக்கிறார்களோ?

ஏகப்பட்ட கவலைகள் கருமேகங்களாய் சூழ, அவள் இரவுகள் உறக்கமின்றி ஆயின. தினம் தினம் மெயில் திறந்து பார்க்கும்போது ஏமாற்றமே கிடைத்தது.

மேலும் ஒரு மாசம் ஓடிற்று. அவள் ஒரு முடிவுக்கு வந்தாள். பிரணவ் இல்லாத அமெரிக்காவில் இனி இருப்பது சாத்தியமென்று அவளுக்குத் தோன்றவில்லை. ஒற்றை ஆள் எங்கிருந்தால் என்ன? இருக்கும் படிப்புக்கும் திறமைக்கும் இந்தியாவில் நல்ல வேலை கிடைக்காதா என்ன? பிரணவ் அங்கேதான் எங்கேயோ இருக்கிறான் என்ற நிலையில் அவளும் இந்தியாவுக்கே நிரந்தரமாகத் திரும்பிச் செல்லத் தீர்மானித்தாள். தன் முடிவை தன் நண்பர்களுக்குத் தெரிவித்தாள்.

ரமணியும் கிருஷ்ணனும் ஒரு வீக் எண்ட் விடுமுறையில் நேரிலேயே வந்துவிட்டார்கள்.

“நீ ரொம்ப டிப்ரஸ்டா இருக்க நிரு. அவசரப்பட்டு எல்லா முடிவுகளையும் எடுக்கற.”

நிருபமா நிமிர்ந்து ரமணியைப் பார்த்தாள்.

“உன் கல்யாணத்தைப்பத்தி தான் சொல்றேன். நீ எடுத்த அவசர முடிவு தானே அது?”

“நீயா இப்படி சொல்ற ரமணி.”

“தப்பா சொல்லலை நிரூ. நீ படற கஷ்டம் பார்க்க முடியாம ஒரு ஆதங்கத்துல தான் சொல்றேன். விளையாட்டு போல நாலு மாசம் ஓடியாச்சு. என்னதான் சீரியஸா அடிப்பட்டே இருந்தா கூட அதுலேர்ந்து ரெகவர் ஆக மிஞ்சிப் போனா ரெண்டு மாசம். அப்டியும் விபத்து எதுவும் ஆனாப்போலயும் தெரியல, எங்க இருந்தாலும் சுயநினைவோட இருக்கற ஒரு ஆள் எந்த வழிலயாவது தனக்கு

வேண்டியவங்களுக்கு ஏதாவது ஒரு மெஸேஜ் குடுக்கத்தான் துடிப்பான். பிரணவ் இப்பொ அப்டி ஒரு நடமாட முடியாத சூழல்ல இருக்கறதாவே வெச்சுப்போம். அவனுக்கு உதவி செய்யற நல்ல மனசுள்ள ஒருத்தர் கூடவா அவர் பக்கத்துல இருக்கமாட்டாங்க அவன் கொண்டு போன உடைமைகள் என்ன ஆச்சு? அதை வெச்சாவது சுத்தியிருக்கறவங்க அவரைப் பத்தி போலீசுக்கோ இல்ல அவங்க வீட்டுக்கோ தகவல் தந்திருக்கலாமே."

"அந்த பெட்டி திருட்டுப் போயிருந்தா?"

"எனி ஹவ். இதுவரை ஒரு சின்ன க்ளு கூட கிடைக்கல சுனிலோட குடும்பம்தான் கடைசியா அவனைப் பார்த்து மருந்து கிடைச்சதும் நன்றி சொல்லி அனுப்பி வெச்சிருக்கு. கால் டாக்ஸிலதான் திரும்பிப் போனதா சொல்றாங்க. எந்த கால்டாக்ஸியும் அந்த நாள் விபத்துக்குள்ளானா மாதிரியும் தெரியல. ஏதாவது ஒரு சின்ன பிடியாவது கிடைச்சாதானே நிரூ அதைப் பிடிச்சுக்கிட்டு முன்னேறிப் போய் பார்க்க முடியும். ஒரே குழப்பமா இல்ல இருக்கு. மனசு என்னென்னமோ நினைக்குது. ஒருவேளை இன்னும் நாலஞ்சு மாசத்துல பிரணவ் திரும்பி வரலாம். வரமாட்டான்னு நீ ஏன் துவண்டு போகணும்? உன் கடமைகளை அமைதியா செய் நிரூ. மத்த கவலைகளை கடவுள்கிட்ட விட்ரு. உன் அன்புக்கு நிச்சயம் வலிமை இருக்கும். அது அவனை உங்கிட்ட கொண்டு வந்து சேர்த்து விடும். உன் முடிவை மாத்திக்கிட்டு இங்கயே நீ இருக்கறது தான் நல்லது. தவிர இந்தியால உனக்குன்னு யார் இருக்காங்க?"

"ஏன் இல்லாம? என் குடும்பமே அங்கதானே இருக்கு. மாமனார், மாமியார், நாத்தனார்னு இத்தனை பேர் அங்க இருக்கும்போது எனக்கென்ன பிரச்சனை? பிரணவ் திரும்பி வரும்போது நா அங்க இருக்கறதுதான் சரின்னு படறது எனக்கு."

"அவசரப்படாதே நிரூ. இது ஆற அமர முடிவு எடுக்க வேண்டிய விஷயம். ஒரு முறைக்கு நூறு முறை யோசி கொஞ்சம் ஆறப்போடு. ஏண்டா இங்கேர்ந்து போனோம்னு பின்னாடி நீ

எப்பவுமே வருத்தப்படக் கூடாதுன்றதுக்காகத்தான் திரும்பத் திரும்பச் சொல்றேன். என் குடும்பம் என் குடும்பம்னு நீ சொன்னா போதுமா? உன்னை அவங்களும் ஏத்துக்க வேண்டாமா? ஒருவேளை பிள்ளை காணாம போன சோகத்துல அந்த வெறுப்பை உங்கிட்ட காட்டினா? உன்னாலதான் பிள்ளை காணாமப் போயிட்டான்னு சொன்னா? அவங்க உன்னை வீட்டுக்குள்ள விடலன்னா என்ன செய்வ? முதலாவதா அங்க உனக்கொரு வேலைன்னு எதுவும் வேண்டாமா?"

"பாஸிடிவாவே நாம திங்க் பண்ணுவோமே ரமணி."

"நெகடிவாவும் சில நேரம் திங்க் பண்ணி சில ஏற்பாடுகளை செஞ்சு வெச்சுக்கிட்டா தான் பாஸிடிவா எல்லாத்தையும் சமாளிக்க முடியும் நிரூ. நெகடிவ் பாஸிடிவ் ரெண்டும் கலந்ததுதான் வாழ்க்கை. பாஸிடிவா இருக்கறது நல்லதுதான். அதுக்காக நெகடிவை ஒதுக்கித் தள்ளிட முடியாதே. நாம விரும்பியா இங்க எல்லாம் நடக்குது."

"நா இப்பொ என்ன செய்யணும்னு சொல்ற ரமணி?"

"அப்டி கேளு. உன் உரிமைகள்ளயும், சுதந்திரத்துலயும் யாரும் குறுக்கே நிக்க முடியாது. அதே நேரம் சில ஆலோசனைகள் சொல்லலாம் இல்லையா?"

நிருபமா தலை குனிந்து அமர்ந்திருந்தாள்.

"திடுதிப்புனு பிரணவ் வீட்டுக்குப் போய் நிக்கறதுக்கு முந்தி இங்கேர்ந்தே அவங்களோட ஒரு தொடர்பை ஏற்படுத்திக்கோ. நீ யாருங்கறதை சொல்லு. பிரணவ் காணாம போன விஷயத்தையும் மெதுவா அவங்களுக்குச் சொல்லு. அங்க வந்து இருக்கறதுக்கு அவங்க அனுமதியைக் கேளு. அவங்க அன்போட அழைச்சா போ. அதுக்கு முந்தி அங்க உனக்கொரு வேலை தேடிக்க முயற்சி பண்ணு."

"நீ சொல்றது சரிதான் ரமணி. ஒருவேளை முன் அனுமதி கேட்டு கிடைக்கலைன்னா? வராதேன்னு அவங்க சொல்லிட்டா சரின்னு இங்கேயே இருந்துட என்னால நிச்சயமா முடியாது. அதை விட எந்த முன்அறிவிப்புமில்லாம நேருக்கு நேர் அந்த சூழ்நிலைகளை

சந்திக்கறதுதான் சரின்னு எனக்கு தோண்றது. எங்க இருந்தாலும் என்னால் கடுமையா உழைக்க முடியும் ரமணி. அன்னிய நாடே நம்ம திறமைகளை மதிச்சு வேலை தரும்போது சொந்த நாடு ஒதுக்கி வெச்சுடுமா என்ன? இருந்தாலும் மறுபடியும் ஏதாவது ஒரு இடத்துல கை கட்டி உத்யோகம் பார்க்கற ஆசை எனக்கில்ல. வேற ஏதாவது செய்யணுங்கறது தான் என் பிளான் சுயமா ஏதாவது செஞ்சு நூறு பேருக்காவது நா வேலை தரணும். நா முதலாளியா இருந்தாதான் என்னால பிரணவை ஊர் ஊரா போய் தேட முடியும். இன்னொரு இடத்துல வேலை செஞ்சா லீவு கேட்டு கை கட்டி இல்ல நிக்கணும். ஸோ... நா எனக்கு ஏதாவது உதவி வேணும்னா உங்ககிட்ட தான் உரிமையோட கேப்பேன். என்னைப் பத்திக் கவலைப்படாம வாழ்த்தி அனுப்புங்க ரமணி. பிரணவ் எங்க இருந்தாலும் நல்லார்க்கணும்னு வேண்டிக்குங்க. நல்லவங்க பிரார்த்தனைக்கு நிச்சயம் பலன் கிடைக்கும்னு சொல்லுவாங்க" அவள் இவ்விஷயத்தில் எந்த அளவுக்கு உறுதியாய் இருக்கிறாள் என்பது புரிந்ததும் ரமணியும் கிருஷ்ணனும் மேற்கொண்டு அவளை வற்புறுத்தாமல் புன்னகையோடு அவளது கரம் குலுக்கி வாழ்த்திவிட்டு கிளம்பினார்கள்.

நிரந்தரமாக இந்தியாவுக்குத் திரும்பிச் செல்வதற்கான அனைத்து ஏற்பாடுகளையும் செய்வதில் அடுத்த வாரம் முதல் ஈடுபட்டாள் அவள்.

வேலையை விட்டுவிட்டு இந்தியாவுக்கே திரும்பி விடப் போவதாக தனது நிறுவனத்திற்கு கடிதம் சமர்ப்பித்தாள். அந்த நிறுவனத்தின் பங்குதாரர்களில் இந்திய வம்சா வழியைச் சேர்ந்தவர் ஒருவரும் இருந்தார். உத்தம் தத் என்ற வடக்கிந்தியர் நிருபமாவின் திறமைகளின் மீது மிகுந்த நம்பிக்கை கொண்டவர். தாய் தந்தை யாருமில்லாமல், தன்னந்தனியே தன்னம்பிக்கையே துணையாய் வாழ்வில் உயர்ந்து வளர்ந்திருக்கும் அவள் மீது அன்பும் மதிப்பும் கொண்டு அடிக்கடி வாஞ்சையாய் பேசுகிறவர்.

"என்ன காரணம் நிருபமா?" அவர் அழைத்து விசாரித்தார். அவள் அவரிடம் எதையும் ஒளிக்காமல் விவரித்தாள்.

“புயல் என்பது எல்லோரது வாழ்விலுமே ஏதாவது ஒரு நேரம் வீசத்தான் செய்யும் நிருபமா. உனக்குத் தெரியுமா...? என் மூத்த சகோதரி திருமணமாகி ஏழாவது நாள் காஷ்மீரில் தேன் நிலவுக்குப் போன இடத்தில் ஒரு தீவிரவாத கும்பல் வெறித்தனமாய் சுட்டதில் இவளது அப்பாவி புருஷனை பலி கொடுத்தாள். முப்பத்தி நான்கு வருடங்களுக்கு முன் நடந்த சம்பவம் இது. என் சகோதரி அதிகம் படித்தவள் கூட அல்ல. பெண்கள் அதிகம் படிக்கிற வழக்கமும் அப்போது கிடையாது. வேறு ஒரு பெண்ணாயிருந்தால் துடித்து தானும் உயிர் விட்டிருப்பாள்.

என் சகோதரி துக்கத்தை விதியென நினைத்து விழுங்கிக் கொண்டாள். இத்தனைக்கும் அப்போது அவள் வயது பதினாறுதான். அதன் பிறகு விடாப்பிடியாக படிப்பைத் தொடர்ந்தாள். ஒரு விதவையாகத் தன்னை எவரும் இரக்கத்துடன் பார்க்கக்கூடாதென நினைத்தாள். அந்த துக்கத்திற்குப் பிறகுதான் வாழ்வில் அவள் பல சாதனைச் சிகரங்களைத் தொட்டாள் எனலாம். இன்றைக்கு இந்தியாவில் அவள் ஒரு மருந்துக் கம்பெனியை சிறப்புடன் நடத்தி வருகிறாள். சிறந்த நிர்வாகி, சாதனைப் பெண் என்பதற்காக ஜனாதிபதியின் கையால் பரிசு வாங்கினாள் பல பெண்ணீய அமைப்புகளில் அவள் ஆலோசனை தரும் உறுப்பினராயும் இருக்கிறாள். அவள் சாதித்த முக்கியமான விஷயம் எது என்று கேட்டால் எங்கள் குடும்பத்தின் கட்டுப்பாடுகளை உடைத்துக்கொண்டு, எந்த மதம் அவளது கணவனை சுட்டுக் கொன்றதோ, அதே மதத்தில் பிறந்த ஒரு நல்ல மனிதனை அவள் மறுமணம் செய்து கொண்டதுதான். என் குழந்தைகளுக்கு மதச்சாயமும் சாதிச் சாயங்களும் தேவையில்லை என்று கூறி அவர்களை நல்ல மனிதர்களின் பிரதிநிதியாய் மட்டும் வளர்த்தாள். அந்தக் குழந்தைகள் இன்று அவளை விட அதிகம் ஜொலிக்கிறார்கள். சத்தம் போடாமல் பல நல்ல காரியங்கள் செய்து கொண்டிருக்கிறார்கள். இதையெல்லாம் நான் எதற்காகச் சொல்கிறேன் எனப் புரிகிறதா மகளே?”

“புரிகிறது. என் தன்னம்பிக்கையை நான் இழக்கவில்லை சார். இழக்கவும் மாட்டேன்.”

“அது எனக்குத் தெரியும் பெண்ணே. அதற்காக மட்டும் நான் இதைச் சொல்லவில்லை. பிரணவ் உனக்குத் திரும்பக் கிடைக்கட்டும் என நான் மனப்பூர்வமாக வேண்டிக் கொள்கிறேன். அதே நேரம் ஒருவேளை அவனுக்கு ஏதாவது விபரீதம் நடந்து அவன் திரும்பி வர இயலாத இடத்திற்குச் சென்றிருந்தால், அவன் ஒருவனோடு உன் வாழ்வு முடிந்து விட்டதாக நீ நினைத்து விடக்கூடாது என்பதற்காகத்தான் என் சகோதரியின் சரித்திரத்தை உனக்குக் கூறினேன். உன் கணவனைத் தேடிப்பார் மகளே. ஒருவேளை அவன் கிடைக்கவில்லை என்றால் மற்றொரு நல்லவனோடு வாழ்வை மீண்டும் ஆனந்தமாக்கிக்கொள். ஒரு தகப்பனைப் போல் நினைத்து இதைக் கூறுகிறேன்.”

நிருபமா புன்னகைத்தாள். “என் அப்பா உயிருடன் இருந்திருந்தாலும் இதைத்தான் கூறியிருப்பார் அப்படி ஒரு சூழ்நிலை எனக்கு ஏற்பட்டால் நிச்சயம் உங்கள் அறிவுரைப்படி நடக்கிறேன். உங்கள் அன்புக்கு நன்றி பிதாஜி.”

நிருபமா குனிந்து அவர் கால் தொட்டு வணங்க அவர் நெகிழ்ந்தார். “ஒருவேளை உனக்கு அங்கு வேலை பார்க்கும் எண்ணம் இருந்தால் நீ தாராளமாக என் சகோதரியை அணுகலாம். தமிழ்நாட்டில் கூட அவள் நிறுவனத்திற்கு கிளைகளும் மண்டல அலுவலகங்களும் இருக்கின்றன. உன் திறமைக்கும் அனுபவத்திற்கும் மிக உயர்ந்த பதவியும் ஊதியமும் கொடுப்பாள் அவள்.”

“தேவைப்பட்டா நிச்சயம் சந்திக்கிறேன் சார்.” அவள் கை கூப்பி விடைபெற்று அவர் அறையிலிருந்து வெளியேறினாள்.

அடுத்த ஒரு வாரம் முழுவதும் அலுவலகம் முடிந்த பின் நியூயார்க் முழுக்க அலைந்து பிரணவின் குடும்பத்தினருக்கு வேண்டிய பொருட்களைப் பார்த்துப் பார்த்து வாங்கினாள். அவளும் பிரணவும் சந்தித்து மனம்விட்டுப் பேசிய இடங்களுக்கெல்லாம் சென்று தனிமையில் அன்றைய சம்பாஷணைகளை மனதில் ஓடவிட்டுப் பார்த்தபடி அமர்ந்திருந்தாள். பிறந்து வளர்ந்தது சென்னையில் தான் என்றாலும், வாழ்வின் மிக முக்கியமான

பருவத்தில் அவள் இருந்தது நியூயார்க்கில் கடந்த ஒன்பது வருடங்களும் அவளைப் பொறுத்தவரை பசுமையானவை. முக்கியமாக காதலெனும் உணர்வு அவளுக்கு இங்குதான் ஏற்பட்டது. அது கல்யாணத்தில் முடிந்ததும் இங்குதான்.

இப்போது பிரணவ் இங்கு இல்லை என்பதால் மட்டுமே அவள் இங்கிருந்து கிளம்ப நினைக்கிறாளே தவிர அந்நிய தேசம் என்றாலும் அவளுக்கு இது இன்னொரு அன்னையைப் போல்தான் எவ்வித பிரச்சனைகளுமின்றி மிகச் சுதந்திரமாய் அவள் இங்கு இருந்திருக்கிறாள் என்பதை மறுக்க முடியாது. இந்தச் சுத்தமும், சுகாதாரமும், பாதுகாப்பு உணர்வும் வேறெங்கும் கிடைக்குமா என்பது சந்தேகம்தான். அந்த வகையில் கனத்த இதயத்தோடு தான் அவள் அங்கிருந்து கிளம்பும் முடிவுக்கு வந்தாள்.

அன்றிரவு முழுக்க அவள் உறங்கவில்லை மன்ஹாட்டன் வீட்டின் கண்ணாடி ஜன்னலில் முகம் சாய்த்து நின்றிருந்தாள். தூரத்து வானளாவிய கட்டிடங்களும், சுதந்திர தேவியின் சிலையும் ஹட்ஸன் நதியும், கப்பல்களும் படகுகளையும் ஆசை தீர விழுங்கி விடுவதுபோல் பார்த்தாள்.

நான் வரவேண்டும். மீண்டும் இங்கு வரவேண்டும். பிரணவோடு. உங்களை எல்லாம் மீண்டும் பார்த்து உற்சாகமாக ஹலோ சொல்ல வேண்டும். உங்களின் நல்ல கலாச்சாரங்களும். எங்களின் நல்ல கலாச்சாரங்களும் கலந்து எங்கள் குழந்தைகளை வளர்க்க வேண்டும். இந்தப் பிரிவு சர்வ நிரந்தரமாயிருந்து விடக்கூடாது. நான் நீங்கள் பிரணவ் எல்லோரும் மறுபடியும் ஒன்று சேர வேண்டும் என்பதே என் பிரார்த்தனை. எனக்காக நீங்களும் பிரார்த்தியுங்கள்.

தூரத்து காட்சிகளை உற்ற உறவுகளாய் நினைத்து பேசிக் கொண்டிருந்தாள்.

9
அத்தியாயம்

புறப்படும் முன் செய்ய வேண்டிய அனைத்து காரியங்களையும் ஒவ்வொன்றாகச் செய்தாள். காரை வந்த விலைக்கு விற்றாள். மார்க்கின் வங்கிக் கணக்கில் அவன் வீட்டை ஒப்பந்தம் செய்திருந்த தேதி வரை அவனுக்குச் சேர வேண்டிய வாடகையை செலுத்திவிட்டு மார்க்கிற்கு தான் அவசரமாக இந்தியா செல்ல வேண்டிய நிலையில் உள்ளது குறித்து விரிவாகக் கடிதம் அடித்து அவனது ஈமெயில் விலாசத்திற்கு அதை மெயில் பண்ணினாள். ரமேஷை சந்தித்து பிரணவின் காரை அவனிடம் ஒப்படைத்தாள். ஒருவேளை பிரணவ் திரும்பி வந்தால் காரை அவனிடம் ஒப்படைத்துவிட்டு தனக்கு மெயில் அனுப்பக் கூறினாள்.

“நீ எவ்ளோ வருஷ விசால இந்தியா போற நிருபமா?”

“இப்போதைக்கு ஒரு வருஷ விசால போறேன். அதுக்குள்ள பிரணவைக் கண்டு பிடிச்சுடுவேங்கற நம்பிக்கை இருக்கு. ஒருவேளை முடியலன்னா விசாவை எக்ஸ்டன்ட் பண்ணிக்கறேன். அப்படி அவன் இங்க வரலன்னா ரெண்டு மூணு மாசத்திற்குப் பிறகு அவன் காரை டிஸ்போஸ் பண்ணிடு. எனக்குத் தெரிஞ்சு அவன் பாங்க் அக்கவுண்ட்ல அதிகம் சேவிங்ஸ் இல்ல. பணம் சேரச் சேர ஊருக்கு அனுப்பிடுவான். அதனால் கார் விக்கற பணத்தை அவன் அக்கவுண்ட்ல போட வேண்டாம். அப்பறம் ரமேஷ், பிரணவ் சம்பந்தமா உனக்கு எது தெரிஞ்சாலும் உடனே எனக்கு மெயில் பண்ணு. நானும் உனக்கு பண்றேன்.”

"கண்டிப்பா..."

"நீங்க ரெண்டு பேரும் ஒண்ணு சேரணும் நிரூ. மறுபடியும் இங்க வந்து சந்தோஷமா வாழணும்னு நா வேண்டிக்கறேன்."

ரமேஷ் அவள் கரம் பற்றி குலுக்கி வாழ்த்தியபோது கண்கள் கலங்கியது இருவருக்கும்.

தங்கள் இருவரது உடைமைகளையும் மூன்று பெரிய சூட்கேஸ்களில் அடைத்தாள். ரமேஷும், ரமணியும் கிருஷ்ணனும் அவளை வழியனுப்ப விமான நிலையத்திற்கு வந்திருந்தனர்.

விமானம் உயர எழும்பியதும் பத்து வருடமாய் தான் வாழ்ந்த நகரத்தை ஏக்கத்துடன் பார்த்தாள்.

சென்னைக்கு வந்திறங்கியபோது உடம்புக்குள் ஒருவித சிலிர்ப்பு பரவியது. அப்பாவின் நினைவு இனம் புரியாத அவஸ்தையை ஏற்படுத்தியது இத்தனை வருடங்களாகியும் அப்பாவின் மரணம் தாங்க முடியாத துக்கமாகவே இருந்தது. அந்த துக்கம் கண்களில் நீராய்த் திரண்டது. பதினேழு வயது வரைதான் அவள் வாழ்க்கை அப்பாவோடு. அதுவும் பக்குவப்படாத இளம் பிராயம். ஆனாலும் அண்ணாவின் அகால மரணத்திற்குப் பிறகு அப்பாவுக்கும் அவளுக்கும் இடையே இருந்த தந்தை மகள் என்ற அன்பு மிக ஆழ்ந்த நட்பாய் மாறியது. அப்பா அவளுக்குள் நிறைய பக்குவத்தை ஏற்படுத்தினார். வயதுக்கு மீறிய விஷயங்களை அவளோடு விவாதித்திருக்கிறார். அம்மாவின் மரணம் அடுத்த அடியாய் அவர்கள் தலையில் இறங்கியது. அப்பா வேரோடு விழுந்துவிட்டாற் போலிருந்தார். எல்லா துக்கமும் பத்து நாள்தான் என்கிறாற் போல் அம்மாவின் காரியங்கள் முடிந்த பிறகு அவர் மெல்ல மெல்ல மீண்டும் துளிர்த்தார். ஆனால் மற்றொரு பெரும் மாற்றத்தை அவள் அவரிடம் கண்டாள். பேச்சு வாக்கில் அவர் வாயிலிருந்து தத்துவங்கள் சந்தர்ப்பத்திற்கேற்றாற் போல உதிருவதுண்டு என்றாலும் அம்மாவின் மரணத்திற்குப் பிறகு அப்பாவின் கவனம் முழுக்க ஆன்மீகத்தின் பக்கம் திரும்பியிருந்தது. ஆன்ம விசாரம் பற்றி மகான்கள் எழுதியிருந்த

தடிதடியான புத்தகங்களை விரும்பிப் படித்தார். அடிக்கடி திருவண்ணாமலை போனார்.

"என்னப்பா திடீர்னு இதுல முழுகிட்டீங்க?"

"முழுகிட்டேனா?" அவர் சிரித்தார். "இது ஒரு சமுத்திரம் தோழி. இப்பத்தான் என் கால் கட்டைவிரல் நுனி அதுல பட்டிருக்கு."

"அப்படியே இறங்கி அதுல ஒரு முழுக்கு போட்டுட்டு சாமியாராய்டுவீங்களாப்பா? சம்சாரத்துல இனி யாரும் இல்லன்னு தோணிடுத்தா?"

"அப்டி எங்கேர்ந்து தோணும் நிரூ, நீ இருக்கயே. உன்னை எப்டி விட முடியும்?"

"விளையாட்டுக்கு கேட்டேம்ப்பா."

"ஆன்மீகம் நீ நினைக்கறா மாதிரி விளையாட்டில்லம்மா. சன்யாசம்ங்கறது சம்சாரத்தை விடறதில்ல. சம்சாரத்திலிருந்து விடுபட்டாதான் ஆத்ம விசாரம் பண்ண முடியும்னு அர்த்தமும் இல்ல. இதுக்கு வயசும் கிடையாது. புரிதல்தான் முக்கியம்."

"எனக்கு ஒண்ணும் புரியலப்பா."

"புரியும். உனக்கு கல்யாணம் பண்ணி பேரன் பேத்தி எடுத்தப்புறம், உன் புருஷன் குழந்தைகள் சகிதம் உக்காந்து நாம் ஆன்மீகம் பேசுவோம் சரியா?"

அப்பா சிரித்தது இப்போதும் உள்ளே பசுமையாகத் தெரிந்தது. அப்பாவின் கண்ணுக்குள் தான் எத்தனை கனவுகள். அவை நனவாகும் முன்னமே அவரையும் காலன் கவர்ந்து சென்று விடுவான் என்று யார்தான் நினைத்தார்கள்.

அவள் பெருமூச்சு விட்டாள். அப்பாவின் நினைவுகளை வலுக்கட்டாயமாக ஒதுக்கிவிட்டு தான் சென்னைக்கு வந்த காரியத்தைக் கவனித்தாள்.

உறவுகளின் வீடு சென்றால் தேவையில்லாத கேள்விகளை சந்திக்க வேண்டி வரும் என்பதால் பள்ளித் தோழி ஒருத்தியின்

வீட்டில் தனது பொருட்களை வைத்துவிட்டு வங்கிக்குச் சென்று தன் கணக்கு விவரங்களைச் சரிபார்த்து தன் பெயரில் மொத்தம் எவ்வளவு பணம் உள்ளது என்ற விவரத்தை அறிந்தாள். தற்சமயம் தன் அமெரிக்க சேமிப்பையும் அங்கிருந்து இங்கு மாற்றியிருந்தாள்.

வருமான வரி செலுத்தியது போக மீதமிருந்த தொகையைத் தன் பெயரில் இரண்டு வங்கிகளில் ஆறு மாதத்திற்கு பிக்ஸட் டெபாசிட்டில் போட்டாள். தான் சந்திப்பதாய்த் தகவல் அனுப்பியிருந்த ஒரு சில முக்கியமான நண்பர்களைச் சந்தித்துப் பேசினாள். பிரணவைப் பற்றி அவர்களிடம் தெரிவித்து அவனை எப்படியாவது கண்டுபிடிக்க அவர்களது உதவியையும் பூனே பக்கமும் ஒரு இடம் விடாமல் அவனைத் தேடியும் ஒரு தகவலும் கிடைக்காத வருத்தத்தை அவர்களிடம் பகிர்ந்து கொண்டாள்.

எப்படியாவது கண்டு பிடித்துவிடலாம் கவலைப்படாதே என்று அவர்கள் நம்பிக்கையும் தைரியமும் கொடுக்க, அந்த நம்பிக்கையைச் சுமந்து கொண்டு அவள் திருச்சிக்கு ரயில் ஏறினாள். கிளம்புவதற்கு முன் பிரணவின் நண்பன் ரங்கனுக்குப் போன் பண்ணி அவனை ஸ்டேஷனுக்கு வரச் சொன்னாள்.

திருச்சி ரயில் நிலையத்தில் ஒற்றை ஆளாய் இறங்கியபோது மனசு வலித்தது. பிரணவுடன் ஜோடியாய் வந்திறங்க வேண்டிய இடத்தில், அவனையே தொலைத்துவிட்டு தனியாய் வந்திறங்கியிருக்கிறாள். எப்படி அவன் குடும்பத்தை எதிர்கொள்ளப் போகிறோம் என்ற கவலை அவளைக் குடைந்தது. மனசுக்குள் ஒருவித படபடப்பு ஏற்பட்டது. பிரணவைக் காணவில்லை என்றால் அந்தக் குடும்பம் தாங்குமா? தான் பிரணவின் மனைவி என்றால் தனக்கு எப்படிப்பட்ட வரவேற்பிருக்கும்? தன்னை உள்ளே ஏற்றுமா? அப்படி ஏற்றாவிட்டால் என்ன செய்வது எப்படி அவர்களை சமாதானப்படுத்துவது?

ஏகப்பட்ட கவலைகளோடு இறங்கியவள் கண்கள் ரங்கனைத் தேடியது. அவன் யார் எப்படியிருப்பான் என்றுகூடத் தெரியாது. தனது கோச் எண்ணை மட்டும் அவனுக்குத் தெரிவித்திருந்தாள் அவள்.

சற்று தூரத்தில் ஒரு இளைஞன் அனைத்து பெண்களையும் உற்று உற்றுப் பார்த்தபடி வருவது தெரிய ஒருவேளை அவன்தான் ரங்கனோ என்ற சந்தேகத்துடன் அவனை நெருங்கினாள்.

"மிஸ்டர் ரங்கன்."

அவன் சட்டெனத் திரும்பினான்.

"நிருபமாவா?" அவன் கேட்க, ஆமாம் எனத் தலையசைத்தாள்.

"போலாமா?" அவன் பெட்டியை வாங்கிக்கொள்ள கை நீட்டினான். பிரணவின் வயதுதான் என்றாலும் சற்றே கூடுதல் வயதினனாகத் தெரிந்தான். டிபிகல் பிராமணத் தோற்றம். படிய வாரிய கேசம். நெற்றியில் U வடிவ நாமம். வேட்டி ஷர்ட், சராசரி உயரம். மாநிறம், கபடு சூதற்ற முகம், பார்த்த பார்வையில் அவன் மீது நம்பிக்கை ஏற்பட்டது. அவள் எதற்கு வந்திருக்கிறாள் என்றறியும் ஆவலிருந்தாலும் அவன் அமைதியாய் நடந்தான்.

"மிஸ்டர் ரங்கன் முதல்ல நாம் அப்டி உட்காருவோம். உங்ககிட்ட நா நிறைய விஷயம் பேசணும்."

"ஓ... பேசலாமே. அதுக்கு முந்தி காப்பி ஏதாவது சாப்பிடறேளா? வாங்கிண்டு வரட்டுமா?"

"பரவால்ல. அப்பறம் ஆகட்டும்" அவள் பிளாட்பாரத்திலிருந்த இரும்புச் சேரில் அமர்ந்தாள். அவன் சற்று தள்ளி அமர்ந்தான். அவளை நேருக்கு நேர் பார்த்துப் பேச கூச்சப்பட்டான்.

"நா ரொம்பக் கவலையோட வந்திருக்கேன் மிஸ்டர் ரங்கன். உங்களை என் சகோதரனைப் போல நினைச்சு என் துயரங்களைப் பகிர்ந்துக்கறேன். இங்க எனக்கு உதவி தேவைப்பட்டா உதவறதுக்கு உங்களைத் தவிர வேற யாரும் இல்ல எனக்கு."

"கண்டிப்பா பிரணவ் பத்தி ஏதாவது தகவல் தெரிஞ்சுதா?"

"ப்ஸு... நானும் என்னாலான முயற்சிகள் அனைத்தும் எடுத்துட்டேன். ஒரு பிடியும் கிடைக்கல. அவர் உயிரோட இருக்காரா இல்லையான்னே தெரியல."

“பிரணவோட நீங்க ஒரே ஆபீஸ்ல வேலை செய்யறேளா?”

“இல்ல ரங்கன். நா யாரு, எதனால் இவ்ளோ அக்கறையோட பிரணவைத் தேடறேன்னு தோண்றது இல்ல?”

அவன் நிமிர்ந்து அவளைப் பார்த்தான்.

“எனக்கும் பிரணவுக்கும் கல்யாணம் நடந்து இன்னியோட சரியா ஒன்பது மாசமாறது ரங்கன்.”

அவன் அதிர்ச்சியோடு விழி பிதுங்க அவளைப் பார்த்தான்.

“நிஜம்மாவா? பிரணவா... உங்களையா? என்னால் நம்ப முடியல. பெரியவாள்ளாம் இங்க இருக்கும்போது கேக்காம கொள்ளாம பிரணவ் கல்யாணம் பண்ணிண்டானா? சத்தியமா என்னால் நம்ப முடியலைங்க நிருபமா. எனக்குத் தெரியும் பிரணவப்பத்தி. அவன் குடும்பத்து மேலே அவ்ளோ அன்பு அவனுக்கு. அவன் எப்டி...?”

“அந்த அன்பு காரணமாதான் என்னைக் கைப்பிடிச்சார் ரங்கன் எங்க கல்யாணம் சாஸ்திரம் சடங்குன்னு சம்பிரதாயப்படி எல்லாம் நடக்கல. திடீர்னு டிஸைட் பண்ணினோம். வெட்டிங் ரிங் மாத்திண்டோம். சொல்லப்போனா ரிஜிஸ்தர் கூட பண்ணல எங்க கல்யாணத்தை. அவரோட எண்ணி ஏழு ராத்திரி வாழ்ந்தேன். எட்டாம் நாள் அப்பாவைப் பார்க்க அவசரமா கிளம்பி வந்தவர்தான் இங்கயும் வரல. அங்கயும் வரல. இருக்காரா செத்தாரான்னு தெரியல. இன்னும் தேடிட்டு இருக்கேன்.

அவரைத் தேடற அதே நேரம் அவர் குடும்பத்தையும் கவனிச்சுக்கணும்னு தான் இப்பொ நா இங்க வந்திருக்கேன். பிள்ளைகிட்டேர்ந்து ஒன்பது மாசமா தகவல் இல்ல பணம் எதுவும் கிடைக்கலைன்னு அவங்க எவ்ளோ தவிக்கறாங்களோ? நீங்க அவங்ககிட்ட என்ன சொல்லியிருக்கீங்க ரங்கன். அதைத் தெரிஞ்சுண்டு போலாம்னு தான் உங்களை நா ஸ்டேஷனுக்கு வரச் சொன்னேன்.”

“என்னத்த சொல்ல. முதல் தரம் ஆபீஸ்ல ஏதோ பிரச்சனையாம் இப்ப வர முடியாதாம் அப்பாவை பத்திரமா பாத்துக்கச்

சொன்னான்னேன். வர முடியாட்டாலும் ஒரு போனாவது பண்ணலாமே. அவங்கிட்டேர்ந்து போன் கூட இல்லையேடான்னு கவலைப்பட்டா மாமி. அங்க அவனுக்கு எவ்ளோ வேலையோ என்ன கஷ்டமோ? நீங்க கவலைப்படாம இருங்கோ. ரெண்டு மூணு மாசம் கழிச்சு வந்துடுவான்னேன். நேத்து கூட மாமி அழுதா. விளையாட்டு போல எட்டு ஒம்போது மாசமாய்டுத்து பேசவும் இல்ல. வரவும் இல்ல. பணமும் அனுப்பல. எம்பிள்ளை நிச்சயமா இப்டி இருக்க மாட்டாண்டா ரங்கா அவனுக்கு அங்க என்ன ஆச்சுன்னு எப்படியாவது விசாரிடான்னா. சரின்னு சொல்லியிருக்கேன்."

ரங்கன் நிறுத்த, நிருபமா கவலையோடு நகத்தைக் கடித்தாள்.

"அங்க போய் உங்களை யாருன்னு அறிமுகப்படுத்திப்பீங்க? தயவுசெய்து பிரணவோட மனைவின்னு மட்டும் சொல்லிக்க வேண்டாம். மாமி ஆடிப் போய்டுவா. தவிர பிள்ளையைக் காணலன்னு தெரிஞ்சா உசிரையே விட்ருவா. மாமாவைப்பத்தி சொல்லவே வேண்டாம். இப்பதான் செத்துப் பிழைச்சிருக்கார்."

"பயப்பட வேண்டாம் ரங்கன் என்னால யாருக்கும் எந்தக் கஷ்டமும் வராது; வேற வழியில்ல. பிரணவ் இல்லாத இந்த நேரத்துல நா இந்த குடும்பத்தோட தான் இருக்கணும்ங்கற முடிவோட வந்திருக்கேன் எந்த உண்மையையும் நா மறைக்கவும் விரும்பல. எல்லாத்தையும் சொல்லிடப் போறேன். நடக்கறபடி நடக்கட்டும். பிரணவ் கண்டிப்பா கிடைச்சுடுவார்ங்கற நம்பிக்கையை அவங்களுக்கு ஏற்படுத்துவேன். என்னை ஏத்துக்காததும் ஏத்துக்கறதும் அவங்க விருப்பம். அன்பைக் கட்டாயப்படுத்திப் பெற முடியாதுன்னு எனக்குத் தெரியும். பார்ப்போம். கடவுள் என்ன நினைக்கறார், எப்டி என் தேரை ஓட்டப் போறார்னு!"

அவள் எழுந்தாள். அவளது உறுதியைக் கண்டு ரங்கன் திகைப்பும் கவலையும் அடைந்தான். அவள் மீது பரிதாபமும் ஏற்பட, அவளோடு மௌனமாய் நடந்தான் அவன்.

"வீடு வரை நா கூட வரணுமா?"

“வேண்டாம். உங்களுக்கு எல்லா விஷயமும் தெரிஞ்சதா காட்டிக்க வேண்டாம். ஏதாவது உதவி தேவைப்பட்டா உங்களை காண்டாக்ட் பண்ணலாம் இல்லையா? எதுக்கும் பிரணவ் வீட்டுல ஏதேச்சையா என்னை சந்திக்கறா மாதிரி சந்திச்சு நாம் ஒரு நட்பை ஏற்படுத்திக்கறது மேற்கொண்டு பிரணவைத் தேடற விஷயத்துக்கு உபயோகமா இருக்கும்னு நெனைக்கறேன்.”

“கண்டிப்பா. நாளைக்கு நா அங்க வரேன். உங்க முயற்சிகள் வெற்றியடையட்டும்னு ஸ்ரீரங்கநாதனை வேண்டிக்கறேன்.”

அவள் ஸ்ரீரங்கம் செல்ல ஒரு வாடகை டாக்ஸி பிடித்தாள்.

10 அத்தியாயம்

மழைக்காலம் ஆரம்பித்திருந்ததால் காவிரியில் வெள்ளம் சுழித்தோடிக் கொண்டிருந்தது. படித்துறைகளில் சிறுவர்களும் பெரியவர்களும் உற்சாகமாக நீராடிக் கொண்டிருந்தார்கள். பெரிய கோயில் கோபுரத்தை பிரமிப்புடன் பார்த்தாள் நிருபமா. வாடகைக் கார் கோயிலைக் கடந்து ரத வீதிக்குச் சென்று விசாலமான திண்ணையுடன் கூடிய வீடு ஒன்றின் வாசலில் நின்றது.

“இதாம்மா நீ கொடுத்த அட்ரஸ்ல இருக்கற வீடு.” நிருபமா பர்ஸ் பிரித்து பணம் எடுத்துக் கொடுக்கும்போது உள்ளிருந்து பிரணவின் அம்மாவும் தங்கை ஒருத்தியும் எட்டிப் பார்த்தார்கள்.

“யாருடி...?”

“தெரியல. அடுத்தாத்துக்கு வந்திருக்கா போலருக்கு.”

“இல்ல உங்க வீட்டுக்குதான் வந்திருக்கேன்” நிருபமா புன்னகையுடன் கூற அவர்கள் வியப்போடு அவளைப் பார்த்தார்கள்.

“யாருன்னு தெரியலையே.”

“உங்களுக்கு ரொம்ப வேண்டியவ தான். உள்ளே போய் பேசலாமே.”

அவர்கள் ஒருவரை ஒருவர் பார்த்துக் கொண்டார்கள். நிருபமா பெட்டிகளை எடுத்து திண்ணையில் வைத்தாள். அக்கம் பக்கத்து வீடுகளிலிருந்தும் ஆவல் நிறைந்த விழிகள் எட்டிப் பார்க்கத் துவங்கின.

“உள்ள வாம்மா” பிரணவின் அம்மா தன் குழப்பத்தை மறைத்துக் கொண்டு அழைத்தாள்.

அந்தக்காலத்து வீடு தன் பழம்பெருமைகளை இன்னும் இழக்காமலிருந்தது. வேலைப்பாடு கொண்ட கனத்த பர்மா தேக்கு மரக் கதவு கதவுக்கு இருபுறமும் வாசலில் விளக்கு வைக்கும் பிறைகள், ரேழி, பெரிய கூடம், பெரிய முற்றம், மல்லிகைப் பந்தல், உக்கிராண அறை, பெரிய சமையலறை, படுக்கையறை, பின் கட்டில், கல்லுரல், பெரிய அம்மி, கொல்லையில் கிணறு, தென்னை, மாமரங்கள், குறுஞ்செடிகள். நிருபமா வீட்டை விழி விரியப் பார்த்தாள். பூமிக்கு மேலே வெகு உயரத்தில் ஒரு சின்ன அபார்ட்மெண்ட்டில் வாழ்ந்தவளுக்கு இந்த விஸ்தாரம் மிகவும் ரம்மியமாயிருந்தது.

சாரி இந்த மாதிரி பழைய கால வீட்டை இப்பதான் நா பார்க்கறேன். கிராமத்து வீடுகளைப்பத்தி அப்பா சொல்லுவார். அதை இப்பதான் நேர்ல பாக்கறேன்.

“நீ யாருன்னு சொல்லலவேல்லயேம்மா.”

“அமெரிக்காலேர்ந்து வரேன். உங்க பிள்ளைக்கு ரொம்ப வேண்டியவ.”

இவள் இப்படிச் சொன்னதும் அவர்கள் முகத்தில் லட்சம் தீபங்கள் சுடர்விட்டன.

“அப்டியா... பிரணவை உனக்குத் தெரியுமா? அவங்கூட வேலை பார்க்கறயா? எம்பிள்ளை எப்படியிருக்கான்? வரன்னேவன் ஏன் வரலை? எப்பொ வரதா சொன்னான்? ஏய் சித்ரா அந்த ஊஞ்சல்ல இருக்கற துணிமணியை எடு. நீ வாம்மா இப்டி வந்து உக்காரு சாரு நீ போய் பில்டர்ல பொடி போட்டு தண்ணி விட்டுட்டு பாலை அடுப்புல வை.”

நிருபமா ஊஞ்சலில் அமர்ந்தாள். எப்படி பேச்சைத் துவக்குவதென ஏற்கனவே மனசுக்குள் ஒத்திகை பார்த்து வைத்திருந்ததெல்லாம் சட்டென மறந்து போயிற்று. வார்த்தைகள்

தொண்டைக் குழியில் சிக்கிக் கொண்டன. அசட்டுச் சிரிப்பு மட்டுமே முகத்தில் படர்ந்தது.

"அவங்கிட்டேர்ந்து போன் வந்து ஒரு ஏழெட்டு மாசத்துக்கு மேலானது. பணமும் அனுப்பல. அவனுக்கு வேலை ஜாஸ்தியா? இல்ல உடம்புக்கு ஏதாவதா? அவனைப்பத்தி ஒரு தகவலும் இல்லாம மனசு கிடந்து அடிச்சுக்கறது. இங்கேர்ந்து அவங்கிட்ட பேசலாம்னா அவன் நம்பர் கூட தெரியாது. எப்பவும் அவனே, இங்க பேசிடறதால, ஒரு நம்பரும் எங்களுக்குத் தெரியல. என்னமோ போ அவனுக்குத் தெரிஞ்சவன்னு நீயானம் வந்தயே. குழந்தை உடம்புக்கு ஒண்ணுமில்லாம இருக்கானா?"

"ம்... சௌக்யமார்க்கார்."

"எப்ப வருவானாம்?"

"கண்டிப்பா வருவார். அவரோட அப்பாவோட உடம்பு இப்பொ எப்படியிருக்கு?"

"பரவால்ல ஆனா ரொம்பத்தான் பயமுறுத்திட்டார் மனுஷன். உடனே அதென்னமோ பைபாஸாமே. அதை பண்ணனும்னுட்டா ஆஸ்பத்திரில. பிள்ளைதான் பணமா அனுப்பித் தந்திருக்கானே. அதனால பணத்துக்கு கஷ்டமில்ல. உடனடியா ஆபரேஷன் பண்ணியாச்சு. இப்போ நன்னாவே இருக்கார்."

"வீட்ல இல்லையா இப்பொ?"

"வாக்கிங் போயிருக்கார். வந்துடுவார். நீ போய் முதல்ல குளிச்சு பல்லு கில்லு தேய்க்கணும்னா தேய்ச்சுட்டு வா. சூடா காப்பி தரேன். சாப்டுட்டு பேசலாம். சாரு இவாளை அழச்சுண்டு போய் பாத்ரூமைக் காட்டி வேணுங்கறதை எடுத்துக் குடுத்துட்டு வா."

நிருபமா தன் பெட்டி ஒன்றைத் திறந்து டவலும் சோப்பும், மற்ற பொருட்களும் எடுத்துக்கொண்டு கொல்லைப் பக்கம் போனாள். பவழமல்லியும், செம்பருத்தியும் கொல்லென்று பூத்து ஒருவித நறுமணத்தைக் காற்றில் கலந்திருந்தது. மாமரத்தில் குயிலொன்று

அமர்ந்து இனிமையாய் கத்திக் கொண்டிருந்தது. அணில்கள் இரண்டு இவர்களைக் கண்டதும் பயந்து ஓடி மரக்கிளையில் ஏறிச் செல்ல, நிருபமா அனைத்தையும் ரசித்துப் பார்த்தாள்.

"அண்ணாவோட ஆபிஸ்லயே வேலை செய்யறேளா நீங்க?" சாரு வெந்நீர் வளாவியபடி கேட்டாள்.

"இல்ல."

"அண்ணாவை பின்ன எப்டித் தெரியும் உங்களுக்கு?"

"அங்க நிறைய தமிழர்கள் இருக்காங்க. நாங்கள்ளாம் மாசம் ஒரு முறை ஏதாவது ஒரு இடத்துல சந்திச்சு டின்னர் சாப்பிடறது வழக்கம். அப்டி பழக்கமானவர் தான் உங்கண்ணா" நிருபமா சொல்ல.

விஜி விழி விரியக் கேட்டாள்.

"அண்ணா அமெரிக்கா போகும்போது நா ஏழாங்கிளாஸ் படிச்சுண்ருந்தேன். பத்து வருஷமாச்சு அண்ணாவைப் பார்த்து. அண்ணா இப்போ எப்படியிருக்கான்?"

விஜியின் குரலில் ஏக்கம் தொனித்தது.

"ஏன் பிரணவ் ஃபோட்டோஸ் அனுப்பலையா?"

"ரெண்டு வருஷத்துக்கு முந்தி ஏதோ சில போட்டோஸ் அனுப்பினான். அதுக்கப்பறம் எதுவுமில்ல. ஈமெயில்ல ஃபோட்டோஸ் ஸ்கேன் பண்ணி அனுப்புன்னு மெயில் அனுப்பினேன். வேலை சரியார்க்கு அப்பறம் அனுப்பறேன்னான். போட்டோ எடுத்தனுப்பக் கூட நேரமிருக்காதா என்ன?"

"அதென்னமோ உண்மை தான் விஜி. கார்த்தால ஏழு மணிக்கு உங்கண்ணா நியூஜெர்ஸிலேர்ந்து கிளம்பினா சில நாள் நைட் பதினோரு மணிக்கு கூட வீட்டுக்கு போவார். கடுமையான உழைப்பாளி. அவர் பாக்கற வேலை அப்டி. வீக் எண்ட்ல கூட ஏதாவது அவசர வேலை வந்து சேரும்."

"அண்ணாவோட போட்டோ உங்ககிட்ட ஏதாவது இருக்கா?"

“வீடியோ கேஸட்டே இருக்கு. அப்பறம் போட்டுப் பார்க்கலாம். கவலைப்படாதே.”

விஜியின் முகம் மலர்ந்தது. “சரி நீங்க குளிச்சுட்டு வாங்கோ. நாம்ப கோயிலுக்குப் போய்ட்டு வரலாம். வருவேளான்னோ?”

“தாராளமா.” நிருபமா பாத்ரூம் கதவைச் சாத்திக் கொண்டாள்.

அந்த வீடு அவளை மரியாதையுடன் நடத்தியது. அவள் உபயோகப்படுத்திய பொருட்களை வியப்புடன் பார்த்தது. அமெரிக்காவில் இருபத்தி நாலு மணி நேரமும் வீட்டில் ரப்பர் செருப்ப போட்டு பழகியவளுக்கு ஸ்ரீரங்கத்தின் அந்த ஆச்சாரமான வீட்டில் செருப்பின்றி நடப்பது மிகவும் சிரமமாகவே இருந்தது. வேறு வழியில்லை. பழகிக் கொள்ளத்தான் வேண்டும்.

பில்டர் காப்பியின் நறுமணம் நாசியைத் தாக்கியது. குளித்து உடை மாற்றி பளிச்சென்று வந்தவளிடம் பவ்யமாய் காப்பி டம்ளரை நீட்டினாள் சித்ரா.

அதைக் குடித்து முடிக்கும் நேரம் பிரணவின் அப்பா உள்ளே நுழைந்தவர் அவளைக் கண்டதும் தயங்கி நின்றார்.

“அமெரிக்காலேர்ந்து வந்திருக்காப்பா. பிரணவ் அண்ணாக்குத் தெரிஞ்சவளாம்” விஜி முந்திக்கொண்டு விஷயத்தைக் கூறினாள். அவர் முகம் மலர்ந்தது.

“வாம்மா. பிரணவ் எப்படியிருக்கான்? வரேன்னு சொன்னவன் ஏன் வரலையாம்?” கேட்டபடி அவள் எதிரில் அமர்ந்தார்.

ஆபீஸ்ல சில பிரச்சனை. உங்க உடம்பு எப்படியிருக்கு?”

“அதுக்கென்ன? இப்போதைக்கு எமன் கிட்ட நெருங்க மாட்டான். இப்பல்லாம் ஓப்பன் ஹார்ட் சர்ஜரியெல்லாம் சர்வ சாதாரணம் இல்ல? டான்ஸில் ஆபரேஷன் மாதிரியாய்டுத்துன்னு சொல்லு. முந்தியெல்லாம் தமிழ் சினிமால ஹார்ட் ஆபரேஷனைக் காட்டி பயமுறுத்திடுவா. இனிமே அப்டி பயமுறுத்தவே முடியாது. அவ்ளோ சாதாரணமாய்டுத்து.”

“அதுமட்டுமா அங்கிள், அவாகிட்டே அதிர்ச்சியான தகவல் எல்லாம் சொல்லக் கூடாதுன்னு கண்டிஷன் எல்லாம் வேற போடுவாங்களே. உங்களுக்கெப்டி? மனசு திடமானது தானே?”

“நீ வேறம்மா. பேப்பரைத் திறந்தா பக்கம் பக்கமா அதிர்ச்சியான நியூஸ் தான் படிச்சுண்டுதானே இருக்கேன். மனசு திடமா இருக்கறவனை எந்த அதிர்ச்சியும் ஒண்ணும் செய்யாது.”

“உனக்கென்னம்மா டிபன் பிடிக்கும்?” பிரணவின் அம்மா குறுக்கிட்டுக் கேட்டாள்.

“எல்லாம் பிடிக்கும். எனக்குன்னு ஸ்பெஷலா எதுவும் வேண்டாம். இருக்கறது போதும்.”

“நீ கோவிலுக்குப் போணும்னா போய்ட்டு வா. அதுக்குள்ள டிபன் ரெடியாய்டும்.”

“இல்ல சாயங்காலம் போறேன். இப்ப எனக்கு கொஞ்ச நேரம் படுக்கணும் டயர்டா இருக்கு. ஜெட்லாக் வேற. தூக்கம் வருது.”

“சித்ரா. கூட்டிண்டு போய் படுக்க வைடி.”

“வாங்கோ.”

“அமெரிக்கா மாதிரி. இங்க வசதி இருக்காது. இது அந்தக் காலத்து கட்டில் மெத்தை. கொஞ்சம் கல்லு மாதிரி இருக்கும். அட்ஜஸ்ட் பண்ணிக்கணும்.”

“நான் என்ன அமெரிக்காலயே பொறந்து வளர்ந்தவளா என்ன? சென்னைல எங்க வீடு சாதாரண வீடுதான். வெய்யில் காலம்னா சுகமா சிமெண்ட் தரைல வெறுமன படுத்துத் தூங்கி வளர்ந்தவதான்.”

“நன்னா தூங்குங்கோ. சீலிங் பேன் ரொம்ப உசர இருக்கு. சரியா காத்து வராது டேபிள் பேனும் போடறேன்.”

படுத்த சில வினாடியில் உண்மையிலேயே தூங்கிப் போனாள். அவ்வளவு அலுப்பு. அவள் கண் விழிக்கும்போது சூரியன் உச்சியைத் தாண்டி மேற்கே இறங்கியிருந்தது. மணியைப்

பார்த்தவள் திகைத்தாள். கூடவே வெட்கமும் அடைந்தாள். பிற்பகல் நான்கு மணி. இவ்வளவு நேரமா தூங்கிவிட்டேன். கூச்சத்துடன் எழுந்து வெளியே வந்தாள்.

“ம்மா எழுந்தாச்சு. எல்லாத்தையும் சுட வை” சித்ரா உள்ளே ஓடினாள்.

“நாலு தரம் எழுப்பலாம்னு வந்தேன் நன்னா தூங்கிண்டிருந்தேள். பாவமா இருந்ததுது. விட்டுட்டேன்.”

“சாரி ரெண்டு நாளா சரியா தூங்கல ஜெட்லாக் வேற. எல்லாரும் சாப்ட்டாச்சா?”

“உங்களை விட்டுட்டு எப்டி சாப்படறது வாங்கோ சாப்டலாம்.”

“அய்யோ எனக்காக ஏன்...? நீங்கள்ளாம் சாப்ட்ருக்கலாமே.”

“அப்பா சாப்ட்டுட்டார். அவருக்கு டைம் பிரகாரம் ஆகாரம் குடுக்கணும் நாம்பதான் சாப்டணும். முகம் அலம்பிண்டு வாங்கோ.”

விஜி இலை போட்டாள். அம்மா பரபரவென்று அனைத்தையும் சுட வைத்தாள். வடை பாயசத்துடன் சமைத்திருந்தாள்.

“எதுக்கு இதெல்லாம்.”

“அண்ணாக்கு தெரிஞ்சவா. அமெரிக்காலேர்ந்து வந்திருக்கேள். உங்களுக்கு விருந்து சமச்சு போடாட்டி அண்ணா திட்டமாட்டானா? தவிர அமெரிக்கால இப்டியெல்லாம் சாப்ட முடியுமா? தரையில உக்காந்து தலைவாழை இலை போட்டு...?”

“அது சரி...” நிருபமா சிரித்தாள். சாப்பிடும்போது மனது வலித்தது. உண்மையைச் சொன்ன பிறகு, இந்த குதூகலம் வடிந்து விடுமோ...? அதற்குப் பிறகு இந்த உபசாரம் தொடருமா...? அல்லது வெளியில் போ என்பார்களா...? அதிர்ச்சியில் யாருக்காவது ஏதாவது ஆகிவிட்டால்...? அதற்காக...? எத்தனை நாள் மூடி மறைக்க முடியும்?

“என்னம்மா சமையல் நன்னால்லயா? இல்ல இப்டி தரைல உக்காந்து சாப்ட கஷ்டமார்க்கா?”

“அதெல்லாம் இல்ல. இந்த மாதிரி உக்காந்து சாப்ட்டு எவ்ளோ வருஷமாச்சு. உங்களோட சேர்ந்து சாப்பிடறது எங்கப்பா கூட உக்காந்து சாப்பிடறா மாதிரி இருக்கு.”

“உன்னைப்பத்தி எதுவுமே சொல்லலையே உங்கப்பா அம்மா என்ன பண்றா? எங்க இருக்கா? நீ எப்பொ யு எஸ் போன? அங்க என்ன வேலை பாக்கற?”

“எனக்கு ப்ளஸ் டூ ரிஸல்ட் வரதுக்கு கொஞ்ச நாள் முந்தி அப்பா செத்துப் போனார். அதுக்கு முன்னாலயே என்னோட அண்ணா ரோடு ஆக்ஸிடென்ட்ல செத்துப் போனான். அந்த துக்கத்துல அம்மாவும் செத்துட்டா.”

“கடவுளே...” அவர்கள் பதறினார்கள். கண்ணில் நீர் படர அவளை இரக்கத்துடன் பார்த்தார்கள்.

“அப்பறம் மேல் படிப்புக்காக யு எஸ்ல இடம் கிடைச்சுது. ஸ்காலர்ஷிப்பும் கிடைச்சுது. படிப்பு பார்ட் டைம் வேலைன்னு எப்டியோ அங்க காலம் தள்ளி என் உயர் படிப்பை முடிச்சு டாக்டரேட் வாங்கினேன். இப்ப அங்க ஒரு மருந்து கம்பெனில இளம் விஞ்ஞானியா இருக்கேன்.”

“கல்யாணம்...?”

“ஆய்டுத்து.”

“புருஷனும் அங்கதான் இருக்காரா...? நம்மவாதானே?”

“உங்களவர். ரொம்ப ரொம்ப நல்லவர் அவரைத் தேடித்தான் நா இப்பொ இந்தியா வந்திருக்கேன்.”

“தேடியா...? என்னம்மா சொல்ற?”

“ஒரு அவசர வேலையா, சரியா ஒன்பது மாசத்துக்கு முன்னாடி இந்தியா வந்தவருக்கு என்னாச்சுன்னு தெரியல. இந்தியால அவர் போக வேண்டிய இடத்துக்குப் போகல யு எஸ்க்கும் திரும்பி வரல. அவருக்கு என்ன ஆச்சு, எங்க இருக்கார்னு இந்த நிமிஷம் வரை தெரியல. அவரைத் தேடிட்டுதான் நா இந்தியா வந்தேன்.”

“ஈஸ்வரா என்னம்மா சொல்ற நீ? இவ்ளோ பெரிய பிரச்சனையை வெச்சுண்டு எப்படி அமைதியா இருக்க நீ? இந்தியாவுக்கு எப்போ வந்த நீ? உன் புருஷனைத் தேட என்ன முயற்சி எடுத்த? உன் புருஷன் நல்லவன் தானே? அதுல எந்த சந்தேகமும் இல்லையே...?”

“இல்ல. அந்த சந்தேகமே உங்களுக்கு வேண்டாம். அது நம்மையே நாம சந்தேகப்படறா மாதிரி.”

“இப்பொ என்னம்மா செய்யப்போற? இதுல நாங்க ஏதாவது உதவி பண்ணுவோம்னு தான் எம்பிள்ளை உன்னை எங்ககிட்ட அனுப்பி வெச்சிருக்கானா? கண்டிப்பா செய்யறோம்மா. இது உன் வீடு மாதிரி எவ்ளோ நாள் வேணா நீ இங்க இருக்கலாம். உன் புருஷனைத் தேட நாங்க என்ன செய்யணும்னு சொல்லு. அவரைப் பத்தின விவரங்கள் கொடு. போட்டோ ஏதானம் இருக்கா? அவருக்கு எந்த ஊர்? என்ன வேலையா இந்தியா வந்தார்? எல்லாத்தையும் விவரமா சொல்லு.”

பிரணவின் அப்பா மனம் நிறைந்த கரிசனத்தோடு கேட்க, நிருபமா ஒரு சில வினாடி அவரைப் பார்த்தாள். பிறகு எழுந்து கை கழுவிக்கொண்டு உள்ளே போய் தன் பெட்டி ஒன்றை எடுத்து வந்தாள். அவர்கள் அவளையே பார்த்தார்கள்.

அத்தியாயம் 11

“இந்த சி.டி. பிளேயர் உங்க பிள்ளை உங்களுக்காக வாங்கி வெச்சது.”

அவள் கூடத்தில் உட்கார்ந்து அந்த பெரிய சூட்கேஸை விரியத் திறந்தாள். அது முழுக்க அமெரிக்கச் சந்தையில் வாங்கியப் பொருட்கள். ஒவ்வொருவருக்கும் அவரவர்களுக்கு உபயோகப்படக் கூடிய சாதனங்கள். நிருபமா ஒவ்வொன்றாக எடுத்துக் கீழே கடை பரத்தினாள்.

“இது உங்க ரெண்டு பேர்க்கும் வாங்கின புடவைகள், சென்ட் பாட்டில்ஸ், ஃபேஸ் க்ரீம்ஸ், சின்ன வீடியோ கேமரா, இது அம்மாக்கு. இது அப்பாக்கு வாங்கினது.”

“அண்ணாவோட போட்டோஸ் கேட்டேனே.”

“தரேன்... போட்டோ மட்டுமில்ல வி.சி.டியும் இருக்கு.”

“அதெல்லாம் அப்புறம் பார்க்கலாம். முதல்ல உம் புருஷன் போட்டோவைக் காட்டும்மா.”

“காட்டறேன்” நிருபமா வீடியோ சி.டி. ஒன்றை எடுத்துப் பிளேயரில் பொருத்தி டி.வி.யுடன் இணைத்து ஓடவிட்டாள். சற்று தள்ளி அமர்ந்து அவர்களது முகங்களை ஓரக்கண்ணால் பார்த்தாள்.

“ஹய்... அண்ணா... வாவ்... எவ்ளோ அழகா இருக்கான்!”

அவர்கள் முகம் மலர்ந்தது. பிள்ளையை நேரில் கண்டாற்போல் மகிழ்ந்தார்கள். அவனையே இமைக்காமல் பார்த்தார்கள். முதல்

பதினைந்து நிமிடம் பிரணவ் மட்டுமே தெரிந்தான். ஓடினான், சிரித்தான். ஏதேதோ சேட்டைகள் செய்து சிரிக்க வைத்தான். பாட்டுக்கேற்ப டான்ஸ் ஆடினான். சீரியஸாய் ஏதோ படித்துக் கொண்டிருந்தான். ஷேவ் செய்து கொண்டான். காரில் ஏறினான். கார் ஓட்டினான். நியூயார்க்கின் வீதிகளில் கம்பீரமாய் நடந்தான். அவர்கள் பெருமையாய் பார்த்தார்கள். அடுத்த பத்து நிமிடம் திரையில் நிருபமா தோன்றினாள்.

“நீ கூட எவ்ளோ அழகார்க்க” அம்மா அவளைத் திரும்பிப் பார்த்துச் சொன்னாள். நிருபமா புன்னகைத்தாள்.

பத்து நிமிடம் கழித்து ரமணி கிருஷ்ணன் குழந்தையின் பிறந்த நாள் பார்ட்டியின் காட்சிகள் ஓடின.

“இதெல்லாம் யாரு?”

“எங்களுக்குத் தெரிஞ்சவங்க. அவங்க குழந்தையோட முதல் பிறந்தநாளுக்கு நானும் பிரணவும் போயிருந்தோம்.”

“அதோ அண்ணா யாரோடயோ பேசிருக்கான் பாரு.”

“அட.. அண்ணா இவாகிட்ட பேசறான். அண்ணா உங்ககிட்ட என்ன பேசறான் அக்கா..? அக்கான்னு கூப்டலாம் இல்ல உங்களை?” விஜி கேட்க நிருபமா சிரித்தாள்.

அடுத்ததாக ரமணி கிருஷ்ணன் அவர்கள் இருவரிடமும் வந்து அன்று பேசிய காட்சி ஓடியது.

“அந்த குழந்தை எவ்ளோ அழகா இருக்கு!”

அடுத்தாற்பால் ரமணி கிருஷ்ணன் இருவரிடமும் மோதிரம் கொடுக்கும் காட்சி. அதற்கடுத்து இருவரும் மோதிரம் மாற்றிக் கொள்ள, அனைவரும் கைதட்டி வாழ்த்த, தொடர்ந்து இருவரும் மாலை மாற்றிக் கொண்ட காட்சி தெரிந்தபோது அந்த ஹாலில் அதிர்ச்சி கலந்த அமைதி நிறைந்தது.

பிரணவ் அவளைத் தோளோடு அணைத்தபடி சிரித்தான். நிருபமா வீடியோவை நிறுத்தினாள். அனைவரையும் திரும்பிப்

பார்த்தாள். யாரும் யாரோடும் பேசவில்லை. உச்சக்கட்ட அதிர்ச்சியில் வாயடைத்துப் போய் அமர்ந்திருந்தார்கள். பிரணவுக்கு திருமணமாகிவிட்டது என்ற அதிர்ச்சி போதாதென்று, அவன் ஒன்பது மாதத்திற்கு முன் அமெரிக்காவை விட்டு கிளம்பிக் காணாமல் போய்விட்டான் என்ற அதிர்ச்சியும் சேர, அவர்கள் உறைந்து போய் அமர்ந்திருந்தார்கள். ஆளை அடித்துப் போடும் பேரலையில் சிக்கிக் கொண்டாற்போல் மூச்சு திணறியது. எதுவும் யோசிக்க முடியாமல் மனசுக்குள் இருள் சூழ்ந்தது.

"உங்களுக்கு இப்டி ஒரு அதிர்ச்சியைத் தரணும்ங்கறது என் நோக்கமில்ல. ஒருவேளை பிரணவ் காணாம போகலன்னா, எங்களுக்கு அங்க அவசரக் கல்யாணம் நடந்ததே உங்களுக்கு தெரிஞ்சிருக்காது. உங்க ஆசீர்வாதத்தோட இதே ஸ்ரீரங்கத்துல இன்னொரு முறை உங்க முன்னாடி சாஸ்திரம் சம்பிரதாயத்தோட கல்யாணம் பண்ணிக்கணுங்கறது தான் எங்க எண்ணம். அங்க நடந்த கல்யாணம்கூட எங்க பொருளாதார சிக்கனத்துக்காக நாங்க எடுத்த ஒரு திடீர் முடிவுதான். எப்டியும் கல்யாணம் பண்ணிக்கப் போறோம்ங்கறது உறுதின்னு ஆனப்பறம் அதை சில சௌகர்யங்களுக்காக கொஞ்சம் முன் கூட்டியே எங்களுக்காக நாங்களே ஒரு மோதிரமும் மாலையும் மாத்தி பண்ணின்டோம்.

நாங்க ஏதோ கணக்கு போட்டா தெய்வம் இன்னொரு கணக்கு போடறது. இந்த கணக்கு எனக்கு சத்தியமா புரியல. நீங்க என்னை வெறுத்தாலும் சரி, இல்ல புரிஞ்சுண்டு உங்கள்ள ஒருத்தியா ஏத்துண்டாலும் சரி, உங்களை என்னால விட முடியாதுங்கற நிலைல இங்க வந்துட்டேன்."

"எம்பிள்ளை எங்கதான் போனான்?" மீனாட்சி குரல் எடுத்து அழ ஆரம்பித்தாள்.

"அவன் எப்பொ கிளம்பினான்?" அப்பா மெல்லிய குரலில் கேட்டார்.

"உங்களுக்கு உடம்பு சரியில்லன்னு அவர் பிரண்டு ரங்கன் மூலம் விஷயம் தெரிஞ்சதுமே அடுத்த ரெண்டாம் நாள்

கிளம்பிட்டார். அதுக்கு நாலு நாள் முந்தி தான் நாங்க கல்யாணம் பண்ணிண்டோம். சரியா ஏழு நாள் நாங்க ஒண்ணா இருந்தோம். கிளம்பினவர் இங்க வந்து சேர்ந்திருப்பார்னு நினைச்சேன். அவர்கிட்டேர்ந்து மெயில் எதுவும் வராம போகவும், மிஸ்டர் ரங்கனுக்குப் போன் பண்ணி விசாரிச்சப்பொதான் அவர் இங்க வந்து சேரலன்னு தெரிஞ்சுது.

இங்கயும் வரல, அங்கயும் திரும்பலன்னதும் பதறிப் போய் என்னால முடிஞ்ச முயற்சியெல்லாம் எடுத்து அவரைத் தேடினேன். நடூல ஒரு மாசம் மும்பைக்கு வந்து அங்கயே இருந்து தேடினேன். அவர் எங்க போனார், எங்க இருக்கார்னே தெரியல. அதுக்கு மேல இருக்க முடியாம யு.எஸ். திரும்பிட்டேன். அங்க எப்படி என்னால் நிம்மதியா இருக்க முடியும்? அதான் ஒரு வருஷ விசா வாங்கிட்டு இங்கயே வந்துட்டேன். மறுபடியும் அவரைத் தேடலாம்னு இதோ இந்த நிமிஷம் வரை அவரைப்பத்தி ஒரு தகவலும் கிடைக்கல. அவரைக் கண்டுபிடிச்சுடுவேன்ங்கற நம்பிக்கை மட்டும் இருக்கு."

அம்மா மீனாட்சி வயிற்றைப் பிடித்துக்கொண்டு சுருண்டு அமர்ந்தாள். அப்பா கண்ணீர் மல்க பூஜையறையில் பள்ளி கொண்டிருந்த ரங்கநாதரைப் பார்த்தார். இப்படி ஒரு பேரிடி இன்று தலையில் விழும் என்று யார்தான் நினைத்தார்கள்.

கிட்டத்தட்ட அரைமணி நேரம் மௌனமாய் நகர்ந்தது. அம்மாவின் விசும்பல் ஒலி மட்டுமே கேட்டது. சித்ராவும் விஜியும் முழங்காலில் தலை புதைத்து அழுது கொண்டிருந்தார்கள்.

"பிரணவ் உயிரோட தான் எங்கயோ இருக்கார். அது மட்டும் நிச்சயமா எனக்குத் தெரியும். அவரைக் கண்டுபிடிச்சு உங்க முன்னாடி நிறுத்தற வரை தயவுசெய்து யாரும் அழ வேண்டாமே."

"உயிரோட இருக்கான்னு எதை வெச்சு நம்பறம்மா?" அப்பா அவளை உற்றுப் பார்த்துவிட்டு கேட்டார்.

"மும்பைலேர்ந்து பூனே வரை ஒரு மார்ச்சுவரி விடாம ஏறிப் பார்த்துட்டேன். அவர் மும்பை வந்த தேதில நடந்த ஆக்ஸிடென்ட்

அத்தனையும் விசாரிச்சாச்சு. பிரணவ்க்கு ஆக்ஸிடென்ட் நடந்தாப்போல தெரியல. அவர் சாகவும் இல்ல."

"ஈஸ்வரா..." அம்மா மீண்டும் பதறி அழ ஆரம்பித்தாள்.

அப்பா எழுந்து போய் பூஜையறையில் சம்மணம் கட்டி அமர்ந்து கண் மூடிக் கொண்டார்.

சற்றுப் பொறுத்து மீனாட்சி எழுந்து போய் அவர் எதிரில் அமர்ந்தாள்.

"ஏதாவது செய்ங்களேன். எம் பிள்ளையை எப்படியாவது கண்டுபிடிச்சுக் கொண்டு வாங்களேன்" அவர் கையைப் பிடித்துக் கொண்டு தீனமான குரலில் இறைஞ்சினாள். அவர் சிலையாய் அமர்ந்திருந்தார்.

அதுவரை இருந்த அத்தனை சந்தோஷமும் அந்த வீட்டிலிருந்து வடிந்து போயிருந்தது.

"நா எங்க போய் தேடுவேன் மீனாட்சி. இவ்ளோ பெரிய தேசத்துல என் குழந்தையை எங்கன்னு தேடுவேன்? அந்த பொண்ணுதான் ஒம்போது மாசமா தேடிண்டிருக்காளே. அவளை விடவா நா தேடிடப் போறேன்?"

நிருபமா திகைப்புடன் அவரைப் பார்த்தாள்.

"உங்களுக்கு எம்மேல கோவம் வரலையா?"

"என்ன கோவம்?"

"உங்க பிள்ளைய நா உங்ககிட்ட சொல்லாம, உங்க அனுமதியில்லாம கல்யாணம் பண்ணிண்டது தப்புன்னு தோணலையா? எம்மேல வெறுப்பு தோணலையா?"

"வருத்தமிருக்கு. ஆனா கோவமோ வெறுப்போ இல்ல."

"நாங்க கல்யாணம் பண்ணிண்டதுக்கு காரணமிருக்கு."

"கடந்துபோன எதையும் யாராலயும் மாத்த முடியாதுங்கறபோது அதைப்பத்தி பேசி என்ன ஆகப்போறது? நாம் தீர்மானம் பண்ணி ஒரு விஷயம் நடந்துட்டா உடனே நம்ம எண்ணம்

நிறைவேறிடுத்துன்னு நினைக்கறதும் அந்த வெற்றிக்கு நாமதான் காரணம்னு நினைக்கறதும், நிறைவேறலன்னா கடவுள் விதியை மாத்திட்டாங்கறதும் மனுஷ சுபாவம். பிரணவ் காணாம போனதுக்கு எப்டி நீயோ அவனோ காரணமில்லையோ அதேமாதிரி தான் உங்க கல்யாணமும் நீங்க தீர்மானிச்சதால மட்டும் நடக்கல. எல்லாமே அவன் முடிவு தான்" அவர் தெய்வத்தை நோக்கி கை காட்டினார்.

"அந்த முடிவை ஏத்துக்கற தெளிவு எனக்கு இருக்கு. எனக்கு மட்டுமில்ல. இங்க எல்லார்க்குமே இருக்கு. ஏன் மீனாட்சி நீ என்ன சொல்ற? இந்த பெண்ணை உன்னால வெறுக்க முடியுமா சொல்லு?" அவர் மனைவியிடம் கேட்க, மீனாட்சி திரும்பி நிருபமாவைப் பார்த்தாள். எதுவும் சொல்லாமல் ஸ்வாமி மண்டபத்திலிருந்த குங்குமச் சிமிழிலிருந்து குங்குமம் எடுத்து அவள் நெற்றியில் வைத்துவிட்டு தலையை வருடி ஆசிர்வதித்தாள்.

"நடந்ததைப் பத்தி பேச வேண்டாம் பெண்ணே. ஒரு நாளோ ஒரு வாரமோ, எம்பிள்ளையோட வாழ்ந்தவ நீ. அவன் எங்க இருந்தாலும் நல்லபடியா இருக்கணும். சீக்கிரமே திரும்பி வரணும்னு வேண்டிண்டு இந்த விளக்கை ஏத்தி வை."

நிருபமா சரிந்து மாமியாரின் மடியில் விழுந்தாள். எதுவும் பேசாமல் அழுதாள். ஒன்பது மாத வேதனையும் பிரிவுத் துயரும் வெடித்து வழிந்தது. அவள் உணர்வுகள் புரிய மீனாட்சியின் கரங்கள் ஆறுதலாய் அவளைத் தடவிக் கொடுத்தன.

ரங்கன் தலைகுனிந்து அமர்ந்திருந்தான். மீனாட்சியின் பார்வை அவனைக் குற்றம் சாட்டுவதுபோல் முறைத்துப் பார்த்தது.

"அப்டி பார்க்காதீங்கோ மாமி. ஒம்போது மாசமா நா மட்டும் தூங்கினேன்னா நெனக்கறேள். மாமாவோட உடம்பு காரணமாதான் உங்ககிட்ட நா எதுவும் சொல்லலை. சொல்லலையே தவிர, அவனைத் தேடறதுக்கு நானும் என்னால ஆனதையெல்லாம் செஞ்சுண்டுதான் இருந்தேன். இனிமே என்ன செய்யலாம்னு நீங்க சொல்லுங்கோ மாமா. நா செய்யறேன். எங்க போலாம், யாரைப் பார்க்கலாம், எப்படியெல்லாம் தேடலாம் சொல்லுங்கோ."

“போலீஸ்ல சொன்னா என்ன?”

“பிரயோஜனமில்ல. நா எல்லா விதமாவும் தேடியாச்சு. ஒரு நாளைக்கு அவங்களுக்கு ஆயிரம் கேஸ். பிரணவ் விஷயத்துல அவங்க கைவிரிச்சுட்டாங்க” நிருபமா சொல்ல, மீனாட்சியின் முகம் துயரத்தில் தோய்ந்தது.

“மும்பைல என் பிரண்டு ஒருத்தன் இருக்கான். அவன்கிட்ட நா பேசறேன். அவன் மூலமும் மறுபடியும் ஒருமுறை தேடுவோம்” அப்பா எழுந்து கிளம்பினார்.

ரங்கன் அவருடன் சென்றான். இருவரும் எஸ்.டி.டி. பூத்திலிருந்து பேசிவிட்டு திரும்பினார்கள்.

“என்னாச்சு?”

“இப்பொலேர்ந்தே தேட ஆரம்பிச்சுடறேன். எப்படியாவது கண்டுபிடிச்சுடலாம் கவலைப்படாதேன்னான்.”

அம்மா கண்மூடி வேண்டினாள். “என் பிள்ளை நல்லபடியா திரும்பக் கிடைக்கணும். எனக்காக இல்லாட்டாலும் இதோ இந்தப் பெண்ணுக்காகவாவது அவன் திரும்பி வரணும். ஒன்பது மாசமா தன்னந்தனியா அவனைத் தேடித் தவிச்சுருக்கு அந்த குழந்தை. அந்த பரிதவிப்புக்கு முற்றுப்புள்ளி வை தெய்வமே.”

அம்மா பெருமூச்சு விட்டாள். “பிரணவ் அமெரிக்கா போய் பத்து வருடமாகிவிட்டது. இந்த பத்து வருடமாய் இந்தக் குடும்பம் அவனைப் பிரிந்துதான் இருக்கிறது. எப்போதேனும் தான் அவனோடு பேச முடியும். இருந்தாலும் பிள்ளை எங்கேயோ சௌக்கியமாயிருக்கிறான் என்ற நிம்மதியில் பிரிவு பெரிய விஷயமாய்த் தோன்றியதில்லை. இப்போதும் பிள்ளை அங்கிருப்பது போலத்தான் தோன்றுகிறது. பத்து வருடத்திற்கு முன் பார்த்த அவன் உருவம்தான் இன்னமும் மனசில் இருக்கிறது. இந்தப் பெண் பாவம். வருஷக்கணக்காய் அவனோடு பழகி, காதலித்து, பேசி, வளர்ந்து அவனை கல்யாணம் பண்ணி வாழ்ந்திருக்கிறது. இந்த வாழ்க்கை வெறும் நாட்கணக்கில் தான் என்று விதி

எழுதிவிடாமல், இந்தப் பிரிவைத் தற்காலிகமாக்கி மீண்டும் இந்த குழந்தைகளை சேர்த்து வைத்துவிடு." மீனாட்சி வெகுநேரம் கண் மூடி வேண்டினாள்.

வாசற்பக்கம் சலசலவென்று ஏதோ சத்தம் கேட்க அனைவரது கவனமும் அங்கு திரும்பியது.

"அம்மா அத்தையும் கோமதி மாமியும் வரா."

"பிரணவ் விஷயம் எதுவும் இப்பொ பேசவேண்டாம் தெரிஞ்சுதா?" அப்பா சொன்னார். மீனாட்சி முகத்தை சாதாரணமாக வைத்துக் கொண்டு அவர்களை வரவேற்றாள்.

"ஏண்டி மீனாட்சி நா கேள்விப்பட்டது உண்மையாடி...? பிரணவ் காணாம போய்ட்டானா என்ன?"

அத்தை சத்தமான குரலில் பதற்றம் கலந்து கேட்க, அனைவரும் திகைத்துப் போய் அவளைப் பார்த்தார்கள்.

அத்தியாயம் 12

அத்தை, மீனாட்சியைக் கட்டிக் கொண்டாள். “நேக்கு கையும் ஓடல, காலும் ஓடலடி மீனாட்சி. என்னதான் ஆச்சு? எங்கதான் போய்ட்டான் இந்த பிள்ளை?”

“இந்த விஷயம் உனக்கெப்டி தெரியுங்க்கா?” அப்பா கேட்டார்.

“உன் பிரண்டு பாம்பே மணியோட பொண்டாட்டி தான் நம்ம கோமதிகிட்ட சொல்லியிருக்கா. கோமதி காலம்பற ஓடி வந்தா. ரெண்டு பேரும் மனசு தாங்காம இங்க வந்துட்டோம்.”

அப்பா பல்லைக் கடித்தார். ஊரெல்லாம் டமாரம் போடவா அவனிடம் விஷயத்தைச் சொன்னோம் என்ற எரிச்சல் ஏற்பட்டது.

மீனாட்சி என்ன பதில் சொல்வதெனப் புரியாமல் தர்மசங்கடத்துடன் நெளிந்தாள்.

“இந்தப் பொண்ணு யாரு...?” அத்தை நிருபமாவைப் பார்த்துக் கேட்க இன்னும் அதிகமாயிற்று தர்ம சங்கடம். உண்மையைச் சொல்வது நல்லதா, மறைப்பது நல்லதா என்ற குழப்பத்துடன் அவள் தடுமாற,

“நா அவரோட மனைவி” நிருபமாவே உண்மையைப் போட்டு உடைத்தாள்.

“பொண்டாட்டியா...?” அத்தை குகை மாதிரி வாய் திறந்தாள். அவள் விழிகள் பிதுங்கி வெளியில் வந்து விடும் போலிருந்தது. நிருபமாவை ஏற இறங்கப் பார்த்தாள்.

“ஏண்டா ஜெயராமா என்னடா இது கூத்து? யாரிந்த பொண்ணு? என்ன உளர்றா இவ?”

“உளறலக்கா. உண்மையச் சொல்றா.”

“ஈஸ்வரா..! என்னடா சொல்ற? உம்பிள்ளைக்கு எப்படா கல்யாணமாச்சு? உனக்கே தெரியாம அங்க இவளைக் கல்யாணம் பண்ணிண்ட்டானா?”

“ஆமா.”

“என்னடா கிரகச்சாரம் இது. இதுக்குதான் அங்கல்லாம் பிள்ளைய அனுப்பாதேன்னு அப்பவே தலபாடா அடிச்சுண்டேன் நான் கேட்டயா? இப்ப பார் இந்த கண்றாவியெல்லாம் கேக்க வேண்டியிருக்கு. அவ என்ன ஜாதி மதமோ, எழவோ...? அதெல்லாம் விசாரிச்சயா?”

“சித்த பேசாம இருக்கயாக்கா?”

“இதோ பாருடா ஜெயராமா பெரியவா என்னத்துக்கு ஜாதகம் பாக்கறது கோத்திரம் பாக்கறது, நாள் நட்சத்திரம் முகூர்த்தம் பார்த்து கல்யாணம் பண்றதுன்னு வெச்சிருக்கா. உம் பிள்ளைக்கு அறிவிருந்தா இப்டி உங்களுக்கே தெரியாம அங்க எவளோ ஒருத்திய கல்யாணம் பண்ணிண்டு இருப்பானா? இந்த பாவம்தான் இப்பொ அவனைக் காணாம அடிச்சுடுத்துன்னு நெனக்கறேன்?”

“அக்கா... வாய மூட்றயா...? ஏற்கனவே அவனைக் காணாம நாங்க நொந்து போயிருக்கோம். நீ வேற குத்தாதே.”

“நா என்னடா அப்டி தப்பா சொல்லிட்டேன்? இந்த பொண்ணு ஜாதகம் எப்படிப்பட்டதோ? என்னல்லாம் தோஷமிருக்கோ? இதெல்லாம் இந்த காலத்து குழந்தைகளுக்குப் புரியறதோ? என்ன காதலோ கண்றாவியோ? எவ்ளோ துணிச்சலிருந்தா நம்மாத்து குழந்தையை நமக்கே சொல்லாம கல்யாணம் பண்ணிண்ருப்பா? நீங்கள்ளாம் செத்தா போய்ட்டேள்? பெரியவாளை மதிக்க வேண்டாமா? உங்க மனசு என்ன பாடுபடும்னு கொஞ்சமானம் யோசிக்க வேண்டாமா? கல்யாணம் பண்ணிண்டாளாம். இப்பொ அவனைத் தொலைச்சுட்டு

வந்து இங்க நிக்கறாளாம். நீங்களும் அவளை உக்காத்தி வெச்சு பேசிண்ருக்கேளாம். ரொம்ப நன்னார்க்குடாப்பா."

"அக்கா ப்ளீஸ்... நீ எதுக்கு இங்க வந்த இப்பொ?"

"அதுசரி. இங்க நா வர யாரைக் கேக்கணும்டா? இதென்ன உன் வீடா. நம்பப்பா கட்டின வீடு. நீ இப்போ அனுபவிச்சுண்ருக்க. இதுல நேக்கும் பங்குண்டுன்றத மறந்துவிட வேண்டாம். நா வருவேன். இருப்பேன். சாப்டுவேன் போவேன். யார் என்னை என்ன கேக்க முடியும்?"

"சரி இரு. தாராளமா இரு. உன் ரூம்தான் இருக்கே. போய் இருந்துக்கோ. ஆனா இதெல்லாம் உனக்கு தேவையில்லாத விஷயம். இந்த பெண்ணை வேதனைப்படுத்தற வேலையெல்லாம் வேண்டாம்."

"என்னடா இப்டி வெட்டி விடறாப்பல பேசற? உன் குழந்தைகள் மேல உசிரை வெச்சுருக்கேன். அவனைக் காணும்னு கேள்விப்பட்டதும் அடிவயித்துல நெருப்பு வெச்சாப்பல துடிச்சுப் போய்ட்டேன். அவன் கல்யாணத்தைப்பத்தி நாம் என்னல்லாம் கனவு கண்டோம். அது இப்டி எங்கயோ கண்காணாம நாள் நட்சத்திரம் பாக்காம யாருக்கும் தெரியாம நடந்துடுத்தேங்கற ஆதங்கத்துல படபடன்னு பேசிட்டேன். அப்டி பேசற உரிமை எனக்கில்லன்னா சொல்லு. இப்பவே இந்த வீட்ல எனக்கு எந்த பாத்யதையும் இல்ல. நீங்களே அனுபவிச்சுக்கலாம்னு எழுதிக் குடுத்துட்டுப் போறேன். இனி இந்த வழியே என் பொணம் கூட போகாது போறுமா?"

"அடடா... இப்ப யார் உன்னை என்ன சொன்னா...?"

"இன்னும் என்னடா சொல்லணும்? என் வீட்டு விஷயத்துல தலையிடாதேன்னு பொட்டுல அறைஞ்சாப்பல சொன்னப்பறம் இன்னமும் நா இங்க நிக்கறேன் பாரு. என்னைச் சொல்லணும்."

"அத்தை... ஒரு நிமிஷம்..." நிருபமா சட்டென்று அத்தையின் கையைப் பிடிக்க அத்தை திகைப்புடன் அவளைப் பார்த்தாள்.

"நீங்க சொன்னதெல்லாம் சரிதான். உங்க வேதனையெல்லாம் எனக்குப் புரியறது. இவங்கள்ளாம் வேதனையை தெய்வ

சங்கல்பம்ங்கற பேரைச் சொல்லி விழுங்கி ஜீரணம் பண்ணிட்டாங்க. நீங்க அருவி மாதிரி பொங்கி கொட்டிட்டீங்க, எனக்கு புரியறது. உங்கள் கனவுகளை கலைச்சதுக்காக என்னை மன்னிக்கணும். ஆனா ஒண்ணு மட்டும் சொல்றேன். கனவு கலைஞ்சிருக்கே தவிர கருகிப் போகல. பிரணவை நாங்க எப்படியாவது கண்டுபிடிச்சுடுவோம். எங்க கல்யாணம் உங்க கண்ணு முன்னால மறுபடி நடக்கும். அப்பொ நீங்க சந்தோஷமா மனசு நிறைய ஆசிர்வதிக்கணும். அதுவரை யாரும் யாரையும் காயப்படுத்திக்க வேண்டாமே."

நிருபமா மிக மிக மிருதுவான குரலில் கூற அத்தை வாயடைத்துப் போனாள். அதற்குமேல் குரலெடுத்து வேறு எதுவும் பேச இயலாமல் அந்த வீட்டிற்கு வரும்போதெல்லாம் தான் தங்கும் அறைக்குச் சென்றுவிட்டாள். வீடு நிசப்தமாயிற்று சற்று நேரம்.

"அத்தை இப்படி யார்கிட்டயும் ஸைலன்ட்டா அடங்கிப் போனதே இல்ல. ஃபஸ்ட் டைம் உங்களைப் பார்த்து போயிருக்கான்னா ரொம்ப ஆச்சர்யமார்க்கு. ரொம்ப அழகா அவளை ஹேண்டில் பண்ணிட்டேள் மன்னி."

விஜி அவள் கைப்பற்றி குலுக்க, நிருபமா அந்த அழைப்பில் நெகிழ்ந்து போனாள்.

"நீங்க பேசினபோது அத்தை மூஞ்சில ஒரு சின்ன அன்புகூட எட்டிப் பார்த்தது தெரியுமோ? அது இன்னும் ஆச்சர்யம்."

"இதுல ஆச்சர்யப்பட ஒண்ணும் இல்ல விஜி. எல்லார் மனசுலயுமே அது இருக்கத்தான் இருக்கு. சில பேர் அதை வெளிப்படையா காட்டிடுவாங்க உங்களை எல்லாம் மாதிரி. இன்னும் சில பேர் வெளில கடினமா உள்ள இனிப்பா இருப்பாங்க. சில பேர் மனசுல அது அதலபாதாளத்துல ஊற்றெடுக்கற தண்ணி மாதிரி எங்கயோ ஆழத்துல இருக்கும். அதை மேல கொண்டு வர நமக்குதான் தெரியணும். அத்தை படபடன்னு பேசறாளே தவிர நல்லவதான். அதனால தான் என் வேலை சுலபமாய்டுத்து."

அம்மாவும் அப்பாவும் அவளை அதிசயமாய்ப் பார்த்தார்கள்.

"அல்ப விஷயங்களைப் பூதாகாரமாக்கறதும் பூதாகாரங்களை அல்பமா நினைச்சு அலட்சியப்படுத்தறதும் நாமதான்னு எங்கப்பா அடிக்கடி சொல்லுவார். இது ரொம்ப சின்ன பிரச்சனை. எதுக்கு பெரிசாகணும்? இதை விட முக்கியமான விஷயம் பிரணவைத் தேடறதுதான்."

அப்பா ஆமோதித்தார் அந்த வீடு அந்த நிமிடம் முதல் மீண்டும் தேடுதல் வேட்டையில் இறங்கியது. மனிதப் பிரயத்தனங்கள் அத்தனையும் பிரயோகித்து வெற்றியடையப் பார்த்தது. மனித முயற்சிகள் வெல்வதும், தோற்பதும் தெய்வத்தின் கையில் அல்லவா உள்ளது.

நாட்கள் விரைந்தோடியது. தேடித்தேடி களைத்துப் போனார்கள். இனி தெய்வம்விட்ட வழி என்று தலைக்கு மேலே கரம் குவித்து சரணாகதியடைந்தார்கள் ஸ்ரீரங்கம் வந்ததிலிருந்து கோயிலுக்குச் செல்லவில்லை நிருபமா... பிரணவ் நல்லபடி கிடைத்துவிட்டால் அவனோடு சேர்ந்து செல்ல வேண்டும் என்ற ஆசை அவளுக்குள் இருந்தது. பிரயத்தனங்கள் எல்லாம் இதுவரை பயனற்றுப் போன நிலையில் அந்த தெய்வத்திடமே சரணாகதியடைவதே சரி என்று தோன்ற ஒரு நாள் மாலை அவள் ஸ்ரீரங்கநாதனை தரிசனம் செய்ய கோயிலுக்குக் கிளம்பினாள். சித்ராவும் விஜியும் அவளோடு கிளம்பினார்கள்.

இந்த ஒரு மாதத்தில் பிரணவின் வீடு அவளோடு மிகவும் அன்யோன்யமாய் நெருங்கி இருந்தது. வீதி முழுக்க பிரணவ் காணாமல் போன விஷயமும், அவனது அமெரிக்கத் திருமணமும் தெரிந்து போன பின் அங்குள்ளவர்களுக்கு மிகப் பெரிய வம்பு கிடைத்தது. மாற்றி மாற்றி யாராவது, துக்கம் விசாரிக்கிற சாக்கில் வம்பு பேச வந்தபோது அந்த குடும்பம் அல்லாடித்தான் போயிற்று. ஆனால் நிருபமா அத்தையிடம் பேசினாற்போலவே வந்தவர்களிடமெல்லாம் தானே வலியப்போய் பேசினாள்.

"நான் தான் நிருபமா. பிரணவோட மனைவி. உங்களுக்கு எது கேக்கணும்னாலும் எங்கிட்டயே கேளுங்க. பதில் சொல்ல நா கடமைப்பட்டிருக்கேன்."

நேரிடையாக அவளே பதில் சொல்ல இறங்குவாள் என்பதை எதிர்பார்க்காத அவர்கள் என்ன கேட்பதெனப் புரியாமல் தடுமாறினார்கள்.

“இல்ல... கல்யாண விஷயம் கேள்விப்பட்டோம். அதான்...”

“ஆமாம் கல்யாணமாயிடுத்து.”

“அம்மா அப்பாக்கு தெரியாம இப்டி கல்யாணம் பண்ணிக்கலாமோடி கொழந்த?”

“நீங்க கடவுளை நம்பறேளா?”

“பின்னே.”

“அந்த கடவுள் சாட்சியாதான் எங்க கல்யாணம் நடந்தது.”

“அவன் இப்பொ எங்கதான் போனான்?”

“அதுவும் அந்த கடவுளுக்குத் தெரிஞ்சிருக்கும்.”

“ஒருவேளை அவன் வரவே இல்லன்னா என்ன செய்வ?”

“அதான் விதின்னா அதையும் ஏத்துக்கத்தான் வேணும். அதனால ஏத்துப்பேன். கடசி வரை இவா கூட இருந்துட்டுப் போறது.”

அதற்குமேல் அவர்களுக்கு கேட்பதற்கு ஒன்றுமிருக்காது. அசட்டு சிரிப்போடு எழுந்து கிளம்பி விடுவார்கள்.

“உங்க வீட்ல குழந்தைகள் இருக்கா?”

“ஏன் கேக்கற?”

“இருங்கோ வரேன்” உள்ளே போய் அமெரிக்காவிலிருந்து அள்ளிக்கொண்டு வந்த பால் பாய்ண்ட் பேனா இரண்டும், சாக்லேட் கொஞ்சமும் எடுத்துக்கொண்டு வந்து அந்த பெண்மணியிடம் தருவாள். அந்த பெண்மணியின் முகம் மலர்ந்துவிடும். “நன்னாருடிம்மா, பிரணவ் சீக்கிரமே திரும்பி வரட்டும்னு நா வேண்டிக்கறேண்டி குழந்த...” என்று வாழ்த்திவிட்டுப் போவாள் அவள் போனதும் சித்ரா வெடிப்பாள்.

“நம்பாத்து வம்பெல்லாம் இவாளுக்கு எதுக்கும்மா? ஆனாலும் உங்களுக்கு ரொம்ப பொறுமைதான் மன்னி. நானார்ந்தா நாக்கைப்

பிடுங்கிக்கறா மாதிரி ஏதாவது கேட்டு விரட்டி அடிச்சிருப்பேன். எதுக்கு இந்த வம்புக் கூட்டத்துக்கெல்லாம் பதில் சொல்லிண்டு...?"

"இனி இந்த விஷயத்தைப் பத்தி பேசறதுல அவங்களுக்கு எந்த சுவாரசியமும் இருக்காது பார். அதுக்காகத்தான், இதெல்லாம் உங்களுக்கு சம்பந்தமில்லாத விஷயம். உங்க வேலையைப் பாருங்கன்னு பளிச்சுன்னு சொல்லி அனுப்பிடலாம். ஆனா அது அனாவசிய துவேஷத்தை வளர்க்கும். மனிதர்களை விரோதிச்சுக்கறதை விட சிநேகமாக்கிக்கறது விவேகமில்லையா? பணிவா பதில் சொல்றதுனால நாம என்ன குறைஞ்சு போய்டப் போறோம்?"

"ரொம்ப சரிதான் மன்னி. வம்பு கேட்க வந்த வாய் மனசு குளிர்ந்து நன்னாருன்னு சொல்லிட்டு உங்களுக்காக வேண்டிக்கறேன்னுட்டுப் போறதே."

சித்ரா சொல்ல, மீனாட்சி மாட்டுப் பெண்ணை பெருமையோடு பார்த்தாள். சொல்லாமல் கொள்ளாமல் பிள்ளை கல்யாணம் செய்து கொண்ட விஷயம் அடி மனசில் அவளுக்கும் கொஞ்சம் இருக்கத்தான் இருந்தது. ஆனால் இப்போது அது சுத்தமாய் மறைந்துவிட்டது. தாங்களே அவனுக்கு ஒரு பெண்ணைப் பார்த்திருந்தால் கூட இவளைப் போல் அவளுக்கு குணமும், விவேகமும் இருக்குமா என்பது சந்தேகம்தான் என்ற எண்ணம் ஏற்பட்டது. அந்த எண்ணம் அதீத பாசமாய் அவள் மீது வெளிப்பட்டது.

"கோயிலுக்குப் புடவைதான் கட்டிக்கணுமா இல்ல சல்வார்ல போலாமா?" சந்தேகம் கேட்டாள்.

"ஏன்? புடவை கட்டி பழக்கம் இருக்கோல்யோ? இல்லன்னா பரவால்ல. சல்வார் போட்டுக்கோ."

"பழக்கம் இருக்கு. ஆனா அதிகம் கட்டிக்கிட்டது கிடையாது. ஜீன்ஸ்தான் போட்டுப்பேன் அங்க அப்பறம் சல்வார்தான். புடவைன்னு பார்த்தா ஒரு நாலஞ்சு தான் இருக்கும். அதுவும் காட்டன் தான். அம்மாவோட ஞாபகமா ஒரே ஒரு பட்டுப்புடவை வெச்சுட்ருக்கேன். அதுவும் கட்டிக்கறா மாதிரி இல்ல. ரொம்பப் பழசு. ஒரு நினைவுச் சின்னமாதான் இருக்கு."

"உனக்கு புடவை கட்டிக்கற ஆசை இருக்கா?"

"ம்..."

"சித்த இரு" அம்மா உள்ளே போய் தன்னுடைய பட்டுப்புடவை ஒன்றை எடுத்து வந்தாள். இந்த கலர் உனக்கு பாந்தமா இருக்கும். சித்ராவோட பிளவுஸ் உனக்கு சரியார்க்கும்."

சித்ரா பிளவுஸ் எடுக்க ஓடினாள். குட்டைத்தலை முடியை வாரி ஒரு ரப்பர் பேண்ட் போட்டுக் கொண்டாள். அம்மா அதில் கொஞ்சம் ஜாதி மல்லியை வைத்துவிட்டாள்.

உள்ளே போய் பட்டுப்புடவை கட்டிக்கொண்டு வந்தவளைக் கண்டு விழி விரித்தார்கள் அம்மாவும் பெண்களும். அமெரிக்க சீதோஷ்ணத்தில் பத்து வருடமாய் இருந்ததாலோ என்னமோ லேசாய் மஞ்சள் கலந்த பால் மாதிரி ஒரு பளீர் நிறத்திற்கு அந்த பச்சை பட்டுப் புடவையும் அரக்கு நிற பிளவுஸும் அப்படி ஒரு அழகை சேர்த்திருந்தது. குணத்தில் மட்டுமல்ல, அழகிலும் அவள் அப்பழுக்கற்றிருந்தது கண்டதும் பிள்ளை காணாமல் போன துக்கத்தையும் மீறி மீனாட்சிக்கு பெருமை பொங்கியது.

"போய்ட்டு வாங்கோ" அர்ச்சனை சாமான்களை ஒரு பூக்கூடையில் போட்டு சித்ராவிடம் கொடுத்து அனுப்பினாள்.

மூவரும் நடந்து செல்வதை அவர்கள் மறையும் வரை நின்று ரசித்துப் பார்த்தாள்.

"பரவால்ல எங்கண்ணா ரசனை ரொம்பவே ஹை கிளாஸாதான் இருந்திருக்கு."

"என்ன... என்ன சொல்ற?" நிருபமா புரிந்தும் புரியாதவள் போல் புன்னகைத்தாள்.

"இப்டி ஒரு அழகை எவ்ளோ காலம்தான் அவனும் தள்ளி நின்னு பார்ப்பான்?" சித்ரா கிண்டலடித்தாள்.

"ஏன் மன்னி உங்க லவ் ஸ்டோரிய கொஞ்சம் விலாவாரியா சொல்லக்கூடாதா?"

"சொன்னா போச்சு. முதல்ல சாமி தரிசனம் ஆகட்டும். அப்பறம் அப்படியே காவேரிக்கரைக்குப் போவோம். காத்தாட அங்க உக்காந்து சொல்றேன்" நிருபமா கழுத்து வலிக்க ராஜகோபுரத்தின் அழகை நிமிர்ந்து பார்த்தபடி சொன்னாள்.

"அடேங்கப்பா..."என்று வியந்தாள்.

"இப்பதான் வரேளா இங்க?"

"ஸ்ரீரங்கத்துக்கு இப்பதான் வரேன். தஞ்சாவூர் பக்கம் அப்பா கூட்டிட்டுப் போயிருக்கார்..."

"இந்த கோயிலைப் பத்தி தெரியுமா?"

"சொல்லேன்."

"மத்த கோயில்களை விட இது ஒருபடி உசத்தின்னு சொல்லலாம்."

"எப்டி..."

"பக்திக்கு மட்டுமில்ல. காதலுக்கும் ரொம்ப ரொம்ப மரியாதை குடுக்கறவர் இந்த பள்ளிகொண்ட பெருமாள். ஆண்டாள், துலுக்க நாச்சி சோழமங்கைன்னு நிறைய பெண்களை அவாளோட பிரேம பக்திக்காக ஆட்கொண்டவர் இந்த அரங்கநாதன். உண்மையான காதலுக்கு இவன் உதவியும் செய்வான். இவன் காதுல போட்டு வெச்சுட்டா போதும்."

"நீ ஏதாவது போட்டு வெச்சிருக்கயா?" நிருபமா கேலியாகத்தான் கேட்டாள் என்றாலும் சித்ராவின் முகம் சட்டென்று சிவந்தது. ஒரு வினாடிதான். அந்த ஒரு வினாடியே போதுமாயிருந்தது நிருபமாவுக்கு.

13 அத்தியாயம்

சித்தரை வீதி, உத்தர வீதி என ஒவ்வொரு சுற்றாய்க் கடந்து மூன்றாம் திருச்சுற்றுக்கு வந்தார்கள்.

"அடேயப்பா ராஜகோபுரத்துலேர்ந்து உள்ள வரதுக்குள்ள கால் கெஞ்சிடும் போலருக்கே" நிருபமா வியந்தாள்.

"பின்னே, ஸ்ரீரங்கம் கோயில்னா சும்மாவா?" சித்ராவும் விஜியும் சிரித்தார்கள் ஏழாவது சுற்றிலிருந்து ஆரம்பித்து ஒவ்வொரு சந்நிதியையும், இருவரும் தேர்ந்த கைடுகள் போல் அவளுக்கு விளக்கிக் காட்டியபடியே நடந்ததால் மூன்றாம் சுற்றுக்கு வருவதற்குள் ஊர் சுற்றிய களைப்பு வந்துவிட்டது.

தங்க முலாம் பூசிய துவஜஸ்தம்பமும் பலிபீடமும் தெரிய கன்னத்தில் போட்டுக் கொண்டாள்.

"அதோ பாத்தேளா அதுதான் வைகுண்ட வாசல் ஏகாதசியன்னிக்கு பாக்கணும் கூட்டத்தை! அது ஊஞ்சல் மண்டபம் அது ஆஞ்சநேயர் சந்நிதி. நாம இப்ப ரெண்டாவது சுற்றுக்கு வந்தாச்சு இந்த வாசலை நாழிகை கேட்டான் திருவாசல்னுவா."

"என்ன...? எதுக்கு அப்டி ஒரு பேர்?"

"உற்சவத்தின் போது ஸ்வாமி இந்த வாசலுக்கு வந்ததும் நாழிகை என்னன்னு கேக்கறது வழக்கமாம். அதனால் அதுவே பேராய்டுத்து."

"கமகமன்னு ஏதோ வாசனை வீசறது எங்கேர்ந்து இவ்ளோ வாசனை?"

“அதோ அந்த அறையிலேர்ந்து அங்கதான் பெருமாளுக்கு புனுகு எண்ணெ, சந்தனம் எல்லாம் தயாரிப்பா.”

மேலும் நடந்தார்கள்.

“இது கிளி மண்டபம். இது பெருமாளோட பள்ளியறை. உள்ளே பூரா கண்ணாடி பதிச்சிருக்கும்.”

“எல்லாத்தையும் காட்டும் பெருமாளை எப்பொதான் காட்டப் போற?”

“பெருமாள் சந்நிதிக்கு வந்தாச்சு. வாங்கோ உங்க நல்ல நேரம் இன்னிக்கு கூட்டம் கம்மிதான். இல்லாட்டா சீரங்கத்துல வருஷம் முழுக்க கூட்டமா தான் இருக்கும்.”

யாளிப்படிகளில் ஏறி சந்நிதிக்குள் பிரவேசித்தபோது நிருபமாவின் உடல் பரவசத்தில் சிலிர்த்தது. அந்த மூலத்திரு உருவத்தின் ஒளியைக் காண முடியாமல் கண்கள் பெருகியது. கைகள் அனிச்சையாய் தலைக்கு மேலே உயர்ந்து குவிந்தது. உடம்பு என்னமோ செய்தது. ஐம்புலன்களும் அமைதியடைந்து விட்டாற்போல் உள்ளே ஒரு நிசப்த நிலை. இதுவரை எங்கும் ஏற்படாத அனுபவம் இது. மூடிய விழிகளுக்குள் விரிந்த இரு கண்கள் அவள் இதுவரை எங்கும் கண்டதில்லை. பிரபஞ்சத்தையே தன்னுள் அடக்கிக் கொண்டாற்போல் கரிய பெரிய விழிகள் வட்டக் கரு விழியைச் சுற்றியிருந்த படலம் பாற்கடலாய்த் தளும்பிச் சிரித்தன. நிருபமா அதை உற்றுப் பார்த்தாள். வெண்ணிற அலைகள் பொங்கிப் பொங்கி எழுந்தன. ஒரு கட்டத்தில் பொங்கிய நிலையில் உறைந்தன. சின்னச் சின்னப் பனிச்சிகரங்களாய்த் தெரிந்தன. நிருபமாவின் தேகம் குளிரில் நடுங்கியது.

“மன்னி... மன்னி என்னாச்சு? என்னாச்சு உங்களுக்கு...?”

யாரோ தாங்கிப் பிடித்தார்கள். அவள் கண் திறந்தபோது ஏதோ மண்டபத்தில் படுத்திருந்தாள். சித்ராவும் விஜியும் கவலையுடன் அவளைப் பார்த்துக் கொண்டிருந்தார்கள்.

“என்னாச்சு மன்னி...?”

“என்னாச்சு...?” நிருபமா எழுந்து உட்கார்ந்தாள்.

“திடீர்னு மயக்கம் போட்டு விழப் பார்த்தேள்.”

“ஒண்ணுல்ல. மூலவரைப் பார்த்ததும் உடம்பை என்னமோ பண்ணிடுத்து அந்த தேஜஸ் தாங்க முடியல.”

நிருபமா மீண்டும் அந்த பாற்கடலையும் பனிச்சிகரங்களையும் நினைத்துப் பார்த்தாள். அவளுக்கு அதிசயமாயிருந்தது. கனவில் இருமுறை அவள் கண்ட அதே பனிப்பிரதேசம். அந்த கனவுப் பிரதேசம் இந்த அரங்கனின் கண்களுக்குள் தெரிகிறதென்றால் அதற்கென்ன அர்த்தம்? அவளுக்கு ஒன்றும் புரியவில்லை. இதை வெறும் பிரமையென்று ஒதுக்கித் தள்ளவும் முடியவில்லை. இந்த அனுபவம் அவளுக்குள் உறைந்து போயிற்று.

“ஆர் யூ ஆல்ரைட் மன்னி? நாம போலாமா?” சித்ரா கேட்டாள்.

“போலாம்” நிருபமா மீண்டும் கருவறை பக்கம் திரும்பிப் பார்த்து கன்னத்தில் போட்டுக் கொண்டு நடந்தாள்.

“பயந்தே போய்ட்டோம்.”

“இதான் பக்தி மயக்கம்ங்கறதா மன்னி?”

“தெய்வ பக்தி ஜாஸ்தியா உங்களுக்கு?”

“அதெல்லாம் இல்ல. தெய்வ நம்பிக்கை உண்டு. ஆனா அதுக்காக என்னையே மறந்து ஆழ்ந்து போய் உக்கார்ர அளவுக்கு இல்ல. அதுக்கு நேரமும் கிடையாது. நியூயார்க் வாழ்க்கை ரொம்ப ரொம்ப வேகமானது, மூச்சுத் திணர்ற அளவுக்கு கடுமையா உழைச்சா தான் அந்த பொருளாதாரத்தை நம்மால் சமாளிக்க முடியும்.”

“அந்த மூச்சுத் திணறல்லயும் நீங்களும் அண்ணாவும் லவ் பண்ணியிருக்கீங்களே. அதைச் சொல்லுங்கோ.”

நிருபமா லேசாய் சிவந்தாள்.

“அந்த வேகமான வாழ்க்கைல எங்களுக்குக் கொஞ்சமாவது இனிமையும் சுவாரசியமும் கொடுத்ததே இந்த அன்புதானே.”

“கதை தானே சொல்றேன். முப்பது வருஷத்துக்கு முந்தி இந்த ஸ்ரீரங்கத்துல மீனாட்சி ஜெயராமன்னு ரெண்டு பெரியவாளுக்கு பிள்ளையா சேஷாத்ரி என்கிற பிரணவ்னு ஒரு ராஜகுமாரன் பிள்ளையா பிறந்தான்.”

“நாங்க இந்த கதையைக் கேக்கல. அந்த ராஜகுமாரனை இந்த ராஜகுமாரி சந்திச்ச கதையைக் கேட்டோம். விட்டா எங்கம்மா அப்பா கல்யாணம் பண்ணிண்ட சீன்லேர்ந்து கதை சொல்லுவேள் போலருக்கு.”

நிருபமா சிரித்தாள். அவர்களுக்கு சொல்கிற சாக்கில் பல இனிய சம்பவங்களை தனக்குள் மீண்டும் ஓடவிட்டுப் பார்த்தாள்.

“ஒரு நாள் எங்க ரெண்டு பேர் கைலயும் சுத்தமா பணமில்ல. சென்ட்ரல் பார்க்ல ரெண்டு பேரும் ஒரு கோக் சாப்டக் கூட காசில்லாம உக்காந்திருந்தோம்.”

“ஏய் நிரூ நிஜம்மா சொல்லு. உங்கிட்ட அம்பது சென்ட் கூடவா இல்ல?”

“ஏம் பாஸ் இதானே வேண்டான்றது இருந்தா இத்தனை நேரத்துக்கு உனக்கு ஏதாவது வாங்கித் தந்திருக்க மாட்டேனா? பரீட்சை நடக்கறதால பார்ட் டைம் வேலைக்குப் போக முடியல. இன்னும் ரெண்டு நாள் தானே. நிதி நிலமை சரியாய்டும் விடு.”

“இருந்தாலும் இப்ப ஒரு காபி சாப்டணும் போல இருக்கு. அந்த காப்பி செலவுக்கு ஏதாவது வேலை கிடைக்கறதான்னு பார்ப்போமா?”

“அது சரி இங்க என்ன வேலை செய்வ?”

“வெயிட் அண் ஸீ” பிரணவ் தன் பையிலிருந்து ஒரு நீள நோட்புக்கும் ஸ்கெட்ச் பேனாவும் எடுத்தான்.

சற்று தூரத்தில் அமர்ந்திருந்த ஜப்பானிய ஜோடி ஒன்றிடம் சென்றான். ஆங்கிலத்தில் அவர்களிடம் பவ்யமாக ஏதோ கேட்டான். அவர்கள் ஒருவரை ஒருவர் பார்த்தபடி புன்னகையுடன் தலையசைக்க, பிரணவ் தன் நோட்புக் பிரித்தபடி அவர்கள் எதிரில்

அமர்ந்து மளமளவென்று அவர்களை கார்ட்டூன் சித்திரங்களாக படம் வரைய ஆரம்பித்தான் இரண்டே நிமிடத்தில் பேப்பரை அவர்களிடம் நீட்டினான். அவர்கள் அவனுக்கு கை குலுக்கி வாழ்த்து தெரிவிக்க, அவன் சந்தோஷமாய்த் திரும்பி வந்தான்.

"லுக் மேடம் ஜஸ்ட் ரெண்டே நிமிஷத்துல ரெண்டு டாலர் சம்பாதிச்சுட்டேன்."

"பெரிய ஆளுய்யா நீ. என்ன பாஸ் பண்ணின அங்க...?"

"அவங்களை கார்ட்டூன் படம் வரைஞ்சு கொடுத்தேன். அது அவங்களை மாதிரியே இருக்கறதா ஒத்துக்கிட்டாங்க. அது ஒரிஜினல் பெயிண்டிங்கோ, லைன் டிராயிங்கோ, கேலிச்சித்திரமோ, அதுல தன் முகத்தைப் பாக்கறதுன்னா மனுஷனுக்கு ஒரு த்ரில்லிங்கான விஷயம் தெரியுமா? இன்னொரு காமெடி என்னன்னா அந்த லேடி என்ன சொன்னா தெரியுமா? அவ புருஷன் முகத்தைக் கார்ட்டூனா பாத்தப்பறம் தான் தெரியுதாம் அவன் எவ்ளோ அசிங்கமார்க்கான்னு ஆறு மாசம் முந்தி வந்து எங்களை படம் வரைஞ்சிருந்தா இந்த தப்பை பண்ணியிருக்க மாட்டேன் இல்லேன்னாளே பார்க்கலாம்."

"அடப்பாவி அவங்களப் பிரிச்சுடப் போற பாஸ்.."

"ச்சேச்சே.. இந்த கேலியும் கிண்டலும், அன்பு மிகுதியினால் வெளிப்படறதுன்னு அவங்களுக்கே தெரியாதா என்ன? ஆனா அந்த லேடி சொன்னப்பறம் தான் எனக்குக் கூட ஒரு ஐடியா தோணுறது."

"என்ன...?"

"உன்னை நா இப்ப ஒரு கார்ட்டூன் வரையப் போறேன். அதுல நீ அழகா இருந்தாதான் தொடர்ந்து காதலிப்பேன் இல்லன்னா ஒரு கப் காப்பி சாப்டுட்டு டாட்டா சொல்லிடலாம்னு இருக்கேன்."

"ஓகே. வரை. அப்டியே உன் மூஞ்சியையும் கண்ணாடில பார்த்து வரை. காப்பி சாப்பிட்டுட்டு டாட்டா சொல்ல எனக்கும் தெரியும். தவிர ஒரே மூஞ்சிய எவ்ளோ நாள் தான் பார்த்துக்

காதலிச்சுட்டுருக்க முடியும்? வாவ்.. இப்ப உன் மூஞ்சிய உடனே வரைஞ்சுடு பிரணவ், உடனே டாட்டா சொல்லிடுவேன் நான். அவ்ளோ அஷ்ட கோணலார்க்கு தெரியுமோ...? தமிழ்நாட்டு பாஷைல சொல்லணும்னா ஒரு பீப்பா விளக்கெண்ணெய் வழியுது."

பிரணவ் அடக்க முடியாமல் சிரித்தபடி பொய்க் கோபத்தோடு அவளை வெடுக்கென்று கிள்ளினான்.

சித்ராவும் விஜியும் வியப்புடன் பார்த்தார்கள்.

"காப்பிக்குக் கூட காசில்லாமல் கஷ்டப்பட்டிருக்கேளா...?"

"பின்னே நியூயார்க் வாழ்க்கைன்னா சும்மாதானா..? சிலப்பொழுது அப்டி ஆகும். அதுக்காகத் தானே நாங்க பார்ட் டைம் வேலை பண்றோம். இங்க எவ்ளோ பெரிய ஆளா இருந்தாலும் சரி அங்க வேலை பார்த்து சம்பாதிச்சாதான் செலவை சமாளிக்க முடியும். தவிர வேலைக்கு ஆள் எல்லாம் கிடைக்க மாட்டாங்க. வீடு கிளீனிங்லேர்ந்து டாய்லட் க்ளின் பண்ற வரை நாமளே தான் செய்தாகணும். இங்கேர்ந்து வர பணக்கார இளைஞர்கள் பலருக்கு அது ரொம்ப கஷ்டமான விஷயம்தான்.

சிலபேர் வெளிப்படையாகவே அலுத்துப்பாங்க. இதே இந்தியாவார்ந்தா நா ராஜாவாட்டம் இருப்பேன். எங்க வீட்ல நாலஞ்சு சர்வண்ட்ஸ் இருப்பாங்க இங்க பார் டாய்லட் க்ளீன் பண்றேன் என் தலையெழுத்துன்னுவாங்க. இன்னும் சில பேர் அமெரிக்கால ஆர்டினரியா இருக்கறதை விட என் ஊர்ல பத்து பேரை வேலைக்கு வெச்சு கால் மேல கால் போட்டு உக்காந்துக்கறேன். ஆளை விடுங்கப்பான்னு படிப்பு முடிஞ்சதும் கிளம்பி வந்துடுவாங்க. மொத்தத்துல பேருதான் அமெரிக்கவாசமே தவிர இந்த அமைதியும் ஆனந்தமும் எங்கயும் கிடைக்காது. இன்னொரு உண்மையும் கூட சொல்லித்தான் ஆகணும். திருப்தியும், சந்தோஷமும் இருக்கறவன் எங்க வேணா அமைதியா ஆனந்தமா இருக்கலாம்."

"அப்டின்னா அண்ணா கிடைச்சதும் நீங்க ரெண்டு பேரும் பேசாம இங்கயே இருந்துடுங்கோளேன். எதுக்கு மறுபடியும் அங்க போகணும்?"

“கண்டிப்பா இங்கதான் இருப்போம். ஆனா இப்ப உடனே இல்ல. இன்னும் அட்லீஸ்ட் ஒரு அஞ்சு வருஷம் அங்க வேலை பார்த்து சம்பாதிச்சுட்டா உங்க ரெண்டு பேர் கல்யாணமும் ஜாம் ஜாம்னு பண்ணி முடிச்சுடுவோம். அதுக்கப்பறம் இங்கயே வந்துடுவோம்.”

“அப்பறம் மட்டும் எப்டி வருவேள்? அதுக்குள்ள உங்களுக்கு குழந்தைகள் பிறக்கும். அதுக்கள் படிப்பு, கல்யாணம்னு புதுசா செலவு வரும். ஆக சமுத்திரத்துல அலைகள் ஓயவும் போறதில்ல. நம்ம ஓட்டம் நிக்கவும் போறதில்ல. எதுக்கு எல்லாத்தையும் இப்பவே தீர்மானம் பண்ணுவானேன்? நீங்க எங்க இருந்தாலும் ஆனந்தமா சௌக்கியமா இருந்தா போறும் எங்களுக்கு.”

“வாஸ்தவம் தான் சித்ரா. எதிர்காலம் பத்தி யாராலயும் கணிக்கவோ தீர்மானிக்கவோ முடியாதுங்கும்போது எதுக்கு பேசுவானேன்? கடவுள் யார்க்கு எந்தவிதமான வாழ்க்கைன்னு எழுதி வெச்சிருக்கானோ அதன்படி தான் நடக்கப்போறது. அதை ஏத்துக்கறது தான் விவேகமும் கூட. இருட்டிப் போச்சு கிளம்பலாமா?”

நிருபமா எழுந்து மணலைத் தட்டிவிட்டுக் கொண்டாள்.

கோயிலில் தனக்கு நேர்ந்த அந்த அனுபவமும், காட்சியும் ஒரு புதிராய் அவளுக்குள் நிறைந்திருந்தது. அந்த புதிர் என்று அவிழும்? அதற்கு என்ன தான் அர்த்தம்? இரவு முழுக்க யோசித்தாள் அவள்.

பிரணவ் கிடைப்பான் என்ற நம்பிக்கை நாளுக்கு நாள் வலுவிழந்து வர, மீனாட்சியின் முகத்தில் துக்கத்தின் நிழல் அழுத்தமாய்ப்படர்ந்தது. அவளுக்கு மட்டுமல்ல எல்லோருக்குள்ளும் அந்த துக்கமிருந்தது. இருப்பினும் மற்றவர்களின் துக்கத்தைக் கிளற விரும்பாமல் ஒவ்வொருவரும் தனிமையில் அழுதார்கள். மற்றவர்களுக்கெதிரில் நம்பிக்கையோடிருப்பது போல நடித்தார்கள்.

காணாமல் போன ஒருவனைப்பற்றி அவன் என்னவாகியிருப்பான் என்று கற்பனை செய்யக்கூட பயமாயிருந்தது. எங்கிருந்தாலும்

அவன் சௌக்கியமாக இருக்கட்டும் என்று வேண்டிக்கொள்ள முடிந்ததே தவிர அவன் இறந்திருப்பான் என்று கருத முடியவில்லை.

விளையாட்டு போல் நிருபமா ஸ்ரீரங்கம் வந்து ஆறு மாதம் ஓடிவிட்டது. பிரணவ் கிடைப்பான் என்ற நம்பிக்கை விலுவிழந்து போனதும் இனி என்ன என்ற கேள்வி அடுத்தாற்போல் எழுந்தது எல்லோரது மனசிலும்.

அக்கம் பக்கம் மெல்ல மெல்ல மறுபடியும் கிளறத் துவங்கியது. அன்றைக்கு முகத்தைத் தூக்கிக் கொண்டு போன அத்தை ஆறு மாசத்திற்குப் பின் திடுதிப்பென்று ஒரு நாள் வந்தாள்.

“ஏண்டா ஜெயராமா அவன் இனி திரும்பி வருவான்னு இன்னமும் நீ நம்பறயா?”

அவர் மௌனமாயிருந்தார்.

“இன்னமும் எதுக்கு அந்த பொண்ணை இங்க வெச்சுண்ருக்க..? அனுப்பிட வேண்டியது தானே? இனிமே இங்கென்ன அவளுக்கு வேலை?”

அத்தையின் கேள்வியில் அனைவரது முகமும் சுருங்கியது. அதிர்ச்சியோடு அப்பாவைப் பார்த்தார்கள். அவர் என்ன பதில் சொல்லப் போகிறார் என்று.

14 அத்தியாயம்

அம்மா மண்டபத்து படித்துறையில் கூட்டம் அதிகமில்லை. உழைத்துக்களைத்தவர் சிலரும் சிறுவர் சிலரும் மட்டுமே காவிரியில் நீராடிக் கொண்டிருந்தனர். அரங்கன் கோயிலில் சந்தியாகாலப் பூஜைக்காக யாத்ரீக குடும்பம் ஒன்று அவசரமாய் நதியில் கால் நனைத்து நீரை பிரோசனம் செய்து கொண்டு வேகமாய் நடந்தது. படித்துறைக்கு சற்று தள்ளி நிருபமாவும் ஜெயராமனும் அமர்ந்தார்கள். எதற்காக அவர் தன்னை தனியே அங்கு அழைத்து வந்தார் என்றறியும் ஆவலோடு அவர் முகத்தைப் பார்த்தாள். சிறிது நேரம் நதியோட்டத்தைக் காண்கிற சாக்கில் எதையோ ஆழ்ந்து யோசித்தவர், பிறகு அவள் பக்கம் திரும்பி அவளை உற்றுப் பார்த்துவிட்டு வாய் திறந்தார்.

“உங்கிட்ட நிறைய விஷயம் பேசணும்னு தான் இங்க கூட்டிண்டு வந்தேன்.”

“புரிஞ்சுது. என்ன விஷயம்ப்பா?”

“வெளிப்படையாவே கேட்டுடறேன் எம் பிள்ளை இனி கிடைப்பான்ற நம்பிக்கை உனக்கிருக்காம்மா?”

“இந்த கேள்வி இப்பொ எதுக்காகப்பா?”

“சொல்லு உனக்கந்த நம்பிக்கை இருக்கா?”

“இதுக்கு நா என்ன பதில் சொல்லணும்னு நினைக்கறீங்கப்பா?”

“உன் உள் மனசுல என்ன தோண்றதோ அதை பளிச்சுனு சொல்லு.”

“நம்பிக்கை, நம்பிக்கையில்லன்றதெல்லாம் மீறி இப்போதைக்கு அங்க குழப்பம்தான் இருக்கு.”

“ஒன்பது வருஷம் காதலிச்சிருக்க, ஒரு வாரம் அவனுக்கு மனைவியாக வாழ்ந்திருக்க. இப்பொ விளையாட்டு போல அவன் காணாம போய் ஒண்ற வருஷத்துக்கு மேல் ஆகப்போறது உனக்கு கஷ்டமாயில்லயா தாயி?”

“பின்னே...? ஆனா நா என்ன செய்ய முடியும்? இது நம்மை மீறின விஷயமாச்சே. கடவுள் நம்மேல சுமத்தற கஷ்டங்களை நம்மால என்ன செய்ய முடியும்?”

“என்னை அப்பான்னு கூப்பிடற அந்த பாசத்துல இன்னும் கொஞ்சம் வெளிப்படையா ஒரு கேள்வி கேக்கட்டும்மா?”

“என்ன...?”

“மத்த கஷ்டங்களைக் கூட முடிஞ்ச வரை தாங்கிக்கலாம் குழந்த. ஆனா காமம்ங்கறது அப்டியில்ல. ஒரு முறை அதை அனுபவிச்சவனுக்கு அந்த அன்பு கலந்த உறவு இல்லாம இருக்கறது ரொம்பக் கஷ்டம். வெளிப்படையா இதை நீ ஆமாம்னு ஒத்துக்கறயோ இல்லையோ ஆனா இதான் நிஜம். கல்யாணம் குடும்பம் குழந்தைன்னு வாழ்ந்த என் அனுபவத்துல இதைச் சொல்றேன்.

புருஷனுக்கு மனைவியும், மனைவிக்கு புருஷனும் நிச்சயம் வேணும். காமம் ஒரு அக்னி. அதை அத்தனை சீக்கிரம் அணைச்சுட முடியாது வாழ வாழ அது தானா குறையணும். ஒரு வயசுக்கப்பறம் காமம் மீறின அன்பு கணவன் மனைவிக்குள்ள அதிகரிக்கும். சிற்றின்பத்தை அனுபவிக்க அனுபவிக்கத்தான் அதுலேர்ந்து நம்மால மேல போகவும் முடியும். வாழ்க்கைல திடீர்னு இப்படிப்பட்ட கஷ்டங்கள் ஏற்படும்போது அந்த அக்னி இன்னும் தகிக்கும். அதை பலவந்தமா அடக்க முயற்சி பண்ணும்போது மனசு சோர்ந்து போகும். எரிச்சல், கோவம், தன்னிரக்கம் எல்லாம் மெல்ல மெல்ல தலை தூக்கும். இதை எல்லாம் நா எதுக்குச் சொல்றேன்னு புரியறதாம்மா...?”

“நீங்க சொல்றதை நா மறுக்கலப்பா. வெளிப்படையா ஒத்துக்கறதுல எனக்கு எந்தத் தயக்கமும் இல்ல. கஷ்டமாத்தான் இருக்கு. அதைவிட அதிகமா பிரணவைப் பத்தின கவலை இருக்கறதால, அந்தக் கவலைல இந்தக் கஷ்டம் எனக்குப் பெரிசா தெரியல.”

“எவ்ளோ நாள் கவலைப்படுவம்மா?”

“தெரியல.”

“நா சொல்றபடி கேப்பயா நிருபமா?”

“என்ன...?”

“உன்னால முடிஞ்ச வரை அவனைத் தேடிப் பார்த்துட்ட. இனிமேலும் அவன் வருவான்ற நம்பிக்கை உனக்கிருக்கோ இல்லையோ எனக்கு தெரியாது. ஆனா அந்த நம்பிக்கை எங்களுக்கு குறைஞ்சுப்போச்சு. அவனைப் பிரிஞ்சே இருந்து பழகிட்டதால இப்பவும் அவன் அமெரிக்கால இருக்கா மாதிரிதான் தோணறது. உன்னைப் பார்க்கும் போதுதான் அவன் காணாம போய்ட்டான்ற துக்கமே என்னை அழுத்தறது.”

“நா இங்க இருக்கறது உங்களுக்கு கஷ்டமார்க்காப்பா?”

“அய்யோ அப்டி சொன்னா என் நாக்கு அழுகிப் போய்டும்மா. நா அந்த அர்த்தத்துல சொல்லலை. எம் பிள்ளைய கல்யாணம் பண்ணிண்ட காரணத்தால் இந்த சின்ன வயசுல நீ எதுக்கு இப்டி வாடிப் போகணும்? இந்த கல்யாணத்தை ஒரு அழகான கனவா நினைச்சு மறந்துட்டு இன்னொரு நல்ல வாழ்க்கைக்கு நீ ஏன் முயற்சி பண்ணக் கூடாது?”

நிருபமா அவரை சில வினாடிகள் லேசான புன்னகையோடு பார்த்தாள். “உங்க அன்பு புரியறது.”

“புரிஞ்சா போறாது. இதுபத்தி நீ யோசிக்கணும்.”

“யோசிக்கறேன்னு சொல்லவோ, மாட்டேன்னு மறுக்கவோ நா யாரு? இதுவரை எனக்கு நடந்ததெல்லாம் விதிப்படின்னா

இனிமே நடக்கப்போறதைப் பத்தி மட்டும் எதுக்கு யோசிக்கணும்? கடவுள் எனக்கு என்ன நடக்கணும்னு நினைச்சிருக்கானோ? அது நடக்கும்போது அதை ஏத்துக்கற பக்குவம் எனக்கு இருக்கு. அது இன்னொரு கல்யாணமார்ந்தாலும் சரி அல்லது வேற எதுவார்ந்தாலும் சரி."

ஜெயராமன் அவளை மரியாதையுடன் பார்த்தார். அவளது பண்பட்ட பேச்சும், நிதானமும் அவர்க்கு பெருமூச்சை ஏற்படுத்தியது. இந்த சிநேகமான பெண்ணோடு வாழ என் தன் பிள்ளைக்குக் கொடுப்பனையின்றி போயிற்று என்று வருந்தினார். ஒருவரை ஒருவர் மிக நன்றாக புரிந்து கொண்ட இருவர் அந்த ஒரு வாரம் எவ்வளவு கவிதையாய் வாழ்ந்திருப்பார்கள். அந்த கவிதை இனி தொடருமா? இந்தப் பிரிவு வெறும் செமிகோலனா அல்லது முற்றுப் புள்ளியா...? கடவுள் என்ன நினைத்து இந்த நாடகத்தை அரங்கேற்றுகிறான்? எதுவாயினும் அது இனிதே முடியட்டும். தன் காதல் இணையோடு இந்த அன்றில் பறவை ஒன்று சேரட்டும் என மனமார வேண்டிக் கொள்வதைத் தவிர வேறு ஒன்றும் அவருக்குத் தோன்றவில்லை.

"இங்க வரதுக்கு முந்தி நா ரொம்பக் கவலைப்பட்டேன்" நிருபமா சொன்னாள்.

"என்னன்னு...?"

"உண்மைகளை எப்டி சொல்லப்போறோம், உங்களால தாங்க முடியுமா? என்னை ஏத்துப்பீங்களா, இல்ல வெறுத்து வெளில அனுப்பிடுவீங்களான்னு எவ்ளோ கவலை."

அவர் சிரித்தார். "ஸ்ரீரங்கத்து காத்தும் தண்ணியும் குடிச்சு வாழறவன் காதலுக்கு எப்டி எதிரியாக முடியும்? இந்த அரங்கனைக் காதலிச்சு அவனையே அடைந்த பெண்கள் எத்தனை பேர்? இனம், மொழி, மதம் எல்லாத்தையும் அந்த கடவுள் பார்த்திருந்தா துலுக்க நாச்சியை ஏத்துண்டிருப்பானா? அவளுக்கு ஒரு சன்னதிதான் இங்கிருக்குமா? உண்மையான அன்புக்கும் பக்திக்கும் ஆண்டவனே மரியாதை கொடுக்கும்

போது அல்ப மானுடன் மட்டும் எதுக்கு அர்த்தமற்ற யுத்தத்தக்குத் தயாராகணும்? என் கவலையெல்லாம், ஒண்ணு எம்பிள்ளை நல்லபடியா வந்து உன்னோட சேரணும், அப்டி வராட்டா நீ வேற ஒரு நல்லவனோட சேரணுங்கறதுதான்."

"மறுபடியும் அங்கேயே வந்தாச்சா...?"

"தப்பா எதுவும் சொல்லலையே."

"இல்லப்பா யோசிக்க யோசிக்க எனக்கு நிறைய கேள்விகள் வரது. எதுக்காக நாங்க சந்திக்கணும். அது வெறும் சந்திப்பா போகாம எதுக்காக காதலாச்சு? கல்யாணத்துல முடிஞ்சுது? நாங்க ஏன் அவ்ளோ அன்யோன்யமா அந்த ஒரு வாரம் வாழ்ந்தோம்? பிரணவ் ஏன் காணாம போனார்? ஏன் இன்னும் கிடைக்கல? இதெல்லாம் சாதாரண சம்பவங்களா எனக்கு தோணலப்பா. வேற ஏதோ காரணம் கண்டிப்பா இதுக்குப் பின்னாடி இருக்கணும். தெய்வம் எதுக்காக சேர்க்கணும்? எதுக்காகப் பிரிக்கணும்? இங்க வந்து உங்களோட இருக்கணும்னு எனக்கு ஏன் தோணணும். ஒரு விஷயம் சத்தியம்ப்பா. இத்தனை விஷயத்துலயும் எங்களுக்கு நடந்த கல்யாணம்தான் நான் எனக்குத் தெரிஞ்சு முடிவு பண்ணி தெய்வக் கிருபையோட நடந்தது. மத்த எல்லாமே என்னை மீறி நடக்கற விஷயங்கள் தான் இதெல்லாம் எதுக்காக? கடவுள் என் தேரை இனி எதை நோக்கி செலுத்தணும்னு தீர்மானிச்சிருக்கான்...? இந்த கேள்விகளுக்கு விடை தேடற ஆர்வம்தான் இப்பொ எனக்குள்ள இருக்கு. அந்த காரணத்தை தேடித்தான் இனி என் பயணம் இருக்கும். அது தெரியற வரை என் மனசுல எந்த சஞ்சலத்துக்கும் இடமிருக்காது. காமம் நெருப்பு தான். ஆனா அது குத்து விளக்கா சுடர் விடறதும் தீவட்டியா எரியறதும் நம்ம மனக்கட்டுப்பாடுல தான் இருக்கு. உங்களால முடிஞ்சா எனக்கு ஒரு உபகாரம் செய்ங்க. இந்த மனசைக் கட்டுப்படுத்தற வழிகளை எனக்கு உபதேசம் செய்ங்க. காமம்ங்கற அந்த அக்னியை நா முழுசா அணைக்கவும், அந்த சக்தியை வேற விதத்துல திசை திருப்பவும் வழி உண்டுன்னா சொல்லிக் குடுங்க. இல்லறத்துல

இருந்துண்டே பிரும்மச்சரியத்தை புருஷனும் மனைவியுமா ஒரு தவமா நினைச்சு கடைபிடிச்ச பூமி இது ராமகிருஷ்ணருக்கும், சாரதா தேவிக்கும் முடிஞ்ச விஷயம் எனக்கு முடியாதா..? அதுக்கான முயற்சிகள்ல ஈடுபடறதுக்கு வயசிருக்கா என்ன...?"

அவள் கேட்க, ஜெயராமன் திகைத்தார். அந்த திகைப்புடன் அவளைப் பார்த்தார்.

"அதுக்கான அவசியம் என்னம்மா இப்பொ?"

"இதுக்கெல்லாம் அவசியம் வரணுமா என்ன?"

"காமத்தை அடக்கினா தான் கடவுளை அறிய முடியும்ங்கறது சிலரோட அனுபவ வார்த்தைகள். சம்சாரம் பண்ணிண்டேயும் அதை அறிய முடியும்ங்கறது சிலரோட அனுபவம். பாதை எதுவார்ந்தாலும் பரிசுத்தமான பக்தி இருந்தா தான் பயணம் வெற்றியடையும். சம்சாரம் சாகரம்னா ஆன்மீகம் அதைவிடப் பெரும் சாகரம்னுதான் சொல்லணும். காமம் சுகம்னா கடவுள் பரம சுகம். இதை அனுபவத்துல உணர்ந்த கணவன் மனைவி ராமானுஜர் காலத்துல இதே ஸ்ரீரங்கத்துல வாழ்ந்து சரித்திரமாயிருக்கா. அவாளைப் பத்தி நா அப்பறம் விவரமா சொல்றேன். இப்போ நாழியாய்டுத்து. போலாமா?"

அவர் எழுந்தார். நன்கு இருட்ட ஆரம்பித்திருந்தது.

"நியூயார்க்ல கோயிலுக்கெல்லாம் போக நேரமிருக்குமா?"

"வாரா வாரம் ஏதாவது ஒரு கோயிலுக்குப் போய்டுவோம். முக்கியமா பிரணவ் அங்கயும் ரங்கநாதரை தரிசனம் பண்ண வாரம் ஒரு முறை கண்டிப்பா போய்டுவார்."

"ரங்கநாதரையா...?"

"ஆமாம். பொமானான்னு ஒரு இடத்துல இதே மாதிரி பள்ளி கொண்ட பெருமாள் கோயில் இருக்கு. அவரை தரினசம் பண்ணும்போது மட்டும் தான் ஸ்ரீரங்கத்துல இருக்கற உணர்வு வரதுன்னு சொல்லுவார்."

ரத வீதியில் நுழைந்த போது ரங்கன் எதிர்ப்பட்டான் அவர்களைப் பார்த்ததும் நின்றான்.

"வாக்கிங் போய்ட்டு வரேள் போலருக்கு."

"ஆமாம். நாளைக்கு என்னோட திருச்சி வரை வர முடியுமா ரங்கன்?" நிருபமா கேட்டாள்.

"தாராளமா, எப்பொ வரணும்?"

"உங்க வேலை முடிஞ்சு வந்தா போறும்."

"சாயங்காலம் நாலு மணிக்கு வரட்டுமா?"

"நா ரெடியார்க்கேன்."

ரங்கன் விடை பெற்று நடந்தான்.

"சித்ராக்கு ஏதாவது வரன் பாக்கறீங்களாப்பா?"

"பார்த்தோம். வெளிநாட்டு வரன்களே கூட வந்தது. ஆனா இந்த பொண்ணுக்கு எதுவும் பிடிக்கல."

"ஏணாம்..?"

"ஏதாவது ஒரு காரணம்."

"அவ காரணம் சொல்றது இருக்கட்டும் அவ அப்டி சொல்றதுக்கு என்ன காரணம்னு கேட்டீங்களா?"

"பார்த்த உடனே மனசுல பச்சுனு ஒட்டிக்கணுமாம். இவன்தான் தன் ஆளுன்னு தோணணுமாம். அப்டி தோணித்துன்னாதான் ஓ கேன்னு சொல்லுவாளாம்."

நிருபமா புன்னகைத்தாள்.

"எங்க போய்ட்டேள் ரெண்டு பேரும். திருச்சி வரைக்குமா நடந்துட்டு வரேள்?"

அம்மா கிண்டலடித்தாள்.

"சித்ரா எங்கம்மா...?"

"கோவிலுக்குத்தான் போனா. அவளையும் இன்னும் காணல. டிபன் ஆறிப்போறது."

"அதோ வந்துட்டாம்மா சித்ரா." நிருபமா வாசற்பக்கம் சென்றாள். சித்ராவை புன்னகையோடு பார்த்தாள்.

"ரங்கநாதர் தரிசனம் ஆச்சா?"

"ஓ யெஸ். இன்னிக்கு அலங்காரம் பிரமாதம்."

"அலங்காரம் இருக்கட்டும். ஆண்டாளை எப்பொ ஏத்துப்பாராம்? ஏதாவது சொன்னாரா?"

நிருபமா கேட்க, சித்ரா திகைப்புடன் நிமிர்ந்தாள். நிருபமா விஷமமாய் சிரிக்க, சித்ரா நெளிந்தாள்.

"என்ன கேக்கறேள்? எனக்குப் புரியல."

"எனக்குப் புரிஞ்சாச்சு."

"என்ன...?"

"நானும் அப்பாவும் உனக்கொரு வரன் பார்த்திருக்கோம். அது விஷயம் பேச நாளைக்கு நா திருச்சி வரை போறேன். அநேகமா வர ஞாயித்துக்கிழமை உன்னைப் பார்க்க வருவாங்கன்னு நினைக்கறேன்."

"மாப்ளய நா பாக்க வேண்டாமா?"

"வருவாங்கல்ல அப்பொ பாத்துக்கறது."

"அது வேண்டாம். போட்டோ கேளுங்க எனக்குப் பிடிச்சிருந்தாதான் அடுத்த ஸ்டெப்."

"அவ்ளோதானே வாங்கிட்டு வரேன். அதுசரி ரங்கநாதனுக்கு மாலை சூடிப் போடுவயா? இல்ல சூடாம போடுவயா?"

"எனக்கு ஒண்ணும் புரியல."

"ராத்திரி பூரா தூங்காம யோசி."

நிருபமா ஒரு மாதிரி சிரித்தபடி உள்ளே போனாள். சித்ரா மலங்க மலங்க விழித்துப் பார்த்தாள்.

15 அத்தியாயம்

வானம் மந்தமாயிருந்தது. அனல் குறைந்து காற்றில் குளுமை கூடியிருந்தது. கடைத்தெருவின் நெரிசலைக் கடந்து உச்சிப் பிள்ளையார் கோயிலின் நுழைவு வாயில் நுழைந்து நுழைவுச் சீட்டு பெற்றுக்கொண்டு இருவரும் படி ஏறினார்கள். உச்சியை அடைவதற்குள் நிருபமா பல முறை நின்று மூச்சு வாங்கினாள். ரங்கன் சிரித்தான். “முடியலையா” என்றான்.

“பழக்கமில்ல. பழகிட்டா இப்படி இரைக்காது நீங்க எப்டி? வாரம் ஒருமுறை மலை ஏறுவீங்களா?”

“படிச்சுண்ருந்தப்போ நானும் பிரணவும் ஆல்மோஸ்ட் மூணு நாளைக்கொருதரமாவது உச்சிப் பிள்ளையார்க்கு அட்டென்டென்ஸ் குடுத்துடுவோம். மலைப்பாறைல காத்தாட உக்காந்து நேரம் காலமில்லாம பேசிட்டு கடசியாதான் இறங்கிப் போவோம். அப்பறம் வாரம் முறை, பத்து நாளைக்கொரு முறைன்னு குறைஞ்சு இப்ப மாசம் ஒரு முறை வரக்கூட நேரமிருக்க மாட்டேங்கறது. உக்காந்து பேச ஆளும் இல்லயே.”

“நேரமில்லன்னு சொல்லுங்க ஒத்துக்கறேன். ஆனா துணைக்கு ஆள் இல்லன்றீங்க பாருங்க, அது கப்ஸா.”

“அய்யோ நிஜமாங்க.”

“நிஜமா பொய்யான்னு அப்பறம் சொல்றேன். இப்ப அந்த நிலாவைப் பாருங்க. எவ்ளோ அழகார்க்கு இல்ல?”

"பௌர்ணமி நிலாவோட அழகுக்கு கேக்கணுமா என்ன?"

பிள்ளையாரை தரிசித்துவிட்டு மலைப்பாறையில் வந்து அமர்ந்தார்கள். காற்று வீசியடித்துக் கொண்டிருந்தது.

தூரத்தில் காவிரி வெள்ளி ரிப்பன் மாதிரி தெரிந்தது. ஸ்ரீரங்கத்துக் கோபுரம் நிலவொளியில் அழகாய்த் தெரிந்தது. வீடுகளின் மின் விளக்குகள் நட்சத்திர சிதறல்களாய் மின்னத் துவங்கியது.

"எந்த மாசத்து பௌர்ணமி ரொம்ப அழகானதுன்னு சொல்வீங்க ரங்கன்?"

"எல்லா மாசமுமே பௌர்ணமி அழகுதான்."

"ம்ஹூம் ஒரு மாசம் உங்களுக்கு ஸ்பெஷல்னு நான் சொல்றேன்."

ரங்கன் கண்கள் சுருங்கப் பார்த்தான். நிருபமா சிரித்தாள்.

"நா சொல்லட்டுமா?"

"ப்ளீஸ்."

"சித்ரா பௌர்ணமி. சரியா?"

ரங்கன் திகைப்போடு பார்த்தான். நிருபமா வேறு எங்கோ பார்ப்பது போல் சிரிப்பை அடக்கிக் கொண்டாள்.

"சித்ரா ஏதாவது உங்ககிட்ட சொன்னாளா?" கூச்சமும் சங்கடமும் கலந்த குரலில் பிறகு கேட்டான்.

காதலைப்பத்தி எனக்கும் அனுபவ அறிவு உண்டு. யாரும் சொல்லவே வேண்டாம்."

"யூ ஆர் கிரேட் இருந்தாலும் எப்படிக் கண்டுபிடிச்சீங்க?"

"எப்படியோ இப்ப அதுவா முக்கியம்? அடுத்தாப்போல நடக்க வேண்டியதைப்பத்தி பேசத்தான் உங்களை இங்க வரச்சொன்னேன். கல்யாணம்பத்தி நீங்க ரெண்டு பேரும் ஏதாவது பேசி முடிவு பண்ணியிருக்கீங்களா?"

"இல்ல. ஏதோ ஒரு தயக்கம் ரெண்டு பேருக்கும் இருக்கு."

"பெரியவங்க ஒத்துப்பாங்களா மாட்டாங்களான்னா?"

“அவ குடும்பத்தோட பரந்த மனசை உங்க விஷயத்துலயே நா புரிஞ்சுண்டாச்சு. நா கவலைப்படறது என் வீட்டைப் பத்திதான்.”

“ஏன் சம்மதிக்க மாட்டாங்களா?”

“அப்பாவும் அம்மாவும் தீவிர வைஷ்ணவா. அப்பா கோவில்ல பட்டரா இருக்கார். தெரிஞ்சவாங்கற முறையில் ஜெயராம் மாமா குடும்பத்து மேல் நிறைய அன்புண்டு. ஆனா கண்டிப்பா கல்யாணத்துக்கு ஒத்துக்க மாட்டார்.”

“அவர் தினமும் பூஜை பண்ற அரங்கனே ஜாதியும் மதமும் பார்க்காமல், தன்னை பிரேம பக்தி பண்ணினவாளை ஏத்துக்கிட்ட விஷயங்கள் அவருக்குத் தெரியாதா?”

“தெரியாம என்ன? இருந்தாலும் மனுஷா மனசுல பதிஞ்சு போயிருக்கிற சில நம்பிக்கைகளையும் பிடிவாதங்களையும் அவ்ளோ சீக்கிரம் மாத்திட முடியாதுங்கறது தான் நிஜம்.”

“நா வேணும்னா உங்கப்பாட்ட பேசிப் பாக்கட்டுமா?”

“வேண்டாம். உங்க மனசு நோகும்படியாக அவர் ஏதாவது சொல்லிடுவார்.”

“காயமில்லாம யுத்தம் பண்ண முடியாது ரங்கன். நா பேசி முடிச்சுடுவேன். கவலைப்படாதீங்க.”

“இல்ல அவசரப்பட வேண்டாம். நல்லது நடக்கறதுக்கு பதிலா விபரீதமாய்டக்கூடாது. சமயம் வரும்போது நானே பேசிப் பாக்கறேன்.”

“சமயம் எப்பொ வரும் ரங்கன்?”

“இன்னிக்கு நைட் வந்துடுமா?”

ரங்கன் சிரித்தான். “முயற்சி பண்ணிப் பாக்கறேன்.”

“உங்க பர்ஸ் கொஞ்சம் குடுங்களேன் ரங்கன்.”

“எதுக்கு?”

“குடுங்க சொல்றேன்.”

ரங்கன் பாக்கெட்டிலிருந்து பர்ஸ் எடுத்துக் கொடுத்தான். அதைப் பிரித்தவள் அதிலிருந்து எதையோ எடுத்தாள்.

“என்ன அது.”

“உங்க போட்டோ...?”

“எதுக்கு...?”

“ம்... யாருக்கோ இதை வெச்சு பூஜை பண்ணணுமாம். வாங்கிட்டு வரச் சொன்னாங்க.”

அவன் சிரித்தான்.

அவர்கள் கீழே இறங்கி வந்தார்கள்.

“பிரணவ் பத்தி வேற ஏதாவது விவரம் கிடைச்சுதா?”

“ப்ஸூ ...”

“இனி என்ன செய்யப் போறீங்க நிருபமா?”

“ஏதாவது செய்யத்தான் வேணும்.”

“இனி அவரைத் தேடறதுக்கு ஒரு வழியும் இல்ல. கடவுள்விட்ட வழின்னு வாழ்க்கையைத் தொடர வேண்டியது தான். அப்பா என்னை இன்னொரு கல்யாணம் பண்ணிக்கச் சொன்னார்.”

“தப்பில்லையே.”

“தப்புன்னு நானும் சொல்லல. ஆனா எனக்கதுல இன்ட்ரஸ்ட் இல்ல.”

“காலம் பூரா தனியா இருந்துட முடியாது நிருபமா.”

“கடவுள் எதுக்காக இந்த பிரிவை எங்களுக்குக் குடுத்தான்னு தெரிஞ்சுக்கற வரை என் மனசு வேற எதைப்பத்தியும் யோசிக்காது ரங்கன்.”

“நம்ம கேள்விகளுக்கு கடவுள் இறங்கி வந்து பதில் சொல்லமாட்டாரே.”

“சொல்ல மாட்டார்தான். ஆனா புரிய வைப்பார் எப்படியாவது புரிய வெப்பார். எங்களுக்கு கல்யாண முடிச்சுப் போட்ட தெய்வம்

உடனே எங்களைப் பிரிச்சு வெச்சுருக்குன்னா. நிச்சயம் ஏதோ காரணம் இருக்கணும்னு தோணுது ரங்கன். அது தெரியாத வரை நா ஓயமாட்டேன்."

ரங்கன் அதற்குமேல் அது பற்றி பேசவில்லை.

அன்றிரவு தூக்கம் வராமல் மாமனாரின் அறையிலிருந்து புத்தகங்கள் சிலவற்றை எடுத்து வரப் போனாள்.

"என்னம்மா. புக்ஸா."

"எது படிக்கலாம். நீங்களே சொல்லுங்களேன்."

"எங்கிட்ட நிறைய ஆன்மீகம் தான் இருக்கும். பிடிக்குமா உனக்கு."

"பரவால்ல குடுங்க. இந்த ஸ்ரீரங்கம் சம்பந்தப்பட்ட புக்ஸ் இருக்கா?"

"ராமானுஜரைப் பத்தி படிக்கறயா?" அவர் ராமானுஜர் வரலாறை எடுத்துக் கொடுத்தார்.

படிக்கப் படிக்க பல விஷயங்கள் வியப்பை ஏற்படுத்தின. நள்ளிரவுக்குள் முழு புத்தகத்தையும் முடித்துவிட்டாள். விடிய விடிய நிறைய விஷயங்களை யோசித்தவள் விடியும் நேரம் அசந்து தூங்கினாள். எட்டு மணி வரை யாரும் அவளை எழுப்பவில்லை. தானாகவே கண் விழித்தவள் அத்தனை பேரும் குளித்து வேலையில் ஈடுபட்டிருப்பது கண்டதும் வெட்கத்தோடு எழுந்து பின்பக்கம் சென்றாள் பத்து மணிக்கு கோயிலில் ரங்கன் காத்திருப்பான். அப்பாவிடம் அவன் என்ன பேசினான். அவர் என்ன சொன்னார் என்று கூறுவதாகக் கூறியிருந்தான்.

குளித்து காபி மட்டும் சாப்பிட்டவள் கோயிலுக்குப் போவதாகச் சொல்லிவிட்டுக் கிளம்பினாள்.

"நா கூட வரட்டுமா மன்னி?" விஜி கேட்க

"இல்ல விஜி நா நிதானமா ஒவ்வொரு இடமா பாக்கணும்னு போறேன். உனக்கு போரடிச்சுடும்" நாசூக்காக அவளைத்

தவிர்த்துவிட்டு கிளம்பினாள். உள் ஆண்டாள் சந்நிதிக்கருகில் காத்திருந்தான் ரங்கன்.

"என்னாச்சு ரங்கன்?"

"பெரிய பிரச்னையாய்டுத்து."

"என்ன சொல்லுங்க."

"அப்பா பயங்கரமா கத்திட்டார். அம்மா ஒரே அழுகை நானும் பிடிவாதமா இருந்தேன்."

"கடசீல என்னதான் சொன்னா? ஒத்துண்டாளா ஒத்துக்கலையா?"

"எப்டி ஒத்துப்பா...? எங்க தூரத்து சொந்தத்துல எனக்கு பொண்ணு பாத்து வாக்கு குடுத்தாச்சுங்கறா."

"உங்களைக் கேக்காம எப்டி வாக்குக் குடுக்கலாம்னு கேட்டீங்களா?"

"கேட்டேன். ஆனா அவங்க எதைப்பத்தியும் கவலைப்படல. தன் கௌரவமும் மரியாதையும் தான் பெரிசுன்னு நினைக்கறா."

"இந்த நிலைல நீங்க என்ன முடிவெடுக்கப் போறீங்க ரங்கன்?"

"எனக்கு வெண்ணையும் வேணும் தாழியும் உடையப்படாது. நா என்ன செய்யணும்னு நீங்களே சொல்லுங்க."

"யோசிக்கலாம் ரங்கன். நீங்களும் யோசிங்க. நானும் யோசிக்கறேன். நாளைக்கு சாயங்காலம் இதே இடத்துல பாக்கலாம்" நிருபமா கிளம்பினாள். ரங்கன் சடுதியில், அங்கிருந்து சென்றான். நிருபமா யோசனையோடு பத்தடி நடப்பதற்குள் யார் மீதோ மோதிக்கொள்வது போல் நின்றாள்.

அவளை முறைத்துப் பார்த்தபடி நின்ற முகத்தில் ரங்கனின் சாயல் தெரிய அது யாரென்று புரிந்துவிட்டது அவளுக்கு.

"எம் பிள்ளைய இப்டியெல்லாம் தூண்டிவிடறது நீதானா?"

"தப்பு தப்பு. காதலிக்க நா தூண்டி விடல. அது ரொம்ப நாளா நடந்துட்ருக்கு கல்யாணத்தை பத்திதான் நா கேட்டேன்."

அவர் முறைத்தார்.

"கல்யாணத்தைப் பத்தி பேசணுமா?"

"காதலிக்கிறவங்களுக்கு அதானே நல்லது?"

"ஒண்ணு செய். இன்னிக்கு சாயங்காலம் எங்காத்துக்கு வா. நாம கல்யாணம் பத்திப் பேசலாம்."

நிருபமாவின் முகம் மலர்ந்தது. "கண்டிப்பா வரேன்."

அவர் கடுகடுவென்ற முகத்துடன் நகர்ந்து செல்ல, அவள் சந்தோஷமாக வீட்டுக்கு வந்தாள். கொல்லைப்புறம் துணி துவைத்துக் கொண்டிருந்த சித்ராவின் எதிரில் வந்து நின்றாள்.

"கோயில்ல தரிசனமெல்லாம் கிடைச்சுதா?"

"ம்... ரங்கநாதனை, அவப்பாவை எல்லாரையும் தரிசனம் பண்ணியாச்சு."

"ஸ்வாமிக்கு ஏது அப்பா?"

"உன் ஸ்வாமிக்கு இருக்காரே."

சித்ரா நிமிர்ந்து பார்த்தாள். மனசுக்குள் ஏதோ ஒன்று படபடத்தது.

"பிள்ளையோட போட்டோ வாங்கிண்டு வந்திருக்கேன். பாத்து பிடிச்சிருக்கா இல்லையான்னு சொல்லு" தன் கைப்பையிலிருந்து ஒரு கவர் எடுத்தாள்.

"இந்த பையனைப் பார்" ஒரு புகைப்படத்தை நீட்டினாள்.

"ப்ஸ்... முழியே நன்னால்ல."

"இது...?"

"ம்ஹூம்... நாலாங்கிளாஸ் பையனாட்டம் இருக்கான்."

"இதைப் பார்."

"ரௌடியாட்டம் இருக்கான்."

"இதப்பார் சித்ரா. இதான் கடைசி வரன். நீ வேணுன்னாலும் வேண்டான்னாலும் இவன் தான் உன் கடைசி ஸ்வாமி."

சித்ராவின் முகத்தில் ஆயிரம் சூரியன் உதிக்க, நிருபமாவை அணைத்துக் கொண்டாள்.

"உங்களுக்கு எப்டி தெரியும்?"

"எது...?"

"இந்த விஷயம்."

"அனுபவம் தான்."

"இது நடக்குமா மன்னி. எனக்கு பயம்மார்க்கு."

"பயப்படறவா காதலிச்சிருக்கவே கூடாது."

"ரங்கன் என்ன சொன்னார்?"

"இன்னிக்கு சாயங்காலம் அவங்க வீட்டுக்குப் போகப் போறேன் நா மட்டும்."

"அய்யோ அப்பாக்கு சொல்ல வேண்டாமா?"

"நா முதல்ல பேசிட்டு வரேன். அப்பறம் சொல்லிப்போம்."

அன்று மாலை மீண்டும் கோயிலுக்கு என்று சொல்லிவிட்டு சித்ராவுடன் கிளம்பினாள். சித்ரா மட்டும் கோயிலுக்குள் செல்ல, நிருபமா ரங்கனின் வீட்டுக்குச் சென்றாள்.

ஊஞ்சலில் விசிறியபடி அமர்ந்திருந்தார் பட்டர்.

"நமஸ்காரம்."

"அப்டி உக்காரு."

குரல் கேட்டு ரங்கனின் குடும்பம் உள்ளிருந்து எட்டிப் பார்த்தது.

"உம் பேர்?"

"நிருபமா?"

"உன்னைப் பத்தி கேள்விப்பட்டேன். அமெரிக்கால வெச்சு பிரணவைக் கல்யாணம் பண்ணிண்டயாம்."

"ஆமா."

"இப்பொ பிரணவ் எங்கே?"

"அதுவும் உங்களுக்குத் தெரிஞ்சிருக்குமே."

"ம்... தெரிஞ்சது. ஜெயராமனுக்கு இருந்தது ஒரு பிள்ளை அந்தப் பிள்ளையை அவனுக்கு இல்லாம பண்ணிட்டு. அவன் வீட்டுக்கே வந்து உரிமை கொண்டாடிண்டு உக்காந்திருக்கன்னு தெரியும்."

நிருபமா முகம் சுருங்கப் பார்த்தாள்.

"பிரணவ் காணாம போனது என்னால இல்ல."

"உன் ஜாதகத்தால தான்னு ஊரே பேசிருக்கு. பெரியவா ஜாதகம் பாத்து பண்ணி வெச்சிருந்தா அந்த பிள்ளை இப்டி காணாம போயிருக்க மாட்டான்னு சொல்றது. அவனைப் பெத்தவா உசிரோட அவனைப் பறிகொடுத்துட்டு என்ன துடிதுடிச்சுண்ருப்பான்னு யோசிச்சுப் பார்த்தயா? இந்த துக்கத்துலயும் உன்னை நல்லபடியா நடத்துறது அவா பெருந்தன்மை. உன்னை அந்த வீடு உள்ள ஏத்திட்டதால எல்லா அதிகாரத்தையும் நீயே எடுத்துண்டாச்சா?"

நிருபமா குழப்பத்துடன் பார்த்தாள்.

"சாயங்காலம் கல்யாணம் பேசவான்னு கூப்ட்டேன். வந்துட்ட. ஆனா பெண்ணுக்கு அப்பா அம்மாவை விட்டுட்டு நீ மட்டும் வந்திருக்கன்னா என்ன அர்த்தம்?"

"இல்ல... முதல்ல... நா மட்டும்..."

"உன் விளக்கம் எதுவும் எனக்குத் தேவையில்ல. இந்த ஒரு விஷயத்துலயே உன் அகம்பாவம் எனக்குப் புரிஞ்சாச்சு. உன்னை அந்த வீடு மாட்டுப் பெண்ணா ஏத்துண்ருக்கலாம். ஆனா எந்த உரிமைல இங்க வந்த நீ?"

"நா அவளோட மன்னி?"

"பிரணவ் இருந்தாத்தான் உனக்கு அந்த மரியாதை கொடுக்க முடியும்."

"தப்புதான். உங்க அளவுக்கு எனக்கு விவரம் போறாதுதான் மன்னிச்சுடுங்கோ. நா போய் சித்ராவோட அம்மா அப்பாட்டயே

விஷயத்தைச் சொல்லி அவாளையே அனுப்பி வெக்கறேன். அவாகிட்டயே நீங்க பேசி முகூர்த்த நாள் குறிச்சுடுங்கோ. அதுபோறும் எனக்கு.”

“அவா வரமாட்டா.”

“ஏன்...”

“வரமாட்டான்னா மாட்டா.”

“அவங்க எங்க காதலை ஏத்துண்டவங்க. தன் பெண் காதலையும் கண்டிப்பா ஏத்துப்பாங்க.”

“ஆனா நா ஏத்துக்க மாட்டேன்னு அவாளுக்குத் தெரியும். என் குடும்பம் எப்பேர்ப்பட்ட குடும்பம்னு அவருக்குத் தெரியும். எந்த கலப்படத்துக்கும் நா சம்மதிக்க மாட்டேன்னும் தெரியும் அவருக்கு.”

“இது அந்த பெண்ணோட விருப்பம் மட்டுமில்ல உங்க பிள்ளையோட விருப்பமும் கூடத்தான்.”

“எம்பிள்ளை எனக்குக் கட்டுப்பட்டவன்.”

“ஆனா காதல் யாருக்கும் கட்டுப்படாது.”

“கட்டுப்படும். அதை நீயே பார்க்கத்தான் போற.”

“தினம் ரங்கநாதருக்கு பூஜை பண்றவர், நிறைய படிச்சவர், இப்டியெல்லாம் பேசலாமா?”

“நீ போகலாம்.”

“இதான் உங்க முடிவா?”

“ஆமா.”

“ஒருவேளை, தெய்வத்தோட முடிவு வேற மாதிரி இருந்தா?”

“தெய்வம் ஏற்கனவே நம்ம விதியை நம்ம ஜாதகத்துல எழுதிதான் நம்மை அனுப்பி வெக்கறது இந்த பூமிக்கு. அதை மாத்த அந்த தெய்வத்தாலயே முடியாது. ரங்கன் ஜாதகப் பிரகாரம் அவனுக்கு காதல் கல்யாணம் கிடையாது. நாங்க பாக்கற பொண்ணைத்தான் அவன் பண்ணிப்பான்.”

நிருபமா அவரை உற்றுப் பார்த்துவிட்டு எதுவும் பேசாமல் கிளம்பினாள்.

"ஒரு நிமிஷம்."

நின்றாள்.

"பிரணவ் திரும்பி வரணும்னு நீ உண்மையா விரும்பறயா?"

"என்ன கேள்வி இது?"

"உன் ஜாதக தோஷம் தான் அவனை பெத்தவாட்டேர்ந்து, பிரிச்சுடுத்துன்னு நினைக்கறேன். நீ இங்கேர்ந்து போயிடு. அவனை மறந்துட்டு வாழப்பார். நீ போனதும் அவன் வரானா இல்லையான்னு பார். உன்னால முடிஞ்சா அந்த பிள்ளையும் பெத்தவாளும் சேர்றதுக்கு உதவி பண்ணு. நீ போனாத்தான் அது நடக்கும். அதை விட்டுட்டு ஏதேதோ பண்ணி எம் பிள்ளையையும் எங்கிட்டேர்ந்து பிரிக்க முயற்சிக்காதே புரிஞ்சுதா?"

நிருபமா யாக குண்டத்தில் தள்ளப்பட்டாற் போல் துடித்தாள்.

16
அத்தியாயம்

ஆணவம் எந்த அளவுக்கு உள்ளதோ அந்த அளவுக்கு மனிதன் கடினமாகிப் போகிறான். யாருடனும் இணைய மறுத்து ஒதுங்கிப் போகிறான். அவனைச் சுற்றி அவன் எழுப்பும் சுவரும் கடினமாகவே இருக்கிறது. அந்த சுவருக்குள் ஒரே ஒரு ஒலிதான் இடைவிடாமல் ஒலித்துக் கொண்டிருக்கும். நான்... நான் நான்... நான் என்பது நாம் என்றாகும் போது ஆணவம் அழிந்து அன்பு பிறந்து விடும்.

ஆனால் அந்த ஒரு எழுத்தில் மனிதன், அன்பு, நட்பு, பிறர் நலம் அனைத்தையும் இழந்து அகங்காரத்தின் ரூபமாகவே இருக்க விரும்புவது ஏன் என்பது புரியவில்லை. நாள் முழுக்க தெய்வத்தின் அருகில் நின்று மந்திரங்களாலும் மலர்களாலும் அதனை பூஜித்தாலும், தன் மனசுக்குள் இருக்கும் மாசுகளை அகற்றிக்கொள்ள சிலர் சிறு முயற்சி கூட எடுக்க எண்ணுவதில்லை என்பதற்கு ரங்கனின் அப்பா ஒரு உதாரணம். காதலை அங்கீகரிக்க தனக்கு விருப்பமில்லை என்பதோடு அவர் நிறுத்தியிருந்தால் கூட அது பெரும்பாலான பெற்றோரது மனநிலை என எடுத்துக்கொள்ளலாம். ஆனால் அவர் அதற்கும் மேலே சென்று அவளை வார்த்தைகளால் குதறியதைத்தான் அவளால் ஜீரணிக்க முடியவில்லை. பிரணவின் அப்பா அம்மாவின் பிரிவுத்துயருக்கு இவள்தான் காரணம் என்றும், இவள் இங்கிருந்து போய்விட்டாலே அவன் அவர்களுக்குத் திரும்பக் கிடைத்து விடுவான் என்கிற ரீதியில் அவர் பேசினதும் அவள் இதயத்தை திராவகத்தில் முக்கினாற்போல் துடிக்க வைத்தது.

ராஜகோபுரத்தின் அருகில் ரங்கன் அவளை எதிர்கொண்டான். அவள் முகத்தைப் பார்த்ததுமே வீட்டில் அவளுக்கு என்ன மரியாதை கிடைத்திருக்கும் என யூகிக்க முடிந்தது அவனால்.

உங்க ஸ்ரீரங்கநாதன் பிரேம பக்தியை ஏத்துண்டவர்ங்கறது உண்மையானா, உங்க காதலையும் அவன் காலடில போட்ருங்க ரங்கன். அவன் உங்களை சேர்த்து வெப்பான்.

"என்ன நடந்தது நிருபமா?"

"அதெல்லாம் எதுக்கு? எந்த காரணத்தைக் கொண்டும் சித்ராவைக் கைவிடமாட்டேன்னு உங்க மனசுக்குள்ள சத்தியப்பிரமாணம் எடுத்துக்கோங்க. பெத்தவாளுக்கு பயந்துண்டு, அவா மனசைக் காதல்ங்கற போரால் காயப்படுத்தறதான்னு தயங்கிண்டு, உங்களையே நம்பியிருக்கற பெண்ணைக் காயப்படுத்தி அவ மனசை சாகடிச்சுடாதீங்க. இவ்ளோதான் இப்போதைக்கு என்னால சொல்ல முடியும்" நிருபமா மேற்கொண்டு எதுவும் பேச இயலாமல் விறுவிறுவென்று நடந்தாள். ரங்கன் அயர்ந்து நின்றான்.

வீட்டிற்குள் நுழையும்போது முகத்தை சாதாரணமாக வைத்துக் கொண்டாள். ஜெயராமன் ஈஸி சேரில் கண் மூடி சாய்ந்திருந்தார். வீடு ஏனோ வழக்கத்திற்கு மாறாக நிசப்தமாக இருந்தது. ரேடியோவில் மெலிதாய் ஒலிக்கும் சங்கீதம் கூடக் கேட்கவில்லை. நிருபமா உள்ளே வந்தாள். மீனாட்சி ஸ்வாமி விளக்கேற்றி ஸ்லோக புத்தகத்தோடு கீழே அமர்ந்திருக்க, சித்ராவும் விஜியும் இரவு டிபனுக்காக சப்பாத்தி இட்டுக் கொண்டிருந்தார்கள்.

"நா இடட்டுமா..."

நிருபமா அவர்கள் அருகே அமர, ஜெயராமன் விழி திறந்து அவளைப் பார்த்தார்.

"இங்க வாம்மா..."

"என்னப்பா...?"

"எதுக்கும்மா ரங்கனாத்துக்குப் போன?"

நிருபமா ஓரக்கண்ணால் சித்ராவைப் பார்க்க, அவள் குனிந்த தலை நிமிராமல் சீரியஸாய் சப்பாத்தி இட்டுக் கொண்டிருந்தாள்.

“உங்களுக்கு எப்படிப்பா தெரிஞ்சுது? யார் சொன்னா..?”

“ரங்கனோட அப்பா.”

நிருபமா திகைத்தாள்.

“இதெல்லாம் உனக்குத் தேவையாம்மா? என் பெண்ணுக்கு கல்யாணம் பேச நாங்க ரெண்டு பேரும் குத்துக்கல்லாட்டம் இருக்கும்போது, எங்களுக்கே தெரியாம நீ எதுக்காக அங்க போன...?”

“அவர் தான் வரச் சொன்னார்ப்பா. பேசிட்டு வந்து உங்ககிட்ட சொல்லாம்னு நினைச்சேன்.”

“நாக்கைப் பிடுங்கிக்கறா மாதிரி கேக்கறார் மனுஷன். ஏண்டா ஜெயராமா என்ன குடும்பம் உன்னுது? பிள்ளை எவளையோ அமெரிக்கால கல்யாணம் பண்ணிண்டானாம். அந்த எவளோ ஒருத்தி உன் பிள்ளையையே காணாம அடிச்சுட்டு உன் வீட்ல வந்து சட்டமா உக்காந்துப்பாளாம். நீயும் வெக்கமில்லாம அவளை வீட்டுக்குள்ள வெச்சு சீராட்டுவயாம். என்னடா எழவு இதெல்லாம்? காதலாவது கத்திரிக்காயாவதுன்னு கழுத்தைப் பிடிச்சு தள்ள வேண்டாமோ?

சரி வந்த கழுதை சும்மாவாவது இருக்கா? இன்னும் யாருக்கு காதல் கல்யாணம் பண்ணி வெக்கலாம்னு அலஞ்சுருக்கு. அவ கல்யாணம் பண்ணி வெக்க எம் பிள்ளைதானா கிடைச்சா? உங்குடியைக் கொடுத்தது போறாதுன்னு ஊர்க்குடியும் கெடுக்கப் புறப்பட்டவளை இனியும் நீ வீட்டுக்குள்ள வெச்சு சீராட்டிண்டுக்கறது நன்னால்ல சொல்லிப்ட்டேன்.

பரம்பரை வாசனை உனக்கிருக்கோ இல்லையோ, எனக்கு நிறையவே இருக்கு. இது மானம் மரியாதை உள்ள குடும்பம். இந்த காதல் கண்றாவியெல்லாம் உங்காத்தோட இருக்கட்டும். எங்காத்து படியேறி வந்தா நா சும்மார்க்க மாட்டேன். உம் பொண்ணை வேற ஆள் பார்த்து காதலிக்கச் சொல்லு அவன்

எவனார்ந்தாலும் தாராளமா நீ கல்யாணம் பண்ணி வெச்சுக்கோ. எம் பிள்ளைய மட்டும் வளச்சுப் போடற வேலை எல்லாம் வேண்டாம் சொல்லிட்டேன்."

நிருபமா தலையைப் பிடித்துக் கொண்டு அமர்ந்தாள். அதென்ன நாக்கா, கொடுக்கா? தப்பான எண்ணங்களையும் தீர்மானங்களையும், தனக்குள் வைத்துக்கொண்டு எதிராளியைக் காயப்படுத்தும் மூர்க்கத்தனத்தை என்னவென்று சொல்வது. மாமனாரை நிமிர்ந்து நோக்கவே கஷ்டமாக இருந்தது அவளுக்கு.

"சாரிப்பா. அவர் இந்த அளவுக்கு மனுஷத்தனமில்லாம நடந்துப்பார்னு நினைக்கலப்பா நா."

"நீ எதைத்தாம்மா நினைச்ச? உன் இஷ்டத்துக்கு எல்லாம் செய்வ. முடிவு நீ நினைச்சா மாதிரி அமையாதபோது மன்னிச்சுடுங்கன்னு ஒரு வார்த்தை சொல்லிட்டா, முகத்துல விழுந்த எச்சிலின் அருவறுப்பும் வலியும் என் ஞாபகத்துலேர்ந்து மறைஞ்சு போய்டுமா?"

நிருபமா பேயறைந்தாற்போல் நின்றாள்.

மாமனாரின் குரலில் இருந்த கடுமை இதுவரை அவள் காணாதது. ஒருவேளை அவர் சொல்வதுபோல் தான் அவசரம்தான் பட்டுவிட்டோமோ? நல்லபடியாய் விவகாரம் முடிந்துவிடும் என நினைத்துதான் எது குறித்தும் யோசிக்கவில்லையோ? என்னால் அந்த மனிதர் மனதை எப்படியாவது மாற்றிவிட முடியும் என்ற கர்வத்தில் இருந்து விட்டேனோ? அதனால் தான் ஒருவேளை இது விபரீதமானால் என்ன செய்வது என்று யோசிக்காமல் தடதடவென்று செயலில் இறங்கி விட்டேனோ?

சித்ராவை ரங்கனுடன் சேர்த்து வைத்துவிட வேண்டும் என்ற பரபரப்பில், வேறு எதைப்பற்றியும் யோசிக்காமல் அரைவேக்காட்டுத்தனமாய் நடந்து கொண்டு விட்டேனா? பிள்ளையைப் பிரிந்த சோகத்திலும், எங்கள் காதலை அங்கீகரித்து என்னை ஏற்றுக்கொண்டு மரியாதையுடன் நடத்திய மனிதருக்கு அனாவசியமாய் அவமானத்தை தேடித்தந்து விட்டேனோ...?

நிருபமா குற்ற உணர்வோடு அவரைப் பார்த்தாள்.

"தப்புதாம்ப்பா. சித்ராவோட ஆசையை நிறைவேத்தற ஆர்வத்துல அவசரப்பட்டுட்டேன்."

"இதோ பார் நிருபமா. காதல் கல்யாணம் உன்னோட நிக்கட்டும். எம்பொண்ணோட வாழ்க்கை எங்களோட கவலை."

அவர் மிகக் கடுமையாகப் பேச நிருபமா உறைந்து போனாள். அப்படி ஒரு கடுமையை அவளால் தாங்க முடியவில்லை. எவ்வளவு முயன்றும் அழுகையை அடக்க இயலாமல் கண்களில் நீர் திரண்டது. தொண்டை வலித்தது.

"தெரிஞ்சோ, தெரியாமலோ உங்களுக்கு அவமானம் ஏற்படறா மாதிரி நடந்துட்டேன். மன்னிப்பு கேக்கறதுனால இது மறைஞ்சு போய்டாதுன்னு தெரியும். நா இனிமே என்ன செய்யணும்னு சொல்லிடுங்கப்பா. நா தொடர்ந்து இங்க இருக்கறதுல உங்களுக்கு கஷ்டமிருக்காதே?"

"கஷ்டம்தான்னு நா சொன்னா வெளில போய்டுவயாம்மா?"

"ஒருவேளை பிரணவ் இங்க இருந்திருந்தா என் முடிவு வேற மாதிரி இருந்திருக்கும்ப்பா. ஆனா நா இப்பொ ரொம்ப குழப்பத்துல இருக்கேன். எந்தவிதத்திலயும் என்னால உங்களுக்கு உபகாரம் இல்லன்னு நீங்கள்ளாம் நினைச்சுட்டா, என்னால எப்டி இங்க சந்தோஷமா இருக்க முடியும். இப்பொ உங்களை நா கேக்கறேன். நா போகட்டுமா இருக்கட்டுமா. உங்க பதில் என்ன?"

"என் பதில் எதுவா இருந்தாலும் அதை ஏத்துப்பயா?"

"கண்டிப்பா."

"அப்பொ சொல்றேன் கேட்டுக்கோ. நீ இங்க இருக்க வேண்டாம். மறுபடியும் யு எஸ்க்கு போய்டு. அதான் உனக்கும் நல்லது எங்களுக்கும் நல்லது."

அவர் நிதானமாகச் சொல்ல, மொத்த வீடுமே அந்த பதிலில் அதிர்ந்தது.

“ஏன்னா... என்ன இப்டி சொல்லிட்டேள்? அவ நம்பளை மதிச்சு இங்க வந்திருக்கா. அவகிட்ட இப்டி நீங்க சொல்லுவேள்னு நா எதிர்பார்க்கல. நீயும் என் பொண்ணாட்டம்தான்னு சொல்லித்தான் அவளை ஏத்துருக்கோம். உங்க பொண்ணார்ந்தா இப்டி போகச் சொல்லுவேளா? பளார்னு நாலு அறை அறைஞ்சு நீ செஞ்சது தப்புடின்னு சொல்லுங்கோ. அதைக்கூட அவ சந்தோஷமா தாங்கிண்ருப்பா. அதை விட்டுட்டு இப்டி அவ நெஞ்சுல நெருப்பள்ளி கொட்றா மாதிரி போய்டுன்னு சொல்ல உங்களுக்கெப்டி மனசு வந்தது. எப்டி இப்டி மாறிப் போனேள் நீங்க? இந்த பொண்ணைக் காயப்படுத்திதான் நம்ம கௌரவத்தைக் காப்பாத்திக்கணுமா?”

“நீ சித்த வாய மூடிண்டு உள்ள போறயா?” அவர் மனைவியிடம் அடிக்குரலில் கத்த அவள் வாயடைத்துப் போனாள்.

நிருபமா கண் மூடி சில நிமிடம் நின்றாள். நேற்று வரை அன்பைக் கொட்டி, பாசமாய்ப் பேசிய மனிதருக்கு இன்றென்ன ஆகிவிட்டது? போய்விடு என்று சொல்லும் அளவுக்கு இது பெரிய தவறா அல்லது, அந்த பட்டரின் வார்த்தைகளுக்குப் பயந்து இப்படி பேசுகிறாரா? அல்லது உண்மையாகவே இவளால் தான் பிரணவ் காணாமல் போனான் என்று இவரும் நம்புகிறாரா? ஒருவேளை அந்த துக்கம் தான் வெறுப்பாய் உருமாறி வெளிவருகிறதோ? இவ்வளவு பகிரங்கமாய்ப் போய்விடு என்று சொன்ன பின் இனி இங்கு எப்படி இருக்க முடியும்..?

ஜெயராமன் வாசற்பக்கம் செல்ல, மீனாட்சி அவள் முகத்தை ஏறிட்டுப் பார்க்கவோ ஆறுதல் சொல்லவோ முடியாதவளாக துவண்டு உட்கார, சித்ரா ஒரு பக்கம் அழ, விஜி பிரமை பிடித்தாற்போல் நிற்க, நிருபமா தளர்ந்து போனவளாய் தன் அறைக்குள் வந்தாள். முழங்காலில் முகம் புதைத்து நீண்ட நேரம் அமர்ந்திருந்தாள். சற்று பொறுத்து கதவுக்கருகில் சத்தம் கேட்க நிமிர்ந்தாள். ஜெயராமன் கதவருகில் நின்றிருந்தார்.

“போன்னா நாளைக்கே போய்டுன்னு சொல்லல. டேக் யுவர் ஒன் டைம்.”

"ஆக மொத்தம் கண்டிப்பா போய்டணும் இல்லையா?"

அவர் பதில் சொல்லாமல் திரும்பிச் செல்ல, அவள் உதட்டை அழுந்தக் கடித்து துக்கத்தை அடக்கினாள். அவர் சென்ற சிறிது நேரம் கழித்து சித்ரா வந்தாள்.

"சாரி மன்னி... என்னால் உங்களுக்கு எவ்ளோ திட்டு...!"

"பரவால்ல ஆனா உங்கிட்ட ஒண்ணு கேக்கட்டுமா?"

"என்ன சொல்லுங்கோ."

"நீ என்ன செய்யப் போற சித்ரா?"

அவள் மௌனமாக நின்றாள்.

"பெரியவா சம்மதிக்கலன்னா பேசாம இருந்துடுவயா?"

"தெரியல மன்னி. இந்த விஷயத்தைப்பத்தி நா மட்டும் முடிவு பண்ணினா போறுமா? ரங்கன் முடிவு என்னன்னு தெரிய வேண்டாமா?"

"அந்த பட்டர் அப்டி பேசினப்பறம், உங்கப்பா ரங்கனுக்கு உன்னைக் கல்யாணம் பண்ணிக் குடுப்பார்னு நெனக்கறயா நீ...?"

"எனக்கு ஒரே குழப்பமார்க்கு மன்னி."

சித்ரா அழுது விடுவாள் போலிருந்தாள்.

"இந்த விஷயத்துல இனி எந்த அளவுக்கு என்னால உனக்கு உதவ முடியும்னு தெரியல சித்ரா. ஐ விஷ் யுவர் லவ் சக்ஸஸ். கடவுள் உங்களை சேர்த்து வைக்கட்டும்னு வேண்டிக்கறேன். நாரதர் கலகம் நன்மைலன்னுவாங்க. என் அவசர அணுகுமுறையால் ஏற்பட்ட இந்த சிக்கல் உனக்கு நன்மையை ஏற்படுத்தட்டும்."

நிருபமா பெருமூச்சு விட்டாள்.

"அப்பா ஏதோ அவசரத்துல பேசியிருப்பார் மன்னி. இதுக்காக நீங்களும் அவசரப்பட்டு இங்கேர்ந்து போய்டாதீங்கோ. ரெண்டு நாளானா அவர் கோபம் தணிஞ்சுடும்."

"அதுமட்டும் முடியாது சித்ரா. என்ன இருந்தாலும் எங்க கல்யாணம் சட்டப்படி நடக்கல. அதனால் இந்த வீட்டுல

இருப்பேன்னு சொல்ல சட்டப்படி எனக்கு எந்த உரிமையும் கிடையாது. நீங்க அன்பு காட்டினா இங்க இருக்கலாம்ங்கற நம்பிக்கைலதான் நா இங்க வந்தேன். உண்மைலயே நானே நினைச்சுப் பார்க்காத அளவுக்கு எங்கிட்ட எல்லாருமே உயிரா இருந்தீங்க.

கொஞ்ச நாள்தான்னாலும் இங்க இருந்த காலம் என் நினைவுல கடைசி வரை இனிமையா இருக்கும். இப்பவும்கூட அப்பாக்கு என்மேல் நிச்சயம் வெறுப்பு இருக்காது. வேற ஏதோ ஒரு தர்மசங்கடம் அவருக்கு ஏற்பட்டிருக்கும். அதனாலதான் அவர் என்னைப் போகச் சொல்றார்னு நெனக்கறேன். அதை மதிக்காம இங்கயே இருந்து அவருக்கு தொந்தரவு தர என் மனசு இடம் தராது. அநேகமா நாளைக்கு நா கிளம்பிடுவேன். எங்க இருந்தாலும் உங்களை நினைச்சுட்ருப்பேன்."

சித்ரா கண்ணீரை அடக்க முடியாமல் நகர்ந்தாள். அன்று இரவு யாரும் சாப்பிடவில்லை. அம்மா ஒரு பக்கம் பிள்ளையை நினைத்தும் இன்னொரு பக்கம் நிருபமாவை நினைத்தும் அழுதாள். கணவர் ஏன் இந்த விஷயத்தில் கல்லாய் மாறிவிட்டார் எனப் புரியவில்லை.

நிருபமா இரவு முழுக்க தூங்கவில்லை. தூக்கம் வரவுமில்லை. எண்ணங்களை அலைபாயவிடாமல் தடுக்க, மாமனாரின் அறையிலிருந்து எடுத்து வந்த புத்தகங்களில் ஒன்றை எடுத்து படித்தாள். அது முடிந்ததும் மீண்டும் ராமானுஜர் பற்றி படித்தாள். மனைவி சரியாய் அமையவில்லை அந்த மகானுக்கு. அவள் தொந்தரவு அதிகமான ஒரு நேரம், ஒரு பொய் சொல்லி அவளைப் பிறந்த வீட்டுக்கு அனுப்பிவிட்டு சன்யாசியாய் மாறி ஆன்மீகத் தொண்டில் ஈடுபட்டவர் குறித்து நிறைய யோசித்தாள்.

இவர் இப்படி என்றால், மனமொத்த புருஷன் மனைவியாக இருந்தும் கூட இல்லற சுகம் வேண்டாமென முடிவு செய்து கடவுளை அறியும் முயற்சியில் இறங்கி ஆன்மீகம் பரப்பிய ராமகிருஷ்ண பரமஹம்சரும் அன்னை சாரதா தேவியும் இன்னும்

அதிகமாய் யோசிக்க வைத்தார்கள். ஆக வாழ்க்கைத்துணை என்பது சரியில்லாமல் போனவரும் சரி, சரியாய் அமைந்தவர்களும் சரி, தன்னை அறியும் முயற்சியில் வெற்றி பெற்றதோடல்லாமல், ஆன்மீகத்தில் அழியாப் புகழும் அடைந்து இன்றளவும், அவர்கள் மகான்களாய் வணங்கப்படுகிறார்கள் என்றால் எது காரணம்? துறவுதான் வாழ்க்கை என்றால் திருமணம் ஏன் செய்தார்கள்? ஆன்ம பரிசோதனைக்கு அத்திருமணம் தான் அவர்களை ஆட்படுத்தியதா?

அவர்கள் அடுத்த நிலையை அடைய அந்த திருமணம் படிக்கட்டாய் இருந்ததா? ஆக திருமணம் என்பதற்கும், பிரிவென்பதற்கும் பின்னால் நிச்சயம் ஏதோ காரணம் இருக்கத்தான் இருக்கிறதென்றல்லவா ஆகிறது. அவளும் பிரணவும் பிரிந்ததற்குப் பின்னால் என்ன காரணம் வைத்திருக்கிறது தெய்வம்...? இன்னொரு திருமணமா? அல்லது இறுதி வரை தனிமையா? இன்னொரு திருமணம் என்று நினைக்கும்போதே குமட்டிக் கொண்டு வந்தது. பிரண்வை நேசித்த மனம் சத்தியமாய் இந்த ஜென்மத்தில் இன்னொருவரை நேசிக்கும் என்று தோன்றவில்லை. பிரபஞ்சம் முழுக்கத் தேடினாலும் இனி அவன்போல் ஒரு புருஷன் கிடைக்கவும் மாட்டான். ஆக நிச்சயமாய் இன்னொரு திருமணம் என்ற ஒன்று அவளைப் பொறுத்தவரை நடக்காத விஷயம். அப்படியானால் இறுதி வரை தனிமையில் காலம் தள்ள முடியுமா?

புருஷ சுகம் அறிந்த தேகம். அவன் ஸ்பரிசத்திற்கு ஏங்கித் தவித்தால் எப்படி சமாளிக்க முடியும். காமம் அடங்குமா? காமத்தைத் திசை திருப்ப வழிதான் என்ன? பிரணவின் மீது மனம் நிறைய பொங்கி வழியும் காதலை வேறு எதன் மீது காட்டி மனதை அமைதிப்படுத்த முடியும்?

பிள்ளை உறங்காவில்லிதாசனை ராமாஜர் திசை திருப்பினாற்போல் என்னை திசை திருப்ப யார் இருக்கிறார்கள். இப்படி நினைத்த வினாடி அவளுக்குத் தூக்கி வாரிப்போட்டது. ஆச்சரியமாயிருந்தது. அந்தகாரமாய் கவிந்திருந்த இருட்டுக்கு நடுவே மின்னலாய் ஒரு வெளிச்சம் தோன்றி

பாதை தெரிந்தாற்போலிருந்தது. அவன் மீண்டும் பிள்ளை உறங்காவில்லிதாசர், பொன்னாச்சியின் சரித்திரத்தை எடுத்துப் படித்தாள். உறங்காவில்லிதாசனுக்கும் பொன்னாச்சிக்கும் முடிந்த விஷயம் தன்னால் முடியாதா? அவள் யோசித்தாள். முடியும் என்றுதான் தோன்றியது அவளுக்கு. கூடவே இன்னொரு ஆச்சர்யமும் ஏற்பட்டது. ஒருவேளை இதற்குத்தானா எல்லாம்? அவள் சிந்தனையில் மூழ்கினாள்.

மறுநாள் காலை அவள் தன் முக்கியமான உடைமைகளைப் பெட்டியில் எடுத்துக் கொண்டாள். மிக சகஜமாய் எல்லோருடனும் பேசினாள் சாப்பாட்டுக்குப் பிறகு, தான் கிளம்புவதாய்க் கூறினாள்.

“இன்னிக்கே நீ போகணும்னு நா சொல்லலையே.”

“இன்னும் கொஞ்ச நாள் இருந்துட்டா பிரிவுத்துயர் இன்னும் கொஞ்சம் கூடிடும். இப்பவே கிளம்பிடறேம்ப்பா.”

அவர் அமைதியாய் நின்றார்.

முகம் உணர்ச்சியற்றிருந்தது. அம்மாவும் மற்றவர்களும் கண் கலங்க நின்றார்கள். பத்து மணிக்கு அவள் புறப்பட்டாள். அப்பா பஸ் ஸ்டாண்ட் வரை துணைக்கு வருவதாகக் கூறி கிளம்ப, அவள் தடுத்துவிட்டாள். “வேணாம் நா அழக்கூடாதுன்னு பாக்கறேன். யாரும் வர வேணாம் ப்ளீஸ்.”

சட்டென்று தெருவில் இறங்கி நடந்தாள். அனைவரும் இடி விழுந்தாற்போல் நின்றார்கள்.

“உங்க மனசென்ன கல்லாய்டுத்தா. அந்த குழந்தையை இப்டி அனுப்பிட்டேளே. இது பாவம்னு தோணலையா உங்களுக்கு?”

அவர் அமைதியாகப் பார்த்தார்.

“கல்லாக்கிண்டுதான் அனுப்பினேன். அவளை இங்கேயே வெச்சுக்கறது தான் பாவம். அதான் அனுப்பிட்டேன்.”

“என்ன சொல்றேள்.”

"தனியா வாழ்ந்தாதான் அவளுக்கு இன்னொரு துணை அவசியம்னு புரியும். அவ மனசு மாறும். நம்ம பிள்ளையை மெல்ல மறப்பா. மறுபடி யாரையாவது நேசிப்பா. கல்யாணம் பண்ணிண்டு குடும்பம் பெருக சந்தோஷமா அவ வாழட்டும்னு தான் அனுப்பிட்டேன்."

அவர் சொல்ல, அவர்கள் திகைத்துப் போய் அவரைப் பார்த்தார்கள். அரை மணி கழித்து ஃபோன் அடிக்க சித்ரா ஓடிப்போய் எடுத்தாள். அடுத்த நிமிடம் அவள் முகம் பிரகாசித்தது.

"அப்பா... சீக்கிரம் வா உங்க ஃபிரண்டு ரகுராம் மாமா இருக்காரே. அவர் பிரணவ் அண்ணாவைத் திருப்பதில பாத்தாராம்."

சித்ரா சந்தோஷமாய்க் கத்த அவர் திகைத்து நின்றார். வாசற்புறம் திரும்பிப் பார்த்தன அவர் விழிகள். அதன் அர்த்தம் புரிய, விஜி செருப்பு கூட போடாமல் தெருவில் இறங்கி பஸ் ஸ்டாண்ட் நோக்கி ஓடினாள் நிருபமாவை அழைத்து வர.

17 அத்தியாயம்

“நல்லா தூங்கினியா நிரூ?” காப்பிக் கோப்பையுடன் வந்து நின்ற மனோன்மணியைப் புன்னகையுடன் பார்த்தாள் நிருபமா.

மனோன்மணி அவளுடைய தூரத்து உறவு வடக்கிந்திய சித்தார்த் ஐ. ஏ. எஸ்ஸை காதலித்து மணந்ததால் பிறந்த வீட்டுடன் உறவறுந்து போய் சென்னை அசோக் நகரில் தனிக்குடித்தனம் செய்கிறாள். சித்தார்த் அரசுத்துறை ஒன்றில் இயக்குநராக பணியிலிருந்தான். ஸ்ரீரங்கத்திலிருந்து கிளம்புவது என்று முடிவெடுத்த உடனேயே மனோன்மணிக்குதான் போன் பண்ணினாள்.

“தாராளமா வா நிரூ. இவ்ளோ பெரிய வீட்ல உன் ஒருத்திக்கா இடமில்ல. உடனே வா. உன்னைப் பார்த்து எத்தனை வருஷமாச்சு!” உண்மையான சந்தோஷத்தோடு அழைத்தாள். பஸ் ஸ்டாண்ட் வரை ரங்கன் உடன் வந்தான்.

“நா வரட்டுமா ரங்கன்.”

“நீங்க இங்கேர்ந்து போறதுக்கு நா காரணமாய்ட்டேன். இல்ல.”

“இந்தப் பிரிவு தற்காலிகம் தான் ரங்கன். கண்டிப்பா நா வருவேன். பிரணவைக் கண்டுபிடிச்சுக் கூட்டிட்டு வருவேன். நாங்க வரும்போது நீங்க எங்களுக்கு நல்ல செய்தி சொல்லணும். உங்களுக்கும், சித்ராவுக்கும் கல்யாணமாகி இருக்கணும். அல்லது நாங்க வந்து உங்க கல்யாணத்தை நடத்தணும். உங்கப்பா மனசு மாற நா கடவுளை வேண்டிக்கறேன்.”

"நீங்க எங்க போறீங்க நிருபமா?"

"என் கஸின் வீட்டுக்கு."

"அட்ரஸ் தரீங்களா?"

"வேண்டாம். எந்த தகவலா இருந்தாலும் என் மெயில் ஐடிக்கே அனுப்புங்க. ஏன்னா நா எவ்ளோ நாள் அங்க இருப்பேன்னு தெரியாது."

அவள் பஸ்ஸில் ஏறிக்கொள்ள, அது புறப்பட்டது. ரங்கன் கனத்த மனதோடு கையசைத்து விடை கொடுத்தான். பஸ் கண்ணுக்கு மறையும் வரை பார்த்தபடி நின்றவன் ஒரு பெருமூச்சோடு அங்கிருந்து கிளம்பினான். திரும்பி வரும் வழியில் விஜி மூச்சிரைக்க ஓடி வருவது தெரிய நின்றான்.

"எங்க இப்டி ஓடற?"

"மன்னியப் பார்த்தேளா?"

"என்னாச்சு. இப்பதான் பஸ் ஏத்தி விட்டுட்டு வரேன்."

"பிரணவ் அண்ணாவைத் திருப்பதில பார்த்ததா அப்பாவோட பிரண்ட்கிட்டேர்ந்து ஃபோன் வந்தது."

"அப்படியா?" ரங்கன் திகைத்து நின்றான்.

"மன்னி எந்த ஊருக்குப் போனா?"

"சென்னைக்கு. இந்தத் தகவலை நா மெயில் பண்ணிடறேன்" என்றவன் அவளோட அவள் வீட்டுக்கு வந்து ஜெயராமனிடம் பேசினான்.

"பிரணவ் இன்னமும் திருப்பதில் இருப்பானா? உங்க பிரண்டு அவன்கிட்ட எதுவும் பேசினாராமா?"

"இல்லையாம் இவன் கிட்ட போறதுக்குள்ள அவன் ஏறின பஸ் போயிடுத்தாம். வயசாயிடுத்து. என் பிரண்டால் ஓடிப்போய் நிறுத்த முடியல. அவன் எங்க போனான் என்னன்னு தெரியலயாம்."

"அவன் பத்திரமா இருக்கான்ங்கறதே நல்ல நியூஸ்தானே மாமா? ஒண்ணு செய்யறேன். நா இன்னிக்கு திருப்பதி போறேன். அவனைக் கண்டுபிடிக்க முடியறதான்னு பாக்கறேன்."

"உனக்கெதுக்கு ரங்கா சிரமம்? நானே போறேன்."

"எனக்கொரு சிரமமும் இல்ல. வேணும்னா நீங்களும் வாங்கோ. நா போய் ரெண்டு நாள் லீவு சொல்லிட்டு, அப்பாட்டயும் சொல்லிண்டு வரேன்."

"அப்பா ஏதாவது..." ஜெயராமன் சங்கடத்துடன் கேட்டு நிறுத்தினார்.

"அது வேற இது வேற மாமா. இவ்ளோ நடந்தப்பறமும் நீங்க என்கிட்ட சாதாரணமா பேசறேள்னா அது உங்க பெருந்தன்மை. இதை ஒரு நாள் அப்பா புரிஞ்சுப்பார்ங்கற நம்பிக்கை எனக்கிருக்கு."

ரங்கன் வெளியேறினான்.

இருவரும் திருப்பதி முழுக்க தேடியும் பிரணவைக் கண்டுபிடிக்க முடியவில்லை. திருப்பதியைச் சுற்றியிருந்த அனைத்து முக்கியமான ஊர்களிலும் தேடிப்பார்த்தும் ஏமாற்றமே மிஞ்ச, இருவரும் சோர்வுடன் ஊருக்குத் திரும்பினார்கள். வரும் வழியில் இந்த விஷயத்தை நிருபமாவுக்கு மெயில் அனுப்பினான்.

அவளோ தன் மெயிலைத் திறக்கவேயில்லை. மனோன்மணி தன் கணவன் மூலம் அவனைத் தேட வழி இருக்கிறதா என்று பார்த்தாள்.

சித்தார்த் தன் கடுமையான வேலைகளுக்கிடையே நண்பர்கள் மூலம் பிரணவைத் தேட ஏற்பாடுகள் செய்தான்.

அவன் முயற்சிகளுக்குப் பலன் கிடைக்கவில்லை.

"சாரி நிருபமா... என்னால ஆன எல்லா வழிலயும் டிரை பண்ணிட்டேன். மிஸ்டர் பிரணவ் எங்க இருக்கார்னு ஒரு தகவலும் தெரியலயே. என்னைக் கேட்டா நடந்த கல்யாணத்தை ஒரு கனவா நினைச்சு மறந்துட்டு நீங்க இன்னொரு நல்ல துணையைத் தேடிக்கிட்டு உங்க புது வாழ்க்கையை சந்தோஷமா துவங்கறது தான் நல்லது."

நிருபமா மௌனமாக அமர்ந்திருந்தாள்.

"தப்பில்ல நிரூ. மிஞ்சிப்போனா ஒரு வாரம் வாழ்ந்திருப்பயா? ஜஸ்ட் லீவ் இட் எவ்ளோ நாள்தான் அவனுக்காக உன் வாழ்க்கையை வீணடிச்சுப்ப? பேசாம மறுபடியும் யு எஸ் போ.

ஏதாவது வேலைல சேரு கல்யாணம் பண்ணிக்க. குழந்தை பெத்துக்க. சந்தோஷமா இரு."

"சாரி மனோ... இன்னொரு கல்யாணம்தான் என் காயத்துக்கு மருந்துன்னு சொல்லாதீங்க."

"அப்புறம் என்ன செய்யப் போற? கடசீ வரை அவனையே நினைச்சுட்ருக்கப் போறயா? பிராக்டிகலா யோசி நிரூ. யூ ஆர் நாட் சைல்ட்."

"ஏன் மனோ. கல்யாணம் பண்ணிக்காம வாழ முடியாதா என்ன?"

நிருபமா கேட்க மனோன்மணி சிரித்தாள். "போரடிச்சுடும் நிரூ. தனிமை ரொம்ப கஷ்டமான விஷயம். காதலிச்சு அனுபவப்பட்டவ நீ. காதலை மட்டுமல்ல, கட்டிலையும் அனுபவிச்சாச்சு. இனி தனியா படுக்கறது ரொம்ப சிரமமா இருக்கும். உன் மனசு அடங்கினாலும் உடல் கொதிக்கும். அந்த அக்னி உன்னை சாம்பலாக்கிவிடும். அதனாலத்தான் சொல்றேன் உலகத்துல பிரணவுக்கு நிகரா அன்பான ஆண்கள் இன்னமும் இருப்பாங்க. முதல்ல கஷ்டமாத்தான் இருக்கும். உன் காதலை அப்டி ஒருத்தன் மேல திசை திருப்பிட்டா எல்லாம் சரியாய்டும் நல்லா யோசிச்சு நல்ல முடிவெடு நிரூ."

அதற்குமேல் அது பற்றிப் பேச எதுவுமில்லை என்பதுபோல் மனோன்மணி எழுந்தாள். சித்தார்த், ஆங்கிலப்படம் ஒன்றின் சிடியை வி.சி.டியில் பொருத்தி அதை இயக்கிவிட்டு ரிலாக்ஸ்டாய் அமர்ந்தான்.

"படம் நல்லார்க்கும் உக்கார்ந்து பாருங்க நிரூ. உங்களுக்கும் கொஞ்சம் ரிலாக்ஸ்டா இருக்கும்" என்றான். மனோன்மணி இரவு சிற்றுண்டியை இருவருக்கும் எடுத்து வந்தாள். சாப்பிட்டபடி படம் பார்த்தார்கள். வழக்கமான த்ரில்லர் படம்தான் என்றாலும் அதில் காதலும் மிக மெலிதாக சொல்லப்பட்டிருந்தது. படம் பார்க்கும்போதே சித்தார்த் மனோன்மணியை அடிக்கடி சீண்டினான். அவள் தோளில் கை போட்டு அணைத்து சாய்த்துக் கொண்டு அவள் காதில் ஏதோ சொல்ல இருவரும் சிரித்தார்கள். மிக இயல்பாக தங்கள் அன்யோன்யத்தை நிருபமாவின் எதிரில் வெளிப்படுத்திக் கொண்டார்கள். படம் பார்க்கப் பார்க்க பிரணவின் நினைவு

அதிகரித்தது. எதிரிலிருந்தவர்கள் தங்களுக்குள் மிக மெலிதாக வெளிப்படுத்திய காதலும் சீண்டல்களும், சின்ன அணைப்புகளும் அவள் தேகத்தில் ஒருவித அனலைக் கிளப்ப நிருபமா முக்கால் படத்தில் எழுந்து விட்டாள்.

“என்ன நிரு படம் பிடிக்கலயா?”

“லேசா தலைவலி. நீங்க பாருங்க நா படுக்கறேன்.” தன் அறைக்குச் சென்றவளைப் பார்த்துவிட்டு சித்தார்த் புன்னகையுடன் மனைவியைப் பார்த்தான்.

“வேணும்னுதான் உங்கூட ரொமான்ஸ் பண்ணினேன்.”

“தெரிஞ்சுது.”

“பாவமா இருக்கு மனோ. இவ இப்டியே வாடிடக் கூடாது மறுபடியும் துளிர்க்கணும். கண்டிப்பா இன்னிக்கு ராத்திரி தூங்கமாட்டா பார். இன்னும் ஒரு மாசத்துல நம்பளைப் பார்த்தே அவ மனசு மாறிடும். அதுவரை உன்னை ஃப்ரீயா கொஞ்சப்போறேன்.”

“அதெல்லாம் உங்களுக்குச் சொல்லியா தரணும்?”

அவர்கள் சிரித்தார்கள். அவன் சொன்னது போலவே நிருபமா படுக்கையில் தவித்துதான் போனாள். உடம்பு அனலாய் கொதித்தது. பிரணவுடன் சந்தோஷமாக இருந்த தருணங்கள் எல்லாம் முட்டிமோதிக் கொண்டு மனசுக்குள் காட்சிகளாய்த் தெரிந்தன.

“எதைக் கண்டு எங்கிட்ட மயங்கின நிரூ.”

“நீ எதைக் கண்டு மயங்கின எங்கிட்டன்னு சொல்லு முதல்ல.”

“அதான் எனக்கும் தெரியல. எதைக் கண்டு மயங்கினேன்...?” அவன் யோசித்தபடி அவளைப் பார்த்தான்.

“ச்சீ போ பிரணவ். இப்படி பார்க்காதன்னு இதுவரை பலமுறை சொல்லிட்டேன்.”

“அழகை ரசிக்கத்தான் கடவுள் கண்களைக் கொடுத்திருக்கான்.”

“அப்படின்னா போய் அந்த ஜன்னல் வழியா தெரியற காட்சிகளைப் பார். அங்கயும்தான் அழகிருக்கு.”

"அதை ரசிக்க மட்டும்தான் முடியும்."

"இதை...?"

"இதைத் தின்ன முடியும்" அவன் ஆவேசமாய் இழுத்தான் அவளை.

"வலிக்குது. மெதுவா."

"ஆமா, இவ்ளோ மிருதுவா இருக்கே உன் உடம்பு எப்டி நிரூ?"

"ம்... பருத்திச் செடில பிறந்தேன். அதான் பஞ்சு மாதிரி இருக்கேன்."

"அப்படியா? நா யாரு தெரியுமா? நெருப்புக்குப் பிறந்தவன். அக்னிபுத்ரன் இந்த நெருப்பு இப்போ அப்டியே இந்த பஞ்சை எரிக்கப் போறது பார்."

அவன் இறுக்கத் தழுவினான்.

அரை மணி கழித்து அவள் சிரித்தாள்.

"எதுக்கு சிரிக்கற?"

"இல்ல... எரிப்பேன்னு சொன்ன...?"

"ஆமா..."

"எங்க எரிஞ்சேன்... குளிர்ந்தில்ல போயிருக்கு பஞ்சு...?"

"இது ஒரு விசித்திரமான நெருப்பு. தொட்டா குளிர்ந்துடும். நாலு நாள் கிட்ட வரலன்னு வெச்சுக்க. எரிஞ்சுடுவ. எரிச்சல் தாங்காம பினாத்துவ. அழுவ...!"

அவன் சொன்னது நிஜம்தான். அவள் அழுதாள். அனல் தாங்காமல் தவித்தாள். வேண்டாம் தெய்வமே போதும் இந்த கஷ்டம். அந்த நெருப்பை எங்கிருந்தாலும் கொண்டு வந்து என்னிடம் சேர்த்துவிடு; அல்லது இந்த அனல் தணிய வேறு மார்க்கத்தையாவது காட்டு.... அவள் பரிதவித்த மனதை அமைதிப்படுத்த தியானம் செய்ய முற்பட்டாள். சம்மணமிட்டு கண் மூடி மனதை ஒருமுகப்படுத்த முயன்றாள்.

"காதலை திசை திருப்பு நிரூ" மனோ சிரித்தாள்.

“நெருப்பு இப்பொ பஞ்சை எரிக்கப் போறது பார்.”

“எங்க எரிஞ்சேன் குளிர்ந்தில்ல போயிருக்கு உடம்பு!”

“எம் பிள்ளை இனி திரும்பி வருவான்னு தோணலம்மா. நீ வேற யாரையாவது கல்யாணம் பண்ணிக்கோ. அதான் நல்லது.”

“ஒரு முறை கூடலை அனுவிச்சப்பறம் தனிமை ரொம்ப கொடுமையார்க்கும் நிருபமா. மனசைக் கூட அடக்கிடலாம். உடம்பை அடக்க முடியாது. காமம் ரொம்பப் பொல்லாதது” மாற்றி மாற்றி குரல்கள் எதிரொலித்தன.

காமத்தை வேற எது மேலயாவது திசை திருப்ப முடியுமாப்பா? நிருபமா உள்ளே அப்பாவை நிறுத்தி கேட்டாள்.

“முடியுமே, காமம் எதனால்? காதலினால். காதல் என்பது என்ன? பரிசுத்தமான அன்பு. பரிசுத்தமான அன்பை மனுஷாகிட்டயும் காட்டலாம் கடவுள்கிட்டயும் காட்டலாம்.”

“கடவுள்கிட்ட இருக்கறது பக்தியில்லையா?”

“பக்திக்கு இன்னொரு பேர் பயம். கடவுள்ங்கற பெரிய சக்திக்கு பயப்படறவன் தன் பயத்தை பக்தின்னுவான். அந்த கடவுளை எந்த நோக்கமும் எதிர்பார்ப்பும் இல்லாம நேசிக்கிறவன் அதை அன்புன்னுவான், கடவுளை பரிசுத்தமா நேசிக்கிறவனுக்கு நான்ங்கற அகங்காரம் இருக்காது. தான் யாருன்னு தேடத் துவங்குவான். சரீரத்துக்கும் ஆத்மாவுக்குமான வேறுபாட்டை தெரிஞ்சுக்குவான். சரீரம் வெறும் விளாம்பழ ஓடுன்னு புரிஞ்சுக்குவான். பழுத்தாதான் ஓடு விலகும். தன்னை அறிந்தவன் சரீர இச்சைகளை ஜெயிப்பான். மனிதர்களை பரிசுத்தமா நேசிக்கிறவனாலதான் கடவுளையும் பரிசுத்தமா நேசிக்க முடியும். அதனால் மனுஷாளை நேசி. காதல் நல்ல விஷயம். காதலிக்கிற மனசுக்கு, அதை சுலபமா கடவுள் மேலயும் திசை திருப்ப முடியும். காதலை திசை திருப்பு. காமத்துலேர்ந்து மெல்ல மெல்ல கடவுளை நோக்கிச் செல்ல முயற்சி செய்.”

“அப்டி யாராவது காதலைத் திசை திருப்பியிருக்காளா?”

“திருப்பியிருக்கான்னு உனக்கே தெரியுமே” அப்பா மறைந்து போனார்.

யார்...? நிருபமா யோசித்தாள். பளிச்சென நினைவுக்கு வந்தது. ஆம் இருக்கிறார்கள். பிள்ளை உறங்காவில்லிதாசர் இருந்திருக்கிறார். ராமானுஜரின் அன்புக்குரிய சீடராய் மாறிய மல்லன். பொன்னாச்சி என்ற தாசியை உயிருக்குயிராய் காதலித்தவன். ஸ்ரீரங்கத்து திருவிழா கூட்டம் பார்க்கிறதே என்ற லஜ்ஜை சிறிதுமின்றி தன் காதலியை பல பேர் பார்க்க ஆராதித்தவன். வெயிலிலிருந்து அவளைக் காக்க, குடை பிடித்தவன். தன் அங்க வஸ்திரத்தை கொதிக்கும் மணலில் விரித்து அவள் பாதங்கள் கொப்புளிக்காமல் நடக்க வைத்தவன். ஊர் கை கொட்டி சிரிக்கும் அளவுக்கு அவளுக்கு சித்ருஷை செய்தவன் இப்படியுமா மனைவி மீது கண் மூடித்தனமான காதல் ஒருவனுக்கு இருக்குமா என்று ராமானுஜரையே வியக்க வைத்தவன். அந்த வியப்பினாலேயே அவர் அவனை அழைத்து வரச் சொன்னார்.

“அந்த மகான் எதற்கு என்னை அழைக்கிறார்?” அவன் பவ்யமாய் வந்து கைகட்டி அவர் எதிரில் நின்றான்.

“இவ்வளவு காதலா மனைவியிடம்?”

“ஆம் அவளே என் உயிர்.”

“அவளிடம் என்ன கண்டுவிட்டாய்?”

“அவளிடம் என்ன இல்லை? அவளது ஒவ்வொரு அங்கமும் அழகாயிற்றே. முக்கியமாய் அவளது விழிகளைப் போல் அழகிய விழிகளை வேறெவரிடம் காண முடியும்?”

“அதை விட அழகிய விழிகளை நான் காட்டிவிட்டால்?”

“காட்டுங்கள். இருக்கிறதென்று ஒப்புக்கொள்கிறேன்.”

“அது போதாது.”

“வேறென்ன வேண்டும்.”

“உன் மனைவியை விட அழகிய விழிகளைக் கொண்டவரிடம் உன் காதலை திசை திருப்பிக்கொள்ள வேண்டும் அந்த விழிகளுக்கு உன் மனம் அடிமையாக வேண்டும். அந்த விழிகளுடையவருக்கு இனி நீ தொண்டு செய்ய வேண்டும்.”

அவன் சம்மதித்தான். அவர் அவனை அரங்கன் கருவறைக்கு அழைத்துச் சென்றார்.

“பார்... இந்த விழிகளை விடவா உன் பொன்னாச்சியின் விழிகள் அழகானவை...?”

அவன் பார்த்தான் பள்ளி கொண்ட பெருமானின் அழகிய விழிகள் அவனைக் கண்டு நகைத்தன. அவன் வியந்தான், உறைந்தான். விழுந்தான். அனைத்தையும் மறந்தான். அந்த விழிகள் விஸ்வரூபமெடுத்து அந்தக் கருவறையை நிறைத்து அவனை ஆட்கொண்டது. அவன் மெய்சிலிர்த்தான். பரவசம் தாளாது அழுதான். கை குவித்து புலம்பினான். இடைவிடாது பொன்னாச்சியை மட்டுமே நினைத்துக் கொண்டிருந்தவன் மனம் அந்த விழிகளைக் கண்ட க்ஷணத்திலிருந்து அவளை மறந்துவிட்டு அந்த விழிகளிலேயே உள்ளம் ஒடுங்கியது.

அவன் ஒப்புக் கொண்டான். ராமானுஜரின் பாதங்களில் வேரோடு விழுந்தான். இன்று முதல் இந்த விழிகளுக்கு நான் அடிமை என்றான்.

அவர் மகிழ்ந்தார். “மனைவியை பரிசுத்தமாக காதலிக்கும் உன்னால்தான் கடவுளுக்கும் பரிசுத்தமாக தொண்டாற்ற முடியும் என்று எண்ணினேன். என் எண்ணம் நிறைவேறியது.”

“இனி நான் என்ன செய்ய வேண்டும்?”

“இறைவனுக்கு தொண்டு செய். அதற்காக மனைவியை விட்டுவிட வேண்டாம். அவளால்தான் இந்த அரங்கனுக்கு நீ அடியவனாய்க் கிடைத்துள்ளாய்.”

பிள்ளை உறங்காவில்லிதான் பரம பக்தனானான் அழியாப்புகழ் பெற்றான்.

மறைந்திருந்த திரை விலகியது நிருபமாவின் விழிகள் திறந்தன. எதிரே புதிய பாதையொன்று புலப்பட்டது.

18 அத்தியாயம்

ரங்கனின் தலையைக் கண்டதும் ஜெயராமன் எழுந்து வந்தார்.

"என்ன ரங்கா...?"

"ப்ஸு... இல்ல மாமா... நிருபமா என் மெயிலைப் பார்த்தாளான்னே தெரியல. ஒரு பதிலும் இல்ல அவங்ககிட்டேர்ந்து."

ஜெயராமனின் முகம் ஏமாற்றமடைந்தது.

"உங்க பிரண்டு பிரணவைத் தான் பார்த்தாரா திருப்பதிலன்னு கன்பார்ம் பண்ணிண்டேளா... அவர்கிட்ட?"

"எந்த கோவிலில் வந்து சத்தியம் பண்ணட்டும்னு கேக்கறான்."

"எனக்கு ஒரே குழப்பமார்க்கு மாமா. உயிரோடதான் இருக்கான்னா ஏன் பின்ன இங்க வரல? அட்லீஸ்ட் ஒரு போன் பண்ணியிருக்கலாம் நிருபமாவுக்கு தகவல் சொல்லியிருக்கலாம். அவளப்பத்தின கவலையே இல்லையா அவனுக்கு? ஒரு தகவலும் அனுப்பாம ஏன் இருக்கான்? எங்க இருக்கான்?"

"அதானே எனக்கும் புரியல. அந்தக் குழந்தை இவனை நினைச்சு மறுகிண்ருக்கு இவனானா மாசக்கணக்கா எங்கயோ போய் இருந்துண்டு ஊர் ஊரா சுத்திருக்கான். என்னதான் நினைச்சுருக்கான் அவன்? எங்களைப்பத்தி அக்கறையில்லாட்டா போய்ட்டுப் போறது. ஆனா மோதிரம் மாத்திண்டு ஒரு வாரம் குடித்தனம் பண்ணின அந்தப் பொண்ணைப் பத்தி கொஞ்சமானம் நினைச்சுப் பாக்க வேண்டாமா? என்ன பிள்ளைடா இவன்?"

"ஒண்ணு செய்யலாமா மாமா?"

"என்ன...?"

"ஏதாவது இங்கிலிஷ் பேப்பர்ல அவன் போட்டோவைச் சின்னதா போட்டு அவனுக்கு நாலு லைன்ல உடனே வரச் சொல்லி ஒரு லெட்டர் எழுதினா...?"

"ஏதாவது செய்டா. எப்டியோ அவன் வந்து சேர்ந்தா சரி."

அவர்கள் பேசிக் கொண்டிருக்கும் போதே வாசலில் ஆட்டோ ஒன்று வந்து நின்றது.

மனோன்மணி காப்பிக் கோப்பையுடன் நிருபமாவின் அறைக்குள் நுழைந்தபோது அவள் தியானத்தில் அமர்ந்திருந்தாள். அவளது அமைதியைக் கெடுக்க விரும்பாமல் அவள் காப்பி கோப்பையுடன் வெளியில் வந்தாள்.

அவள் வந்ததும் சென்றதும் தெரியாமல் நிருபமா மனதை ஒருமுகப்படுத்தும் முயற்சியில் ஈடுபட்டிருந்தாள். பதினைந்து நாட்களாகச் செய்த கடும் முயற்சியில் இப்போது மனம் விரைவில் ஒரு முகப்பட்டது. ஆரம்பத்தில் நாலாபுறமும் சிதறிய எண்ணங்களால் மிகவும் சிரமப்பட்டாள். தியானம் அத்தனை எளிதானல்ல என்பது புரிய, எப்படியேனும் அதில் தன்னை ஈடுபடுத்திக் கொள்ளும் ஆவல் அதிகரித்தது. அடுத்த நாளே தியான வகுப்பு ஒன்றிற்குச் சென்றாள். ஒரு குருவின் உதவியோடு தியானம் பயின்றாள்.

பொருளுக்கு பொருள் தாவுவதே மனித மனம். எண்ண ஓட்டத்திற்கு ஓய்வுமில்லை. ஒவ்வொரு மனிதனுக்குள்ளும் பத்து பதினைந்து தலை ராவணர்கள் இருக்கிறார்கள். ஏதேனும் ஒரு வழியில் ஒரு தலையை அவன் திருப்திப்படுத்தினால் அதிருப்தியுடன் மற்ற தலைகள் சீறியெழுந்து அவனைப் பாடாய்ப்படுத்தி சோர்வடையச் செய்கிறது. அத்தனை தலைகளையும் திருப்தியடையச் செய்ய சாதாரண மனிதனால் இறுதிவரை இயலாமலேயே போய் விடுகிறது. அவனது மரணம்

கூட அதிருப்தியுடன்தான் இருக்கிறது. எந்தவொரு மனிதனும் முழு திருப்தியுடன் மரித்ததாய் சரித்திரமில்லை. இன்னும் இன்னும் என்று எதெதற்கோ போராடி ஏதோ ஒன்று இறுதி வரை கிடைக்காத அதிருப்தியிலேயே மரிக்கிறான். மனிதனை இத்தனை பாடுபடுத்தும் அந்த ராவணத்தலைகளை அடக்கி, எண்ணங்களை சிதறவிடாமல் ஓரிடத்தில் குவித்து அமைதிப்படுத்துவது தான் தியானம்.

சுருக்கமாய்க் கூறினால் உன் உண்மை இயல்பை இதன் மூலம் நீயறிவாய். எண்ணங்களைப் பொறுத்தே செயல். எங்கே எண்ணமில்லையோ அங்கே செயலுமில்லை. ஆழ்ந்த உறக்கத்தில், மகானும் சரி, தீய போக்கிரியும் சரி ஒன்றுதான். அவர்களால் உலகத்திற்கு நன்மையுமில்லை தீமையுமில்லை. நமக்குள் இருக்கும் கட்டுக்கடங்காத சக்திகளை நல்வழியில் நாம் முழுமையாகப் பயன்படுத்தினால் நம்மால் இந்த உலகத்திற்கு எவ்வளவு பயன்?

அவர் தெளிவாகப் போதித்தார்.

துன்பமும் இன்பமும் மனிதனுக்கு எதனால் ஏற்படுகிறது? நிருபமா சந்தேகம் கேட்டாள்.

“நான் எனது என்ற பற்றுதல் உள்ளவருக்குதான் இன்பமும் துன்பங்களும், உடல், மனம், புத்தி என்ற கடுகளவு பிறவியே நான் என்று நினைக்கும் மனிதன் எண்ணங்களின் விருப்பு வெறுப்புக்கு அடிமையாகி புழுவாய் உழல்கிறான். எல்லா அனுபவங்களும் அவை துன்பமாயினும், இன்பமாயினும் உடல் மூலமே மனதிற்கு கிடைக்கின்றன. விருப்பு வெறுப்புகள் குறையக்குறைய மனம் அமைதியடைகிறது சக்தி பன்மடங்காகிறது. தியானம் இதைத் தரும்.

இன்னும் புரியும்படியாக சொல்ல வேண்டுமென்றால் கயிலாயத்தில் சிவன் தியானம் செய்கிறான் என்பது அனைவரும் அறிந்ததே. சிவபெருமானிடம் நாம் காண்பது அமைதி என்றால் அவருடைய அபாரமான சக்திதான் பெருகி வரும் புனித கங்கை. நிலங்களை செழிப்பாக்கி, மக்களின் பாவம் நீக்கி, தாகம் தீர்த்து, தெய்வீகமாய் ஓடிக் கொண்டிருக்கும் சக்தி.

எனவே நிதானமாக இரு. அமைதியாக இரு. அமைதியும் நிதானமும் வலிமையும் வேறெங்கும் இல்லை. உனக்குள்ளேயே தான், உன் அன்றாட சந்தோஷ, சோக அனுபவங்களுக்கிடையில்தான் அது உறைந்து கிடக்கிறது. உன் துயரம், மகிழ்ச்சி அனைத்தையும் ஒதுக்கிவிட்டு அதை அடைவதற்கு முயற்சி செய். உனக்குள்ளே புதைந்து கிடக்கும் சக்தியை மேலெழுப்பு. அந்த சக்தி கங்கையாய் பெருகட்டும். எனவே விரிவடை, விரிவே பரிணாமம். எல்லையற்றவளாய் இரு."

நிருபமா கைகுவித்து அவரை வணங்கினாள். அவர் கற்றுக் கொடுத்தபடி தியானம் பயின்றாள். அலைபாயும் மனதை அடக்கி அமைதியடைய முயன்றாள்.

விடியற்காலையில் கண் மூடி நிமிர்ந்து சம்மணமிட்டு அமர்ந்தாள்.

எனக்கு விருப்பு வெறுப்புகளில்லை. துக்கமில்லை. மகிழ்ச்சியில்லை. கடந்த காலமில்லை நான் சிறிது காலமே தாய் தந்தையோடு வாழ்ந்திருந்தாலும் திருப்தியாய் வாழ்ந்தவள். இன்னும் சிறிது காலம் அவர்கள் இல்லையே என்ற குறையில்லை எனக்கு. சிறிது காலமே வாழ்ந்தாலும் முழுமையாய் சகோதர பாசத்தை பெற்றவள் நான். ஏன் என் சகோதரன் அல்ப ஆயுளில் மறைந்தான் என்ற கேள்வியோ துக்கமோ இல்லை எனக்குள்.

சொற்ப நாட்களே வாழ்ந்திருந்தாலும் பிரணவுடன் திருப்தியாய் வாழ்ந்தவள் நான் அதுவே போதும் எனக்கு. அவன் முழுமையாய் வெளிப்படுத்திய அன்பினும், காமத்திலும் என் மனமும் தேகமும் பரிபூரண திருப்தியடைந்துவிட்டது. இனி காமத்திற்கு என் உடல் தவிக்காது. உடல் என்பது வெறும் கருவியே. அதன் மூலம் ஏற்படும், இன்பமும் வலிமையும் அனுபவிப்பது உண்மையில் மனமே.

உடல் வேறு மனம் வேறு என அறிந்தவள் நான். என் ஆனந்தம் உடல் மூலம் கிடைப்பதல்ல. நான் தூயவள், அமைதியானவள், அழிவற்றவள், ஒளிபொருந்தியவள், பற்றற்றவள். மாயைகளிலிருந்து விடுபட்டவள். காமம், குரோதம், அகங்காரமற்றவள் நான். அகத்தே நான் ஒளியானவள். புறத்தே நான் ஒளியானவள்.

இன்பம், துன்பம், கண்ணீர், பெருமூச்சு எதுவும் எனக்கு இல்லை. நானே பிரும்மம். பிரும்மமே நான். எது அழிவற்றதோ, எதற்கு முடிவில்லையோ எதை சுருக்க முடியாதோ அதுவே நான். நான் எதையும் செய்வதில்லை. எதையும் அனுபவிப்பதில்லை. உண்மைகளுக்கெல்லாம் அப்பாற்பட்ட உன்னதமான உண்மை நான். அன்பே சிவம். சிவமே நான். நானே சிவம். நானே சக்தி.

அவள் எண்ணங்கள் ஒடுங்கின. உள்ளே காட்சிகள் இல்லை. சூன்யத்தில் மனம் நிலைத்தது. ஒரு வினாடிதான் அந்த பரவசம் அவள் இதுவரை அனுபவித்திராதது. பரவசத்தின் உச்ச நிலையில் தேகம் நடுங்கியது. முகத்தில் அளவற்ற அமைதி பரவியது.

கண் விழித்தபோது அவள் தனக்குள் பெருகியிருந்த சக்தியை உணர்ந்தாள்.

“மெடிட்டேஷன் ஆச்சா..?” மனோன்மணி மீண்டும் காப்பியோடு வந்தாள். நிருபமா நன்றி சொல்லியபடி காப்பியை வாங்கிப் பருகினாள்.

“ஸோ... மெடிட்டேஷன்லயே எல்லா உணர்ச்சிகளையும் கட்டுப்படுத்திடலாம்னு பாக்கற!”

நிருபமா பதில் சொல்லவில்லை.

“எல்லாத்தையும் மற நிரூ. உலகம் பரந்து விரிஞ்சிருக்கு. புதிய சிறகுகள் கொண்டு பறக்கப்பார். இழந்த சொர்க்கத்தை மீண்டும் தேடிக்கோ. சந்தோஷமா இரு.”

“சந்தோஷம்னு எதைச் சொல்ற?”

“இன்னொரு கல்யாணத்தை.”

“அது உங்க நினைப்பு. சந்தோஷம் மறுபடியும் இன்னொரு ஆம்பளைக் கிட்டதான் கிடைக்கும்னு நான் நினைக்கலை.”

“வெறும் சந்தோஷத்துக்கு மட்டுமில்ல. நிரூ. வாழ்க்கைல உனக்கொரு துணையும் பாதுகாப்பும் வேண்டாமா?”

“ஒரு ஆம்பளை மூலம்தான் பாதுகாப்பு கொடுக்கணும்னு கடவுள் நினைச்சிருந்தா பிரணவை எங்கிட்டேர்ந்து அவன் பிரிச்சிருக்கவே

வேண்டாமே. பிரணவைவிட வேற ஒரு நல்ல துணையை இனி அவன் கொடுத்துட முடியுமா? என் விதி வேற மனோ. இன்னொரு கல்யாணம்தான் என் விதின்னு நா நினைக்கல. மனுஷன் தூங்கும் போதும் விழிச்சுட்டிருக்கும் போதும் எந்த சக்தி அவனுக்கு துணையார்க்கோ அதுதான் அவனுக்கு நிரந்தரத் துணை. அந்த சக்தி எனக்கும் துணையார்க்கும் பிரணவை பரிசுத்தமா நேசிச்ச அனுபவம், இனி அந்த இறை சக்தியை நேசிக்க உதவும்."

"நீ என்ன சொல்ற?"

"நாளைக்கு நா இங்கேர்ந்து கிளம்பறேன்."

"எங்க?"

"தெரியாது."

"என்னாச்சு நிரு? கல்யாணம் செய்துக்கோன்னு நாங்க இனி வற்புறுத்தல. அதுக்காக நீ இங்கேர்ந்து கிளம்ப வேண்டாம்."

"அதெல்லாம் இல்ல மனோ."

"பின்ன ஏன் போறேன்ற?"

"உலகம் பரந்து விரிஞ்சதுன்னு கொஞ்சம் முந்தி நீதானே சொன்னே? அதை சுத்திப் பார்க்க வேண்டாமா?"

மனோ விழித்தாள்.

"யெஸ்... புது சிறகுகள் கொண்டு இனி அமைதியா நிதானமா புதுப்பாதைல பறக்கப் போறேன்."

"எந்தப் பாதைல?"

"தானா ஒரு நாள் தெரிஞ்சுப்ப."

"ஒருவேளை பிரணவ் திரும்பி வந்தா...?"

"வந்தா சந்தோஷமா சேர்ந்து வாழ்வேன். அதுல என்ன சந்தேகம்? அது இன்னும் கூட பக்குவப்பட்ட வாழ்க்கையார்க்கும். அப்பவும் ஒரு பக்கம் நா இந்த புதுப்பாதைலயும் பயணம் பண்ணிட்டுதான் இருப்பேன்."

“அதென்ன புதுப்பாதை?”

“ஆன்மீகம். நா யாருன்னு அறிவதோட இறைமையையும் அறிய முயற்சிக்கப் போறேன்.”

மனோ விழி விரியப் பார்த்தாள் இந்தப் பெண்ணுக்கு புத்திகித்தி பிசகி விட்டதோ என்பதுபோல் பார்த்துவிட்டு எச்சில் விழுங்கினாள்.

நிருபமா கீழே வந்தாள். சித்தார்த்தின் கம்ப்யூட்டரில் அமர்ந்து அதை இயக்கி நெட்டிற்குச் சென்று சங்கேத எண் அடித்து தன் மெயில் பக்கத்தை திறந்தாள். ரமேஷிடமிருந்தும், ரமணி கிருஷ்ணனிடமிருந்தும் அவளை விசாரித்து கடிதங்கள் வந்திருந்தது அடுத்தாற்போல் ரங்கனிடமிருந்து.

பிரணவ்வை திருப்பதியில் கண்டதாக நண்பர் ஒருவர் மூலம் அறிந்து நானும் ஜெயராம் மாமாவும் உடனே திருப்பதிக்குச் சென்றோம்.

உடம்பு முழுக்க மின்சாரம் அலை அலையாய் பரவ நிருபமாவின் இதயத் துடிப்பு உச்சத்திற்குச் சென்றது.

திருப்பதி மட்டுமல்ல அதைச் சுற்றியிருக்கும் அத்தனை ஊர்களிலும் வலைபோட்டு தேடிவிட்டோம். அவன் எங்கே போனான் என்று தெரியவில்லை. இந்த விஷயத்தை உடனே எதற்குச் சொல்கிறேன் என்றால் பிரணவ் உயிரோடுதான் இருக்கிறான் என்பது இப்போது நிச்சயமாகத் தெரிந்துவிட்டது. இந்த சந்தோஷம் உங்களுக்கு புது சக்தியை ஏற்படுத்தும். அந்த சக்தியோடு நீங்கள் அவனை இன்னும் தீவிரமாகத் தேடிக் கண்டுபிடிப்பீர்கள் என்று நம்புகிறேன். உங்களுக்கு எந்த உதவியும் செய்யத் தயாராக உள்ளேன். இது தொடர்பாக அடுத்தாற்போல் என்ன செய்வது என்று தெரிவியுங்கள்.

நிருபமா தேதியைப் பார்த்தாள் சரியாய் பதினேழு நாட்களாகியிருந்தது.

அவள் உடனே ஸ்ரீரங்கத்திற்கு கிளம்பினாள். கிளம்புவதற்கு முன் நிறைய ஏற்பாடுகள் செய்து கொண்டாள்.

திருச்சியில் இறங்கி ஆட்டோ பிடித்தாள். ஆட்டோ பிரணவின் வீட்டு முன் நின்றது.

உள்ளே பேசிக்கொண்டிருந்த ஜெயராமும், ரங்கனும் வாசலுக்கு வந்தார்கள். அவளைக் கண்டதும் ஜெயராமன் முகம் மலர நெகிழ்ந்து நின்றார்.

ஆட்டோ சத்தம் கேட்டு கொல்லை பக்கம் வேலையாயிருந்த பெண்கள் மூவரும் கூடத்திற்கு வந்தனர். நிருபமாவைக் கண்டதும் ஓடி வந்து அணைத்துக் கொண்டனர்.

"நீயாவது திரும்பி வந்து எங்களோட இருக்கணும்னு நா வேண்டாத தெய்வமில்ல அம்மா அவள் நெற்றியில் முத்தமிட்டாள். ரங்கனும் ஜெயராமனும் தாங்கள் திருப்பதியில் பிரணவைத் தேடிய அனுபவங்களை விவரித்துக் கூறினார்கள்.

நிருபமா அமைதியாகக் கேட்டாள்.

"இப்பொ நாம பேப்பர்ல அவன் போட்டோ போட்டு அவனுக்கு மட்டும் புரியறாப்பல சின்னதா நாலு வரில அவனை வரச்சொல்லி ஒரு கடிதமும் எழுதினா என்ன நிருபமா? எங்க இருந்தாலும் அவன் அதைப் படிச்சுட்டு வருவான் இல்ல?"

நிருபமா யோசித்தாள். பிறகு அதே அமைதியோடு அவர்களைப் பார்த்தாள்.

"அவர் வருவார்னு எனக்குத் தோணல ரங்கன்." அவள் சொன்னது கேட்டு குடும்பமே அதிர்ச்சியோடு அவளைப் பார்த்தது.

"என்ன சொல்றீங்க நிருபமா? நீங்கதான் இப்டி சொல்றேளா...? திடீர்னு ஏன் இந்த அவநம்பிக்கை உங்களுக்கு?"

"உங்க நண்பர் திருப்பதில பார்த்தது நிச்சயம் பிரணவா இருந்திருக்க முடியாதுப்பா."

"பிரணவை அவனுக்கு நன்னா தெரியும்மா. ரெண்டு முறை நியூயார்க் வேற போயிருக்கான். போன இடத்துலயும் பிரணவை பார்த்து பேசியிருக்கான். நாங்களாவது அவனைப் பார்த்துப் பத்து

வருஷமாறது. இவன் அப்படியில்ல. சத்தியம் பண்ணிச் சொல்றான் பிரணவ்தான்னு."

"பேசினாராமா?"

"பேசறதுக்குள்ள பஸ் போயிடுத்துன்றானே."

"அப்டி அது பிரணவா இருந்திருந்தா இவ்ளோ நாள் நாம் தேட வேண்டிய அவசியமில்லாம அவர் வந்திருப்பாரே திருப்பதி வரை வந்தவருக்கு ஸ்ரீரங்கத்துக்கு வழி சொல்லித்தரணுமா என்ன?"

"அதாம்மா எனக்கும் புரியல."

"எனக்குப் புரியறதுப்பா. அது நிச்சயமா பிரணவ் இல்ல. பிரணவா இருந்திருந்தா என்னை மறக்க அவரால் நிச்சயம் முடியாது. என்னை மறந்துட்டு இருந்தார்னா நிச்சயம் அது உங்க பிள்ளையில்ல. ஒருவேளை உங்க பிள்ளைக்கு பைத்தியம் பிடிச்சு புத்தி சுவாதீனம் போயிருந்துதுன்னா தான் இப்டி நடக்கும்."

அவள் தெளிவாகப் பேச, அவர்கள் குழம்பினார்கள். மேற்கொண்டு என்ன செய்வதென்று புரியாமல் அவளைப் பார்த்தார்கள்.

அடுத்த நாளே அவள் அங்கிருந்து கிளம்பினாள் கிளம்புவதற்கு முன் ஜெயராமனுடன் மனம்விட்டுப் பேசி அவரிடம் சில விஷயங்களை ஒப்படைத்தபோது அவர் இன்னும் அதிகமாய் திகைத்துப் போனார்.

19 அத்தியாயம்

“எந்த நிமிஷம் நா பிரணவை நேசிக்க ஆரம்பிச்சேனோ அந்த நிமிஷத்துலேர்ந்தே உங்க எல்லாரையும் என் உறவுகளா ஸ்வீகாரம் பண்ணிண்டாச்சு. உங்க குடும்பத்துலேர்ந்து ஒரு நிமிஷம் கூட என்னை ஒதுக்கி வெச்சு நினைச்சதும் கிடையாது. அதனாலதான் வந்த முதல் நாளே என்னால உங்க எல்லோரோடயும் இயல்பா பழக முடிஞ்சுது. உங்களைப் பத்தியெல்லாம் பிரணவ் எவ்வளவோ சொன்னதைக் கேட்டு உங்களோட பழக்கவழக்கம், குணம், சின்னச் சின்ன குறைகள், பயங்கள் பலவீனங்கள் எல்லாமும்கூட எனக்குத் தெரியும். அதனாலதான் உங்களை இன்னும் அதிகமா என்னால நேசிச்சு உறவாட முடியறது. உங்ககிட்ட எல்லாவிதமான உரிமைகளும் எனக்கிருக்குன்னு நா நினைக்கிறேன். என்ன சொல்றீங்கப்பா?”

“சத்தியமா கொழந்த. உனக்கென்ன வேணும் சொல்லு. இங்க எதை வேணா கேக்கற உரிமையும் எடுத்துக்கற உரிமையும் உனக்கில்லாம வேற யாருக்குண்டு?”

“எடுக்கற உரிமையிருக்குன்னு சொல்றாப்பல, குடுக்கற உரிமையும் இருக்கா இல்லையா?”

“என்னம்மா சொல்ற?”

“இருக்கா இல்லையான்னு சொல்லுங்க.”

“சரி இருக்கு. அதுக்கென்ன இப்பொ?”

“ரொம்ப தேங்க்ஸ்ப்பா” நிருபமா தன் சூட்கேஸைத் திறந்தாள். அதிலிருந்து சில பேப்பர்களை எடுத்தாள்.

"இது சென்னைல எங்களோட வீட்டுப் பத்திரம்ப்பா. இதை சித்ரா பேருக்கு மாத்தி எழுதியிருக்கேன். ஒருவேளை ரங்கனோட அப்பா அவங்க கல்யாணத்துக்கு ஒத்துக்கலன்னா அவங்க ரெண்டு பேரும் ஒதுங்கிப் போய் நிம்மதியா வாழ ஒரு இடம் வேணும் இல்லையா? நீங்களாவது அவங்கள ஆசிர்வாதம் பண்ணி அனுப்பி வெப்பீங்கன்ற நம்பிக்கைலதான் இதைச் சொல்றேன். எந்தக் காரணத்தைக் கொண்டும் அவங்க ரெண்டு பேரையும் பிரிச்சுட வேண்டாம்."

"சேரணும்னு ஆண்டவன் விதிச்சிருந்தா அதை எந்த அப்பனாலயும் பிரிக்க முடியாதும்மா. அதுக்கும் இதுக்கும் என்ன சம்பந்தம்? வீடு உன் பேர்லயே இருக்கட்டும்."

"எனக்குன்னு இனி தனியா எதுவும் கிடையாதுப்பா. என் சுக துக்கம் எல்லாம் உங்களோடதான். இதுல சித்ரா, விஜி ரெண்டு பேருக்கும் நா வாங்கின நகைகள் இருக்கு. ஒரு மன்னியா நா போட வேண்டியவை."

அவர் மௌனமாய்ப் பார்த்தார்.

அவள் அடுத்ததை எடுத்தாள்.

"இது எங்க ரெண்டு பேரோட சேவிங்ஸ். இதை நாலு பங்கா பிரிச்சு செக் போட்ருக்கேன். உங்க நாலு பேர் பேர்லயும் இதை இங்கயே ஏதாவது பாங்க் பிக்ஸட்ல போட்டுக்கணும். எனக்குன்னு நா ஒரு தொகை வெச்சுட்ருக்கேன் கவலைப்பட வேண்டாம்."

"இப்ப இதுக்கெல்லாம் என்ன அவசியம் வந்துடுத்து பெண்ணே? எதுக்காக இப்டி எங்களை உன் அன்பைக் காட்டிக் கொல்ற?"

"அப்டியா தோணறது உங்களுக்கு?" நிருபமா சிரித்தாள்.

"ஏற்கனவே உன்னை நினைச்சு நாங்க துக்கப்பட்டுருக்கோம் நிருபமா. வாழ வேண்டிய வயசுல வாழ்க்கைத் துணையைத் தொலைச்சுட்டு அவனைத் தேடியலையறதே வாழ்க்கையாய்டுத்தே உனக்குன்னு ஒவ்வொரு நிமிஷமும் துடிச்சுருக்கோம். நீயானா சன்யாசம் வாங்கிண்டு போறாப்பல, உன் சொத்துபத்து எல்லாத்தையும் தூக்கி குடுத்துட்டு வாங்கிக்கோ வாங்கிக்கோன்னா

எப்டிம்மா வாங்கிக்க முடியும்? குடுக்கற உனக்கு சின்ன வயசுன்னா, ஆகற வயசுக்கு எனக்கு அறிவு வேண்டாமா? நீ குடுக்கறன்னு உன் மனசு கோணாம, வாங்கிண்டாதான் நா சந்தோஷமா இருந்துடுவேனா? ஊர் நாலுவிதமா பழிக்கறது இருக்கட்டும். என் மனசு என்னை சும்மா விட்ரும்னு நெனக்கறயா? வேணாம் தாயி. நீ நிம்மதியார்க்கணுங்கறதுக்காக என் தூக்கத்தைக் கெடுத்துடாதே" ஜெயராமன் குரல் தழுதழுத்தது.

"நீங்க இப்படி பயப்பட வேண்டிய அவசியமே இல்லப்பா. தினம் தினம் ரங்கநாதனை தரிசனம் பண்ணிட்டு வரேளே. ஒரு நாள் அந்த ரங்கநாதன், உன் பந்த பாசத்தையெல்லாம் ஒதுக்கி வெச்சுட்டு எனக்கு தொண்டு செய்ய வந்துடுன்னா நீங்க சந்தோஷப்படுவேளா இல்ல துக்கப்படுவேளா?"

"மெய்சிலிர்த்துப் போவேன்."

"உடனே இந்த வீட்டை பொறுத்தவரை எல்லாத்தையும் சரி பண்ணிட்டு தானே புறப்படுவேள்?"

"இதுக்கும் அதுக்கும் என்ன முடிச்சு?"

"ஒரே முடிச்சு தான் நானும் அப்டி ஒரு பாதைலதான் போகறதா இருக்கேன். போறதுக்கு முந்தி எல்லாத்தையும் ஒப்படைக்கறேன். போறது பெரிய சந்தோஷம்னு நெனச்சா இதை வாங்கிக்கறதுல என்ன கஷ்டம்?"

"எங்க போற? எதுக்குப் போற யார் உன்னை போகச் சொன்னது? அல்லது வரச் சொன்னது?"

"எனக்குள்ள ஒரு தேடலோட புறப்படறேம்ப்பா என்னை யார்னு அறியற ஒரு சிறு முயற்சி. மனசு ஏனோ மீண்டும் லௌகீகத்துக்கு வர மறுக்கிறது. சிற்றின்பத்தை விட பேரின்பம் பெரிசுன்னு புரிஞ்சப்புறம் அதை நோக்கிப் போகத்தானே வேணும்."

"பிரணவ் திரும்பி வருவான்ற நம்பிக்கை போய்டுத்தாம்மா உனக்கு. அதான் இந்த முடிவா?"

"நம்பிக்கையெல்லாம் போகலப்பா."

“அப்பறம் ஏம்மா? அவன் திரும்பி வந்தா அவனுக்கு நாங்க என்ன பதில் சொல்ல?”

“அவர் வந்தா எம் மனசு எனக்கு சொல்லிடும்ப்பா. நா திரும்பி வருவேன்.”

“பேரின்பத்துலேர்ந்து சிற்றின்பத்துக்கு வர முடியுமா தாயி?”

“வந்துதானே ஆகணும். கடவுள் என்னை எப்டியெல்லாம் இழுக்கறானோ அப்டியெல்லாம் ஆட நா தயாராவே இருக்கேன்.”

அவள் தன் முடிவில் தெளிவாக இருந்தாள்.

“நீ என்னதான் சொன்னாலும் உங்கிட்டேர்ந்து எதுவும் வாங்கிக்க என் மனசு இடம் தராது” அவரும் அவர் பிடியில் உறுதியாக இருந்தார்.

“இதை ஏன் என்னோடதுன்னு நினைக்கறீங்கப்பா? பிரணவோடதுன்னு சந்தோஷமா வாங்கிக்கலாமே. நா வேற பிரணவ் வேறன்னா நினைக்கத் தோண்றது உங்களுக்கு?”

“கல்யாணமானப்புறம் என் பொண்ணோட புருஷன் தானேன்னு மாப்ளகிட்ட பணம் வாங்கிக்க முடியுமா? அதுமாதிரிதான் இதுவும்.”

“ஸோ... இந்த வீட்ல இவ்ளோதான் என்னோட மதிப்பு இல்லப்பா.”

“அன்பு ஏராளமா உண்டும்மா. பஞ்சமே இல்ல. நீயும் என் பொண்ணாட்டம் தான். பிரணவ் நல்லபடியா திரும்பி வருவான்னு நாம நம்புவோம். நீங்க ரெண்டு பேரும் சேர்ந்து வாழறதைப் பார்த்தப்பறம் தான் எனக்கு மரணம் வரணும்னு வேண்டிக்கறேன். ஒரு அப்பா மாதிரி உனக்கு அட்வைஸ் பண்றேன். அவசரப்படாதே எல்லாத்தையும் கொஞ்சம் ஆறப்போடு. இதெல்லாம் உங்க ரெண்டு பேருக்கும்தான் பயன்படணும். எல்லாத்தையும் தூக்கிக் கொடுத்துட்டு நீ எங்கயோ எதையோ தேடிப் போறேன்னு சொல்றதைப் பார்த்தா உனக்கே அவன் திரும்பி வருவான்ற நம்பிக்கை போயிடுத்துன்னு தோன்றதே. அப்டியாம்மா நீ நினைக்கற?”

அவள் பதில் சொல்லவில்லை.

"எல்லாத்தையும் நீயே முடிவு பண்ணிடாதே நிருபமா. பொறுத்திருந்து பார்ப்போம். காலம் நல்ல முடிவு தரும். நீ எங்கயும் போக வேண்டாம். இங்கயே இரு. இல்ல யு எஸ் போறயா போ. இல்ல இந்தியாலயே ஏதாவது வேலை தேடிக்கப் போறயா அப்டியே செய். ஆனா வேற எந்த முடிவும் இப்ப வேணாம் சரியா?"

அவள் எவ்வித உணர்ச்சிகளுமின்றி அமர்ந்திருந்தாள். என்னவென்று சொல்ல, கொஞ்ச நாளாய் மனசுக்குள் ஒரு குரல் அவள் நம்பிக்கைக்கு எதிராகவே ஒலித்துக் கொண்டிருப்பதையா? நம்பிக்கைகளுக்கெல்லாம் அப்பாற்பட்டு மனம் இறைமையை நோக்கியே செல்வதையா? வேண்டாம் சில விஷயங்களை சொல்வதை விட சொல்லாமலிருப்பதே உத்தமம். இவர் வாங்கிக் கொள்ளவில்லையானால் என்ன? காலப்போக்கில் இவர்களுக்கே அவை சேரும் விதமாக ஏற்பாடுகள் செய்துவிட்டால் போகிறது.

அவள் முடிவு செய்தாள். அடுத்த நாலு நாட்கள் வெளியில் செல்வதும் வருவதுமாக இருந்தாள். ரங்கனை அழைத்துப் பேசினாள். அவனிடம் எல்லாவற்றையும் விவரமாகக் கூறினாள்.

"வீட்டுப் பத்திரமும், நகைகளும், லாக்கர்ல இருக்கு ரங்கன். தவிர வீட்டை சித்ரா பேர்க்கு மாத்தி டாக்குமென்ட் ரெடி பண்ணி கையெழுத்து போட்டு வெச்சிருக்கேன். அட்வகேட்கிட்ட விட்னஸும் வாங்கிட்டேன். பணத்தை என் பேர்ல பிக்ஸ்டா போட்டு அப்பா பேரை நாமினேஷன் கொடுத்திருக்கேன். லாக்கர் கீ அப்பாட்ட கொடுத்துடுவேன். பாங்க்ல அவர் பேரை நாமினேட் பண்ணி லெட்டர் கொடுத்தாச்சு. எப்ப வேணும்னாலும் அவங்க எல்லாத்தையும் சரி செய்துக்கலாம். எல்லாத்துக்கும் நீங்க கூட இருந்து உதவி பண்ணணும்.

பிரணவ் வந்தா சந்தோஷம். எனக்கு மெயில் பண்ணுங்க. வரலன்னா அவங்களுக்கு நீங்க பிள்ளையா, மாப்ளயா இருந்து அந்த குடும்பத்தைப் பார்த்துக்கணும். விஜியோட கல்யாணம் உங்க பொறுப்பு. எந்த காரணத்தைக் கொண்டும் உங்க அப்பாக்கு பயந்தோ, அவர் மிரட்டலுக்கு பணிஞ்சோ உங்க காதலை புதைச்சு

சமாதி கட்டிடாதீங்க. ஸ்ரீரங்கநாதனை நம்புங்க. அவன் நிச்சயம் உங்களுக்கு உதவுவான். உங்கப்பா மனசை மாத்துவான். நா உங்களை நம்பறேன் நீங்க அவனை நம்புங்க" அவள் கோயிலை நோக்கி வணங்கினாள்.

"இதுக்கெல்லாம் இப்ப என்ன அவசரம் நிருபமா?" ரங்கன் வேதனையுடன் கேட்டான்.

"பழுத்துட்டேன் ரங்கா. இனி லௌகீக வாழ்க்கைங்கற ஓடுலேர்ந்து விலகறதுதான் சுகம். எனக்குள்ள இப்பொ எதுவும் கிடையாது. பொறந்த குழந்தை மாதிரி மனசு மாறிட்ருக்கு. பாக்கற எல்லாமே வெறும் பிம்பங்கள்தான். நல்லது கெட்டது விருப்பு வெறுப்பு, அழகு அழகற்றதுன்னு எதுவும் கிடையாது. எண்ணங்களற்ற ஒரே பார்வை தான்." அவள் பேசப் பேச ரங்கன் வியப்போடு அவளைப் பார்த்தான். அவள் சொல்வதெல்லாம் உண்மைதான் என்பதை அவளது முகமும் கண்களும் உணர்த்தியது. பிறந்த குழந்தையின் பரிசுத்தம் தான் அதில் தெரிந்தது. பிரணவ் ஒருவேளை திரும்பி வந்தால் கூட அவள் லௌகீக வாழ்வுக்குத் திரும்புவாளா என்ற சந்தேகம் ஏற்பட்டது அவனுக்கு. கடவுள் எதை நோக்கி இவளை செலுத்துகிறான் என யோசித்தான் அவன்.

"இன்னும் ரெண்டு நாள்ல நா கிளம்பறேன் ரங்கா" அவள் எழுந்தாள். உடையில் ஒட்டியிருந்த மணலைத் தட்டி விட்டாள். எல்லாவற்றையுமே அவள் அந்த மணலைப் போல்தான் தட்டிவிட்டாளோ...?

"நீங்க புறப்படுங்க. நா கோயிலுக்குப் போய்ட்டு போகணும்" அவள் நடக்க அவன் அவளையே பார்த்தபடி நின்றான்.

கோயிலில் வரிசையில் நின்று அரங்கனின் சந்நிதிக்குள் நுழைந்தாள். அவனையே பார்த்தபடி எண்ணங்கள் ஏதுமின்றி ஒடுங்கி நின்றாள். அவனும் தன்னையே பார்ப்பதுபோல் தோன்ற விழிகளை மெல்ல மூடினாள். ரங்கா ரங்கா என்று கிளியொன்று கத்தியது. கத்திக் கொண்டே பறந்தது. இடைவிடாமல் பறந்தது.

இறகுகள் சோர்ந்துதான் போகாதோ? எங்கே இப்படி பறக்கிறது? நீண்ட பிரயாணத்திற்குப் பிறகு ஓரிடத்தில் அதுவும் ஓய்வெடுத்து அமர, அதன் உருவம் மெல்ல மாறுகிறது. அவள் வியப்போடு பார்த்தாள். யாரது அவளைப் போல? இல்லை. அவளேதான். தன்னைத்தானே தன் எதிரில் யாராவது காண முடியுமா? இதோ அவள் காண்கிறாளே. அவள், அவளை உற்றுப் பார்த்தாள். அவள் கண் மூடி அமர்ந்திருந்தாள். முகம் மிக மிக அமைதியாய் இருந்தது. அவளைச் சுற்றி பனிச் சிகரங்கள். அவளுக்குக் குளிரில்லை விறைப்பில்லை. அவள் ஒரு மலர்போல் அந்த பனியில் உறுதியாக அமர்ந்திருக்கிறாள்.

நிருபமா சட்டென்று கண் திறந்தாள். விழிகளிலிருந்து கண்ணீர் வழிந்தது. அரங்கனை நோக்கி கரம் குவித்தாள். காட்சிகளை காட்டிவிட்டாய் கரிய பெருமானே. புரிந்து கொண்டேன். பொருள் உணர்ந்தேன். அவள் உதடுகள் மிக மிக மெலிதாய் முணுமுணுத்தன. அவள் சந்நிதியிலிருந்து வெளியில் வந்தாள். மனம் தெளிந்திருந்தது. வீட்டில் அவளோடு இரவு உணவருந்துவதற்காக அனைவரும் காத்திருந்தார்கள்.

"நீ போய்த்தான் ஆகணுமா நிரூ?" மீனாட்சி நெய் ஊற்றியபடி கேட்டாள்.

"எத்தனை நாள் சும்மா இருக்க முடியும்மா? சென்னைல சித்தார்த் மூலம் எனக்கொரு வேலை பார்த்து வெச்சிருக்கேன்."

"என்ன வேலை...?"

"யு எஸ்ல நா பார்த்த அதே வேலைதான். அந்த அளவுக்கு பணம் கிடைக்காது. இருந்தாலும் நல்ல சாலரிதான். வர ஒண்ணாம் தேதிலேர்ந்து ஜாய்ன் பண்றதா சொல்லியிருக்கேன்."

"எங்க இருந்தாலும் நீ நன்னார்க்கணும். அதுமட்டும் போதாது. இன்னொரு வாழ்க்கைக்கும் நீ தயாராகணும். நீ யாரைக் கல்யாணம் பண்ணிண்டாலும் அவனும் எனக்கு பிள்ளைதான் அவனோட நீ இங்க வந்து போகணும்" ஜெயராமன் சொன்னார்.

நிருபமா சிரித்தாள்.

“பிரணவ் வரவே மாட்டார்னு முடிவு கட்டிட்டீங்களாப்பா?”

“அதுவரை உன் இளமை இருக்காதுன்னு சொல்றேன். ஒரு வயசுக்கு மேல நீ விரும்பினாலும் தாயாக முடியாது. மனசைத் தேற்றிண்டு வாழ்க்கையைத் தொடர்வதுதான் விவேகம்.”

“விவேகத்தை நிரூபிக்க கல்யாணம் மட்டும்தான் வழியாப்பா?”

“மடக்கி மடக்கி கேள்வி கேட்டா எனக்கு பதில் சொல்லத் தெரியாதும்மா. என் ஆசையை நா சொல்றேன் அவ்ளோதான்.”

“என் மனசு யார்கிட்டயாவது மறுபடியும் காதலாகி, கசிந்துருகி ஸ்ட்ரைக் பண்ணித்துன்னு வெச்சுக்குங்க. கண்டிப்பா உங்க ஆசை நிறைவேறும்.”

“இது சமாதானமா இல்ல தப்பித்தலா?”

“எப்டி வேணா எடுத்துக்கலாம்” நிருபமா சிரித்தபடி உணவு முடித்து எழுந்தாள்.

உணவுக்குப் பிறகு விஜி பேப்பரும் பென்ஸிலுமாக கூடத்தில் அமர “என்ன செய்யப் போற” என்றாள்.

“மார்கழி பிறக்கறதே. காலம்பற போட வேண்டிய கோலத்தைப் போட்டுப் பாக்கறேன்.”

“என்ன கோலம்?”

“கம்பியிழை கோலம். உங்களுக்குக் கோலம் போட வருமா?”

“பெரிசா எல்லாம் போடத் தெரியாது” நிருபமா அவள் அருகில் அமர்ந்து கோலங்களை வியப்போடு பார்த்தாள். நெளிந்து நெளிந்து புள்ளிகளைச் சுற்றி வளைத்துச் சென்ற இழைகள் பிரமிக்க வைத்தன. எங்கிருந்து ஆரம்பித்து எங்கே சுற்றி எங்கே முடிகிறதென்று புரியாத ஓட்டம். வாழ்க்கையை இதனால்தான் கோலத்தோடு ஒப்பிடுகிறார்களோ? நன்றாய் அமைந்தால் அழகான கோலம் என்றும் சீரழிந்து போனால் அலங்கோலம் என்றும் சொல்கிறார்களா?

அவள் பெருமூச்சு விட்டாள். இருள் பிரியாத விடியற்கால ஓஸோன் காற்றில் விஜியும் சித்ராவும் சாணம் கரைத்த நீர் தெளித்து கோலம் போட அவளும் எழுந்து வந்து திண்ணையில் அமர்ந்தாள். எல்லார் வீட்டிலுமே பெண்கள் முனைந்து முனைந்து கோலம் போட்டுக் கொண்டிருந்தனர். வீதியே அழகாய் மாறியிருந்தது. பஜனை கோஷ்டி ஒன்று திருப்பாவை பாடிக்கொண்டு கோயிலுக்குச் சென்று கொண்டிருந்தது. மார்கழியின் புனிதம் ஸ்ரீரங்கம் முழுக்க பரவியிருந்தது.

“சின்ன வயசுல மார்கழி மாசமானா அப்பாவும் நானும் வீதி வீதியா திருப்பாவை பாடிண்டு போவோம் தெரியுமோ?”

பிரணவ் சொன்னது நினைவுக்கு வந்தது. “இங்க ஒரு முறை வீதி வீதியா பாடிண்டு போறயா பிரணவ்?”

“ஓ போகலாமே... நீயும் வரயா?”

“எனக்குத் தெரியாதே...”

“சும்மா ஜால்ரா தட்டிண்டு வா போதும் நா பாடறேன்.”

“நிஜமாவா சொல்ற?”

“நிஜமாவே தான்.”

“சாமி பாட்டுன்னு தெரியாம யாராவது நியூஸென்ஸ் கேஸ்ல புக் பண்ணிடப் போறா.”

“அப்பறம் எதுக்கு பாடறயான்னு கேட்ட?”

“சும்மாதான்.”

“இதுக்கு என்ன பனிஷ்மெண்ட் தெரியுமா?”

“என்ன?”

“சி.டி ல நா இப்பொ ஒரு பாட்டு போடுவேன் நான் நிறுத்துன்னு சொல்ற வரை நீ ஆடிண்டே இருக்கணும்.”

“அவ்ளோ தானே. ஆடிட்டா போச்சு.”

“நா பாட்டை மாத்தி மாத்தி போடுவேன். நீ அதுக்கேத்தா மாதிரி ஆடணும்.”

“கலக்கறேன் பாரு.”

அவன் பழைய தமிழ் சினிமா பாடல்களின் கலெக்ஷன் கொண்ட ஒரு சிடியை போட்டான்.

யாரடி நீ மோகினி...

அவள் கை தட்டியபடி வேகமாய் உடல் வளைத்து ஆடினாள்.

ஏ தில்லாந்தோனடி
டப்பாங்குத்து ஆட்டமாடுவேன்
ஷோக்கா பாட்டு பாடுவேன்...
டேக்கா தாளம் போடுவேன்.

கண்ணும் கண்ணும் கலந்து
சொந்தம் கொண்டாடுதே...

லவ் பேர்ட்ஸ்...
லவ் பேர்ட்ஸ்
தக்க தி மி த்தா...

மறைந்திருந்து பார்க்கும் மர்மமென்ன?

எலந்தப்பயம்.. ஆ..
எலந்தப்பயம்
போடு செக்கச் செவந்த பயம்...

செந்தமிழ்த் தேன் மொழியாள்
நிலாவென சிரிக்கும் மலர்க்கொடியாள்...

பட்டிக்காடா பட்டணமா...

மன்னவன் வந்தானடி...

வா வாத்யாரே வூட்டாண்ட

அவன் மாற்றி மாற்றி பாடல்களை க்ளிக் செய்ய அவள் சலிக்காமல் மாற்றி மாற்றி ஆட, நேரம் செல்லச் செல்ல பரதநாட்டிய பாட்டுக்கு டப்பாங்குத்தும், டப்பாங்குத்துப் பாடலுக்கு பரத நாட்டியமுமாய் ஆட அவன் வயிற்றைப் பிடித்துக் கொண்டு சிரித்தான்... நிருபமா தன்னை மறந்து சிரித்தாள்.

"என்னாச்சு மன்னி...?" விஜியும் சித்ராவும் வியப்போடு பார்க்க... நிருபமா வெட்கத்தோடு முகம் சிவக்க அவர்களைப் பார்த்தாள்.

"அண்ணா ஞாபகமா? எனக்கும் அவன் ஞாபகம்தான். அப்பா ஒவ்வொரு மார்கழிக்கும் அவனை அழச்சுண்டு திருப்பாவை பாடிண்டு போவாராம். இப்ப எங்க இருக்கானோ.. திருப்பாவை தான் ஞாபகமிருக்கோ...?"

சித்ரா பெருமூச்சு விட்டாள்.

இரண்டு நாள் கழித்து நிருபமா சென்னைக்குக் கிளம்பினாள்.

அத்தியாயம் 20

வேலைக்குச் செல்லப் போவதாக ஜெயராமனிடம் சொன்னாளே தவிர உண்மையில் அப்படி எந்த உத்தேசமும் அவளுக்கில்லை என்றுதான் சொல்ல வேண்டும். அவளுடைய தகுதிக்கும் திறமைக்கும் சித்தார்த் பல இடங்களில் அவளுக்கு வேலை பெற்றுத் தரத் தயாராக இருந்தாலும் அவள் மறுத்துவிட்டாள்.

“இனி என்னதான் செய்யப் போற நிரூ? உன் திட்டம்தான் என்ன?” மனோன்மணி சலிப்புடன் கேட்டாள்.

“எதுக்காக நாம் சம்பாதிக்கணும் மனோ? கைலஇருக்கற பணமே போதும். என் மனசுக்குள்ள எந்த லட்சியமும் இல்ல. இனி, பணத்திற்கான தேவையும் இல்ல. வேண்டிய உடைகள் இருக்கு. நகை எதுவும் அவசியமில்ல இருக்கற பணத்தைக் கொண்டு இப்படியே மனம் போன போக்குல போகப் போறேன். பசிச்சா துளி உணவு, குளமோ, நதியோ கண்டால் குளியல், ஏதாவது ஆசிரமத்துல தூக்கம்னு ஊர், ஊரா போயிட்டோ இருக்கப் போறேன்.”

“சன்யாசி மாதிரியா?”

“சன்யாசிதான் அப்டி போகணுமா?”

“இப்ப என்ன அதுக்கு அவசியம்?”

“அவசியம் வந்தாதான் கோயில் குளம்னு போகணுமா? என்ன பேசற நீ?”

“எனக்கு ஒண்ணும் புரியல நிரூ. உன்னை நினைச்சா கவலையார்க்கு.”

"ஒரு கவலையும் பட வேண்டாம்."

"ஊர் ஊரா போயிட்ருந்தா உன் வாழ்க்கை என்னாறது?"

"படிக்கணும். நல்ல வேலைல உக்காரணும், நல்லா சம்பாதிக்கணும், கல்யாணம் பண்ணிக்கணும், குழந்தைகள் பெத்துக்கணும். அதுகளை வளர்த்துப் படிக்க வெச்சு கல்யாணம் பண்ணி பேரன் பேத்தி எடுத்து அறுபது வயசுக்கு மேல சாமி பூஜை கோயில் குளம்னு சுத்தறது தான் வாழ்க்கையோட வளர்ச்சின்னு விதிகள் எழுதி வெச்சுட்டு, அதுலேர்ந்து விலகிப் போறவங்களைப் பார்த்து கவலைப்படறது தான் மனித இயல்புன்னு ஆகிப்போச்சு மனோ. நீயும் அந்த சமூகத்துல ஒருத்திதானே. பிரணவ் காணாம போகாமயிருந்தா நானும் எல்லோரை மாதிரியும் அந்த விதிகளுக்குள்ள வாழ்ந்திருப்பேன். என்ன செய்ய நா அதுலேர்ந்து விலகி வரணுங்கறதுதான் தெய்வ சித்தம்னு வெச்சிக்கயேன்."

"எது கேட்டாலும் எதையாவது சொல்லி சமாளிச்சுடற நிரூ. எனக்குத் தெரியும் காட்டாற்றைக் கையால் தடுத்து நிறுத்த முடியாதுன்னு உன் சுதந்திரத்துக்குள்ள யாரும் நுழையமாட்டோம். கேரி ஆன்" மனோன்மணி விட்டுவிட்டாள்.

நிருபமா ஒரு ஏர் பேகில் ஜீன்ஸ், டீ ஷர்ட், சல்வார், சில புடவைகள், இன்னும் சில தேவையான பொருட்கள், தனது ஏடிஎம் கார்டு எல்லாவற்றையும் எடுத்து வைத்துக் கொண்டாள். முதலில் தென்னிந்தியா செல்வதெனத் தீர்மானித்தாள். டிராவல் ஏஜன்ஸி மூலம் கன்யாகுமரிக்கு டிக்கெட் ரிஸர்வ் பண்ணினாள். மறுநாள் வண்டிக்கே டிக்கெட் கிடைக்க, மனோன்மணியிடம் சொல்லிக்கொண்டு கிளம்பினாள்.

***

புத்தகக் கடையைக் கண்டதும் சடன் பிரக் போட்டாற்போல் நின்றாள் பவானி. உள்ளே நுழைந்தாள்.

"யெஸ்..."

"சௌத் இண்டியன் டூர்ஸபத்தி ஏதாவது புக்ஸ் இருக்கா?" ஹிந்தியில் விசாரித்தாள்.

"எந்த மொழியில் வேண்டும்?"

"ஹிந்தி...?"

அவன் அலமாரியிலிருந்து தேடி ஒரு புத்தகம் எடுத்துக் கொடுத்தான். நாற்பது ரூபாய் கொடுத்து, அதை வாங்கி ஆசையாய்ப் பார்த்தாள். குமரிக் கடலில் பகவதியின் திருவுருவமும் விவேகானந்தர் பாறையும் முகப்பை அலங்கரித்தது.

விக்டோரியா டெர்மினஸ் வந்து மின்சார ரயிலில் ஏறியமர்ந்தாள். புத்தகத்தை ஆவலுடன் பிரித்தாள். டிரெயின் கிளம்பும்போது ரிஷி ஓடிவந்து ஏறினான். கூட்டத்தில் பிதுங்கி நுழைந்து அவளருகில் வந்தான்.

"என்னாச்சு? லேட்டாகும் போன்னு என்னை அனுப்பிட்டு பின்னாடியே ஓடி வரீங்க?" ஹிந்தியில் கேட்டாள்.

"நாளைக்கு தான் புது லோட் துணிகள் வருதாம். நாளைக்கே வந்து டெலிவரி எடுக்கச் சொல்றார் கிஷோர். அதான் வந்துட்டேன் இதென்ன புஸ்தகம்."

"தென்னிந்திய கோயில்களாம் நா இன்னும் போனதே இல்லையே. அதான் வாங்கினேன் வர வருஷம் எப்படியாவது போய்டணும்." அவன் புன்னகைத்தான்.

"நீங்க போயிருக்கீங்களா?"

"தெரியாது." அவள் சட்டென நிமிர்ந்து அவனைப் பார்த்தாள். முகத்தில் இரக்கம் படர,

"சாரி ரிஷி நா ஒரு அறிவு கெட்டவ" என்று முணுமுணுத்தாள். ரிஷி முகத்தைத் திருப்பிக் கொண்டு வெளியில் வேடிக்கை பார்த்தான்.

ஒவ்வொரு ஸ்டேஷனிலும் மனிதர்கள் ஏறுவதும் இறங்குவதுமாக இருக்க, கிடைத்த இடத்தில் ரிஷி அமர்ந்து

கொண்டான். அவன் முகத்தில் பரவியிருந்த வேதனை பவானிக்கு வருத்தத்தை ஏற்படுத்தியது.

சரியாய் ஒரு வருடத்திற்கு முன் இதேபோல் வி.டி.யிலிருந்து கிளம்பிய ஒரு மின்சார ரயிலில்தான் அவனை முதன் முதலில் சந்தித்தாள். அவளுக்கு எதிரில் அமர்ந்திருந்தான். கையில் ரெடிமேட் துணிகள் கொண்ட சணல் பை வைத்திருந்தான்.

"அதென்ன ரெடிமேட் துணியா? விக்கறதுக்கா?" அவள் ஹிந்தியில் கேட்க, அவன் அந்த வேகமான ஹிந்தி புரியாமல் விழித்தான். அவள் மறுபடியும் கேட்டாள். அவன் ஒரு மாதிரி புரிந்து கொண்டு "யெஸ்" என்று ஆங்கிலத்தில் பதில் சொன்னான்.

"பார்க்கலாமா? வாங்கறதுக்காகத்தான் கேக்கறேன். நல்லதா ஷர்ட் இருக்கா?"

அவன் தயக்கத்துடன் பையத் திறந்து ஒன்றிரண்டு துணிகளுக்கு அடியிலிருந்த ஷர்ட் ஒன்றை எடுத்துக் காட்டினான்.

"எவ்ளோ?"

"ஹண்ரட்."

"நூறு ரூபாயா? ரொம்ப அதிகம். எவ்ளோக்கு தருவ?"

"லாஸ்ட் பிரைஸ் எய்ட்டி."

"அம்பது?"

"சாரி அதை விட நா சும்மா குடுக்கலாம்" அவன் ஆங்கிலத்திலேயே சொல்ல அவள் வியப்போடு பார்த்தாள்.

"ஹிந்தி மாலும் நஹி..?"

"தோடா தோடா."

"ஹிந்தி தெரியாம மும்பைல இதெல்லாம் எப்டி விக்கற?"

அவன் பதில் சொல்லவில்லை. இதெல்லாம் உனக்கு தேவையில்லாத விஷயம் என்பதுபோல் அமர்ந்திருந்தான்.

"சரி கடைசியா எவ்ளோ விலைக்கு தருவ?"

"செவன்ட்டி."

"சிக்ஸ்ட்டி?" அவன் முடியாது என்பதுபோல் பையை மூடப்போனான்.

"சரி குடு" அவள் பர்ஸ் பிரித்து ரூபாயை எடுத்துக் கொடுத்து ஷர்ட்டை ஒரு கவரில் போட்டு வாங்கிக் கொண்டாள்.

இரண்டு ஸ்டேஷன் சென்றதும் வண்டி ஓரிடத்தில் நிற்க, அவள் யாரையோ கை தட்டி அழைக்க, பழம் விற்றுக் கொண்டிருந்த ஒரு ஆள் ஓடி வந்தான்.

"பழம் வேணுமா. டஸன் முப்பது ரூபாய்" ஹிந்தியில் கேட்டான்.

"அதெல்லாம் வேண்டாம். நா ஒண்ணு குடுத்தா நீ வாங்கிப்பயா?"

"என்ன?"

"இந்தா" அவள் ஷர்ட்டை அந்த பழக்காரனிடம் கொடுக்க, அவன் வியப்புடன் முகம் மலர வாங்கிக் கொண்டு நன்றி சொன்னான். அவள் அடுத்த வினாடி கையிலிருந்த புத்தகத்தில் ஆழ்ந்து போனாள். ரிஷி வியப்போடு அவளைப் பார்த்தான். யாருக்கோ கொடுப்பதற்காக பேரம் பேசி ஷர்ட் வாங்கினாள்? சரிதான்.

காசு கொட்டிக்கிடக்கிறது போலிருக்கிறது, என நினைத்துக் கொண்டான்.

"ஏம்மா புதுசா ஷர்ட் வாங்கிட்டு ஏன் இப்படி தூக்கிக் கொடுத்துட்ட?" அருகிலிருந்த பெரியவர் அடக்க முடியாத ஆவலுடன் கேட்டுவிட்டார்.

"இன்னிக்கு எங்கண்ணனோட நினைவு நாள். வருஷா வருஷம் அவரை நினைச்சுக்கிட்டு யாருக்காவது என்னால் முடிஞ்சதை வாங்கிக் கொடுக்கறது வழக்கம்."

அவள் சொல்ல, அவன் வியந்தான். மரியாதையுடன் அவளைப் பார்த்தான்.

கல்யாண் ஸ்டேஷனுக்கு முந்தின ஸ்டேஷனில் அவள் இறங்கிக்கொள்ள அவன் எங்கு போய் இறங்கினானோ தெரியாது.

அதற்குப் பிறகு நாலைந்து முறை அவனை அதே டிரெயினில் பார்க்க நேரிட, அவள் புன்னகைத்தாள். வீடு எங்கே என்று விசாரித்தாள்.

“கல்யாண்.”

“கடையும் அங்கதானா? தினமும் சரக்கு எடுத்துட்டுப் போவயோ?”

“இல்ல வீடுதான் கல்யாண்ல கடை இஷ்டம்போல எங்க வேணா மாத்தி மாத்திப் போடுவேன்.”

“நல்லா இங்கிலீஷ் பேசற. படிச்சவன் மாதிரியிருக்க ஏதாவது கம்பெனி வேலைக்குப் போகாம ஏன் இந்த வேலை? என்ன படிச்சிருக்க?”

அவன் பதில் சொல்ல விரும்பாததுபோல் முகத்தைத் திருப்பிக் கொண்டான்.

“இந்த வியாபாரத்தை நா கேவலம்னு சொல்லல. பொதுவா படிச்சவங்கள்ளாம் மும்பைல கம்பெனில வேலை பார்க்கத்தான் விரும்புவாங்க அதான் கேட்டேன்.”

அவள் அவனை சமாதானப்படுத்துவது போல் கூற அவன் அதற்கு மௌனமாக இருக்க, அதற்குமேல் அவளும் மௌனமானாள்.

அதற்குப் பிறகு ஒரு வாரம் கழித்து தாதர் பக்கம் அவனை எதேச்சையாகப் பார்த்தவள் எதுவும் பேசாமல் கடந்து சென்றாள்.

“புது சல்வார் வெரைட்டி வந்திருக்கு பாக்கறீங்களா?” அவன் கேட்டது காதில் விழாதது மாதிரி நடந்தாள். அவன் ஓடி வந்தான்.

“கோவமா...?”

“நா எதுக்கு உங்கிட்ட கோவப்படணும்? கோவப்பட நீ யார் எனக்கு?”

“சாரி.”

“மன்னிப்புக் கேட்க நீ என்ன தப்பு செய்த?”

அவன் என்ன சொல்வதென்று புரியாமல் பரிதாபமாக நின்றான். அவள் ஓரக்கண்ணால் பார்த்துவிட்டு அவன் கடை நோக்கி நடந்தாள். அவன் பின்னால் வந்தான். புது ரகங்களைக் காட்டினான். அவள் விரித்துப் பார்த்து விட்டு உதடு பிதுக்கினாள்.

“ஏன் பிடிக்கலையா? நல்ல துணி நல்ல கலராச்சே...?”

“துணியும் கலரும் நல்லாதான் இருக்கு ஆனா டிஸைனும், தையலும் நல்லால்ல.”

“டிஸைனுக்கென்ன?”

“மட்டமான டிஸைன். ஸ்டிச்சிங் அதைவிட மட்டம். இதையெல்லாம் வித்து ஜனங்களை ஏமாத்தாதே. பத்து நாள் கூட உழைக்காது. நீ சும்மா தந்தாக்கூட நா வாங்க மாட்டேன்.”

அவன் முகம் சுருங்கியது.

“உன் எரிச்சலை எங்கிட்ட வேணா காட்டு. ஆனா அதுக்காக என் துணிகளை குறை சொல்லாதே” என்றான் ஆங்கிலத்தில்.

“ச்சேச்சே. நா வேணும்னு சொல்லல நிஜமாவே தான் சொல்றேன். நீ எங்க போய் இந்த சரக்குகளை வாங்கினாயோ? ஆனா இதெல்லாம் ரொம்ப நாலாந்தரம். நல்ல சரக்குகள் வேணும்னா சொல்லு உனக்கு விலாசம் கொடுக்கறேன். அங்கேர்ந்து இனி வாங்கி வியாபாரம் பண்ணு. நா நினைக்கிறேன் இந்த வியாபாரம் உனக்குப் புதுசுன்னு. சரியா? முன்னபின்ன எந்த அனுபவமும் நெளிவு சுளிவும் இல்லாம ஏதோ பிழைப்புக்காக இந்த துணிகளைப் பத்தியோ டிஸைன்கள், தையலோட தரம் பத்தியோ எதுவும் தெரியாம வியாபாரம் செய்யற.”

அவள் சொல்ல, அவன் திகைத்துப் போனான். அவள் மிகச்சரியாக அவனை எடை போட்டிருக்கிறாள் என்பது புரிய அவன் மலங்க மலங்கப் பார்த்தான் அவளை.

“நீ ஏதாவது துணிக்கடைல வேலை செய்யறயா?” சற்றுப் பொறுத்துக் கேட்டான்.

"இல்ல. ஒரு ஸ்கூல்ல தையல்ல டீச்சரா இருக்கேன். அதுக்கு முந்தி கொஞ்ச நாள் ஒரு கார்மென்ட்ஸ்ல டிஸைனிங் சூப்பர்வைசரா இருந்திருக்கேன். துணிகளைப் பத்தி, டிஸைனிங் பத்தி, ஸ்டிச்சிங் பத்தி நல்லாவே தெரியும். அன்னிக்கு டிரெயின்ல வாங்கின ஷர்ட் பரவால்ல ஆனா இதெல்லாம் வேஸ்ட் துணில வெட்டி ஜாய்ன் பண்ணி தெக்கறது. தையலும் ரொம்ப வீக்கா இருக்கு. உனக்கு சரக்கு பாத்து வாங்கத் தெரியலன்னு அதான் சொல்றேன். இந்த பிஸினஸ்க்கு நீ புதுசுதானே?" அவள் கேட்டுவிட்டு அவனை உற்றுப் பார்க்க அவன் ஆமாம் என்பது போல் தலையசைத்தான்.

"அப்பறம் எதுக்கு இந்த வீண் வேலை? ஏதாவது கம்பெனில வேலை தேடிக்க வேண்டியது தானே? நீ யாரோ என்னவோ? உன்னை இப்படி கேக்க எனக்கு உரிமையும் இல்ல. ஆனா உன்னைப் பார்த்தா பரிதாபமா இருக்கு. அதான் சொல்றேன். வித்தா நல்ல சரக்கு வித்து நேர்மையானவன்னு பேர் வாங்கணும் இல்லையா நமக்குத் தெரிஞ்ச வேலைக்குப் போயிடணும். உனக்கே தெரியாத வேலைல இறங்கி உன்னால நாலு பேர் நஷ்டப்படறதுக்குக் காரணமாய்டக் கூடாது பார்."

அவள் ஹிந்தியிலும் ஆங்கிலத்திலுமாகப் பேச அவன் ஸ்தம்பித்து நின்றான். அவளையே வெறித்துப் பார்த்தான்.

"இது நா வேலை செஞ்ச கார்மெண்ட்ஸோட விலாசம் இங்க தன்வீர்னு ஒருத்தர் இருப்பார். பவானி அனுப்பினாங்கன்னு சொல்லு. இந்த வியாபாரத்துல உனக்கு ஒரு கிளாஸே எடுப்பார். நியாய விலைக்கு நல்ல சரக்கு தருவார். வீட்லயே ஒரு ரெடிமேட் பாக்டரி வெச்சிருக்கார். எங்கண்ணனோட ப்ரண்டு தான்." அவள் ஒரு அட்டையில் விலாசம் எழுதிக் கொடுத்தாள்.

"தேங்க்ஸ்."

"நா வரேன்" அவள் பேனாவை பைக்குள் வைத்தாள்.

"ஒரு நிமிஷம் நானும் வந்திடறேன்."

"ஏன்... கடையைக் கட்று?"

"இவ்ளோ சொன்னப்பறம் இந்த சரக்கை விக்கறதா? நாளைக்கே இதைத் திருப்பிக் கொடுத்துடறேன்."

அவன் பையை எடுத்துக்கொண்டு கிளம்பினான். அவளோடு நடந்தான்.

"இந்த வேகமான ஊர்ல எங்கிட்ட நின்னு பேசி எனக்கு இவ்ளோ உதவி செய்யறதுக்கு ரொம்ப நன்றி."

"இந்த வியாபாரம் புதுசுன்ற, இதுக்கு முன்னாடி என்ன செய்துட்ருந்த?"

அவன் முகம் மாறியது.

"ஏன்..? நா ஏதாவது தப்பா கேட்டுட்டேனா? உனக்கு இஷ்டமில்லன்னா விட்ரு."

"இல்ல... என் கஷ்டத்தை யார்கிட்டயும் சொல்ல முடியாம தவிக்கறேன். இந்த மனித சமுத்திரத்துல என்னை மதிச்சு பேசற ஒரே ஆள் நீதான். நீ கேக்கத் தயார்னா உங்கிட்ட மனசுவிட்டு என் கஷ்டத்தை சொல்லவா? நேரமிருக்குமா உனக்கு?" அழகான ஆங்கிலத்தில் அவன் கேட்க அவள் வியப்போடு அவனைப் பார்த்தாள்.

"அப்டி உக்கார்ந்து பேசுவோம் வா."

பிளாட்பாரத்தில் ஒரு ஓரமிருந்த நீண்ட இரும்பு சேரில் அமர்ந்தார்கள்.

அவன் சில நிமிட மௌனத்திற்குப் பின் தன்னைப் பற்றிக் கூறக் கூற அவள் முகத்தில் வியப்பும், பரிதாபமும், இப்படியும் நடக்குமா என்ற ஆச்சர்யமும் மாறி மாறிப் படர்ந்து கலவையாய் நிரம்பின. அவன் தன் கதையைக் கூறி நிறுத்த கருணையுடன் பார்த்தாள் அவனை.

21 அத்தியாயம்

“எனக்கு என்ன சொல்றதுன்னே தெரியல. இப்டி ஒரு கஷ்டம் கூட மனுஷனுக்கு வருமா?”

அவள் உடலை சிலிர்த்துக் கொண்டு சொன்னாள்.

“இந்த நிலைல நா என்ன செய்ய முடியும்? இறந்த காலத்தை பத்தி யோசிக்கறதை விட எதிர்காலத்தை எப்டி எதிர்கொள்ளப் போறோம்னு யோசிக்கறது நல்லதுன்னு பட்டுது. நல்ல காலம் கடவுள் பைத்தியமாக்கிடலையே என்னை. அந்த வரை சந்தோஷம்...

இறந்த காலம் இறந்ததாகவே போய்ட்டுப் போறது. நிகழ்காலமும் எதிர்காலமும் எனக்குள்ள இருக்கேன்னு மனசை தேற்றிக் கொண்டு பிழைப்புக்கு வழி என்னன்னு யோசிச்சேன். கைல ஒற்றை ரூபா கிடையாது. என்னைக் காப்பாத்தி கவனிச்சதா சொன்ன அந்தக் குடும்பமே பாவம் வறுமையில் வாடற குடும்பம். அவங்களுக்கு நன்றி சொல்லிட்டுக் கிளம்பினப்ப அந்த குடும்பத்தின் தலைவி என் கையை பாசத்தோட பிடிச்சுக்கிட்டு பத்து நூறு ரூபா நோட்டை என் கைல வச்சாங்க. வேண்டாம்னேன். இது உன் பணம்தான் தம்பி. உன் பாண்ட் பாக்கெட்ல இருந்துச்சு. பத்திரமா எடுத்து வெச்சேன்னாங்க. நல்ல காலம் இதை யாரும் பாக்கல போலருக்கு.

உனக்கு இப்பொ ரொம்ப உதவும் வெச்சுக்கன்னாங்க. ஏழ்மையிலயும் அவங்க நேர்மையும் பாசமும் என்னை கண்கலங்க வெச்சுது. அவங்களுக்கும் இந்த ரெடிமேட் பிஸினஸ்தான். அவங்கதான் என்ன ஏதுன்னு இதைப்பத்தி கொஞ்சம்

சொல்லிக் குடுத்து அனுப்பினாங்க. கல்யாண்ல அவங்க குடிசை வாசல்லதான் படுக்கை. அவங்களுக்கு தொந்தரவில்லாம என் பசிக்கு சம்பாதிக்க அதே வியாபாரத்தை செய்யறேன். காசை அவங்ககிட்ட கொடுத்துடுவேன். அவங்க அன்போட போடற சாப்பாட்டை சாப்டுவேன். இப்டிதான் என் வாழ்க்கை ஓடிட்ருக்கு. எதைப்பத்தியாவது யோசிச்சா பைத்தியம் பிடிக்கறா மாதிரி இருக்கும்னு எதையும் யோசிக்கறதில்ல."

"கஷ்டம் தான். உன் கஷ்டமெல்லாம் தீர நா கடவுளை வேண்டிக்கறேன். ஆமா உன் பேர் என்ன?"

"ரிஷி. என்னைப் பத்தி நா சொல்லிட்டேன். உன்னைப்பத்தி ஏதாவது தெரிஞ்சுக்கலாமா?"

"அம்மா என்னோட சின்ன வயசுலயே போய்ட்டாங்க. அப்பா இன்னொரு பொண்ணோட செட்டிலாய்ட்டார். நானும் அண்ணனும் அனாதையா நின்னோம். சினிமாலல்லாம் காட்டுவாங்களே... அந்த மாதிரிதான் அண்ணன் பாசத்தைக் கொட்டி என்னை வளர்த்தார். பி.ஏ. வரை படிக்க வெச்சார். டைலரிங், டிஸைனிங்னு தனியா படிச்சேன். அண்ணன் வருஷம் முழுக்க லீவு போடாம கடுமையா உழைப்பார். வருஷத்துக்கொரு தரம் என்னை ஊர் ஊரா டூர் கூட்டிட்டுப் போவார். கோயில் குளம்னு சுத்திட்டு வருவோம். மாசா மாசம் அதுக்குன்னே ஒரு தொகையை சேவிங்ஸ்ல போட்ருவார். ரெண்டு வருஷத்துக்கு முந்தி அப்படித்தான் காசிக்கு கூட்டிட்டுப் போனார். கங்கை நதில படகு சவாரி செய்யணும்னு ரொம்ப ஆசைப்பட்டேன். ஒரு போட்ல ஏறினோம். ஏற்கனவே நிறைய பேர் இருந்தாங்க. நாங்களும் ஒரு ஓரமா உட்கார்ந்தோம். தண்ணில நா விழுந்துடக் கூடாதுன்னு அண்ணன் என்னை நடுலே உக்கார வெச்சுட்டு தான் ஓரத்துல உக்காந்தார்."

அவள் வேதனையோடு நிறுத்தினாள். "அவர் விழுந்துட்டாரா?" அவன் பதட்டத்துடன் கேட்டான்.

"தண்ணியை அளஞ்சிக்கிட்டு நடு நடுலே என் மேலயும் ஜாலியா வாரியடிச்சு விளையாடிக்கிட்டே வந்தவர் திடீர்னு பெரிசா, அலறினார்.

மரண ஓலம். அவர் கையை ஒரு முதலை கவ்வி இருந்தது. எல்லாரும் பயந்து அலறினாங்க. நா அண்ணனை இறுகப் பிடிச்சு இழுத்தேன். படகுக்காரன் கிட்ட எங்கண்ணனை காப்பாத்துங்கன்னு கதறினேன். அவன் பதிலுக்கு பதட்டமா சொன்னான் 'ரத்த ருசி கண்ட முதலை படகையே கவிழ்த்துடும். அத்தனை பேரும் இந்த இடத்துலயே முழுகி சாவோம். அதைவிட மனசைக் கல்லாக்கிக்கிட்டு அவரைத் தள்ளி விட்ருங்க. இல்ல அவரே குதிச்சுடட்டும். முதலை போயிரும். ஒருத்தருக்காகப் பார்த்தா எல்லாரும் சாவோம். அதைவிட எல்லாருக்காகவும் அந்த ஒருத்தரை இழக்கறது தான் இப்போதைக்கு எல்லாரும் பிழைக்க வழி'ன்னான். நா பெரிசா அழுதேன். குதிக்காதண்ணான்னு அவரை பிடிச்சுக்கிட்டேன்.

அவளைக் காப்பாத்துங்க நா குதிச்சுடறேன்னு அலறினார் அண்ணன். எல்லாரும் என்னை பலவந்தமா அவர்கிட்டேர்ந்து பிரிக்க அண்ணன் குதிச்சுட்டார். என் கண்முன்னாலயே முதலை அவரை..." அவள் மேற்கொண்டு சொல்ல முடியாமல் முகத்தை மூடிக்கொண்டு அழுதாள்.

"சாரி... சாரி பவானி. நா கேட்ருக்கக் கூடாது. உன் துக்கத்தை கிளறி விட்டுட்டேன் இல்ல."

அவள் சில வினாடிகள் கழித்து முகத்தைத் துடைத்துக் கொண்டு நிமிர்ந்தாள்.

"இப்ப தனியா இருக்கயா? இல்ல கல்யாணமாய்டுச்சா?"

"என்னப் பார்த்தா எப்டி தெரியுது?"

"அதானே தெரியல."

"அனாதைப் பெண்ணைக் கல்யாணம் செய்துக்க யார் ரெடியார்ப்பாங்க. நா தனியாத்தான் இருக்கேன். ஜீவனத்துக்கு ஒரு வேலை இருக்கு. தவிர வீட்லயும் அக்கம் பக்கம் கேக்கறவங்களுக்கு துணி தெச்சு குடுக்கறதுண்டு. நிறைய புஸ்தகம் படிப்பேன். வருஷத்துக்கொரு முறை நானும் ஏதாவது டூரிஸ்ட் கூட்டத்தோட டூர் போய்ட்டு வருவேன். எப்படியோ வாழ்க்கை

ஓடுது. உலகத்துலயே நாந்தான் தன்னந்தனியா கஷ்டப்படறதா நினைச்சுட்ருந்தேன். இப்போ உன் கதையைக் கேட்டதும் என் கஷ்டம் சின்னதாப் போச்சு."

அவள் புன்னகைத்தாள். ஒருவர் கதை ஒருவருக்குத் தெரிந்த பிறகு நட்பு அதிகரித்தது. அடிக்கடி சந்தித்து தங்கள் எண்ணங்களை பரிமாறிக் கொண்டார்கள். வாரம் ஒரு முறை சந்தித்தவர்கள் பின்னர் இரண்டு மூன்று நாளுக்கொரு முறை சந்தித்தார்கள். நாளடைவில் அநேகமாய் தினப்படியே சந்தித்துப் பேசினார்கள்.

"ஏன் பவானி உனக்கே நல்ல டிஸைன் பண்ணி தைக்கத் தெரியும்ங்கற. வேணுங்கற துணி வாங்கித் தந்தா நீயே தெச்சுக் குடுக்கமாட்ட? உனக்கு வேணுங்கற காசு குடுத்துடறேன். என்ன சொல்ற?"

"என் ஒரு ஆளால நிறைய எல்லாம் தெக்க முடியாதே."

"வேணுங்கற ஆள் போட்டு நீயே ஒரு சின்ன ரெடிமேட் பாக்டரி ஆரம்பிக்கலாமே."

"பணத்துக்கு எங்க போக?"

"என்ன இப்டி கேக்கற? பேங்க் லோன் வாங்கலாமே."

அவள் ஒரு வினாடி யோசித்தாள். பிறகு அவனை ஏறிட்டுப் பார்த்தாள்.

"நீ சொல்றா மாதிரி பெரிய லெவல்ல எல்லாம் பண்ணணும்னா என்னால தனியா முடியாது ரிஷி. எனக்கொரு துணை வேணும்."

"அதான் ஆள் போட்டுக்கன்னேன்."

"நா அந்தத் துணையைச் சொல்லல."

"பின்ன?"

"வாழ்க்கைத் துணையைச் சொன்னேன்."

"அதுக்கென்ன. உன்னை யாராவது கல்யாணம் செய்துக்க வேண்டாம்னு சொன்னாங்களா? மேட்ரிமோனியல்ல வேணா விளம்பரம் கொடு. நல்ல ஆள் கிடைக்காமயா போய்டுவான்."

“வரவனை என் மனசுக்குப் பிடிக்க வேணாமா? ஏன் ரிஷி லவ் மேரேஜ் பத்தி நீ என்ன நினைக்கற?”

“மேரேஜ் பத்தியே நினைக்கற நிலைமைல நா இல்ல.”

“ஆனா நா இருக்கேனே.”

“அப்பொ பண்ணிக்க.”

“நா விரும்பறவனும் அதுக்கு சம்மதிக்கணுமே.”

“நீ காதலிக்கறயா? யாரை? இவ்ளோ நாளா பழகறோம். சொல்லவேல்ல நீ.”

“கொஞ்ச நாளாதான் அப்டி ஒரு எண்ணம்.”

“எங்கிட்ட சொல்றயே... சொல்ல வேண்டிய ஆள்கிட்ட சொன்னயா?”

“அதான் சொல்லிட்ருக்கேன்.”

அவன் தூக்கி வாரிப் போட்டாற்போல் விழி சுருங்க அவளைப் பார்த்தான்.

“புத்தி கெட்டுப் போச்சா உனக்கு?”

“இப்பதான் சரியார்க்கு.”

“என்னைப் பத்தி எல்லாம் தெரிஞ்சுமா?”

“எல்லாம் தெரிஞ்சுட்டா அது வரக்கூடாதா?”

“ப்ளீஸ் பவானி. என்னைக் குழப்பாதே. நானே ஏகத்துக்கு குழம்பித்தான் போயிருக்கேன்.”

“இதோ பார் ரிஷி. இவ்ளோ காலமா இந்த மும்பைலதான் நானும் இருக்கேன். இங்க ஆண்களுக்கா பஞ்சம்? எத்தனையோ பேரை தினமும் பாக்கறேன். இதுவரை யார் மேலயும் ஏற்படாத அன்பு இந்த அஞ்சாறு மாசமா பழகற உம்மேல ஏற்படுதுன்னா அதுக்கு நா என்ன செய்ய?”

“வேணாம் பவானி. இது சரியாகாது. என்னைக் கல்யாணம் பண்ணிக்கிட்டா கஷ்டப்படுவ.”

“நா கடவுளை நம்பறேன் ரிஷி. நாம சந்திச்சது தெய்வ சங்கல்பம்னு நம்பறேன். உன் கடந்த காலத்தை பத்தி எனக்கு கவலையில்லை. இனி. உள்ள வாழ்க்கையில் உனக்கு நா எனக்கு நீன்னு வாழ்வோம். சந்தோஷம்ங்கறது நம்ம மனசுல இருக்கிற விஷயம் ரிஷி. அதை மூடி வெக்கறதும் நாமதான். திறக்கறதும் நாமதான். நீதானே சொன்ன. நல்ல காலம் உன் எதிர்காலம் கைநழுவிப் போய்டலன்னு அதை என் விஷயத்துலயும் யோசிக்கக்கூடாதா? உன் எதிர்காலம் என்னோடன்னு முடிவு செய்யறதுல என்ன தயக்கம் ரிஷி? உனக்கு என்னைப் பிடிக்கலன்னா விட்ரு. ஆனா பிடிச்சிருக்குன்ற பட்சம் கன்ஸிடர் பண்ணுன்னுதான் கேக்கறேன்.”

அவன் திணறினான். ஒரு முடிவுக்கு வர முடியாமல் தடுமாறினான். “நா யோசிக்கணும் பவானி” என்றான்.

“தாராளமா. ஆனா ஒரே ஒரு அட்வைஸ். டோண்ட் திங்க் அபௌட் யுவர் பாஸ்ட் திங்க் அபௌட் யுவர் ஃப்யூச்சர் ஒன்லி. நல்ல முடிவா எடு.”

அவன் மூன்று நாள் தூங்கவில்லை. நிறைய யோசித்தான். நிறைய குழம்பினான். குழம்பின குளம்தான் தெளியும் என்பதுபோல நான்காம் நாள் தெளிவடைந்தான். அவளைத் தேடி வந்தான். அவன் நல்ல முடிவாக சொல்ல வேண்டுமே என்ற படபடப்போடு அவனைப் பார்த்தாள். அவனும் அவளையே உற்றுப் பார்த்தான். ஒரு புன்னகையை பதிலாகத் தந்தான். அவள் வெட்கத்துடன் அவன் மார்பில் முகம் புதைத்தாள். “நாளைக்கு மஹாலஷ்மி கோயிலுக்குப் போகணும் ரிஷி.”

“எதுக்கு?”

“வேண்டுதல்.”

“என்ன வேண்டுதல்.”

“என்னைக் கல்யாணம் பண்ணிக்க நீ சம்மதிச்சுட்டா... உனக்கு முடியிறக்கி மொட்டை போடறதா வேண்டிக்கிட்டேன்.”

“ஏய்...”

அவன் இடுப்பில் கிள்ள அவள் துள்ளினாள். சந்தோஷம் தாங்காமல் சிரித்தாள்.

ஒரு வெள்ளிக்கிழமை இருவரும் மகாலஷ்மி கோயிலில் மாலை மாற்றி திருமணம் செய்து கொண்டார்கள். அவனைக் காப்பாற்றி ஆதரவு தந்த குடும்பத்தினரிடம் ஆசி பெற்று அவன் அவளது வீட்டுக்கு தன் ஒன்றிரண்டு உடைமைகளுடன் வந்தான்.

“வழக்கமா கல்யாணமானா பொண்ணுதான் புருஷன் வீட்டுக்கு வருவா. இங்க பாரேன் என் நிலையை. நா உன் வீட்டுக்கு வந்திருக்கேன்.”

“இனி நா யாரு?”

“என் மனைவி.”

“அப்பறம் இதெப்டி என் வீடாகும்? இனிமே இதுமாதிரி பேசின...” அவள் விரலசைத்து மிரட்டினாள்.

“சரி பேசல. உன் இஷ்டப்படி கல்யாணம் ஆய்டுச்சு... இனி அடுத்து என்ன?”

“இந்த ரூமை பூவால அலங்காரம் பண்ணி கட்டில்ல பூத்தூவி, ஸ்வீட்ஸ், பழங்கள்ளாம் வாங்கி வெக்கணும்.”

“அப்பறம்?”

“நா உனக்கு பால் கொண்டு வருவேன்.”

“அப்பறம்.”

“நீ அதைக் குடிக்கணும்.”

“சரி... நெக்ஸ்ட்?”

“இந்த பழம், ஸ்வீட்ஸ் எல்லாம் நா உனக்குத் தருவேன். நீ எனக்குத் தரணும்.”

“அப்பறம்?”

“நாம இந்த கட்டில்ல...”

“படுக்கணும். சரி அப்பறம்?”

"ம்... படுத்து நல்லா குறட்டை விட்டுத் தூங்கணும்."

அவள் தலையணை ஒன்று எடுத்து அவனை அடித்தாள். ரிஷி அவள் எரிச்சல் கண்டு விழுந்து விழுந்து சிரித்தான்.

"ஏன் பவானி. இந்த பால், பழம், ஸ்வீட்ஸ் இதெல்லாம் இல்லாமயே நாம் இப்ப தூங்கினா என்ன?"

"எனக்கு கோவம் வருது ரிஷி. எங்கிட்ட விளையாடாத சொல்லிட்டேன்."

"ரொம்ப சூடார்க்க போலருக்கு."

"ஆமா... ரொம்ப ரொம்ப சூடா..."

"குளிர வைக்கட்டுமா?"

"....."

"நீ வேணா பார். இன்னும் கொஞ்ச நேரத்துல இந்த உடம்பு குளிர்ந்து போய்டும்."

அவன் அவளை மெல்ல அணைத்துக் கட்டிலில் கிடத்தினான். வெப்பமான மூச்சுக்காற்றில் அவள் கரைந்தாள். அவன் சொன்னது போல் குளிர்ந்துதான் போனாள்.

பரவசத்தில் விழி மூடி வெகு நேரம் சிலையாய்க்கிடந்தாள்.

"இது எப்படி ரிஷி?" நீண்ட நேரம் கழித்து அவன் காதருகில் முணு முணுப்பாய் கேட்டாள்.

"எது?"

"எப்டி இப்டி குளிர்ந்து போனேன்?"

"நெருப்பும் நெருப்பும் சேர்ந்தா குளிர்ந்து போறது இந்த ஒரு விஷயத்துல மட்டும்தான்."

"ஆச்சர்யமார்க்கு."

"உனக்கு இது மட்டும்தான் ஆச்சர்யமார்க்கு. எனக்கு வாழ்க்கையே ஆச்சர்யமாதான் இருக்கு."

22 அத்தியாயம்

ஜனமும் மரணமும் ஒருசேர நிகழ்வது காதலில் மட்டுமே. மரணம் தனிமைக்கு. நான் எனது என்ற உணர்வுகளுக்கு ஜனனம் புதிய உறவுக்கு பொங்கிப் பெருகும் தூய அன்புக்கு. தூய அன்பு மிக மென்மையானது. இதயத்தின் அடி ஆழத்தில் இருப்பது பகீரதப் பிரயத்தனமின்றி இதை வெளிக்கொண்டு வரக்கூடிய சக்தி காதலுக்கு மட்டுமே உண்டு எனலாம். நேற்று வரை யாரோவாக இருந்த இரு உள்ளங்களை உயிருக்குயிராய் மாற்றும் ரசவாத சக்தி கொண்டது. இருவர் ஒருவராகும் அதிசயமும் இங்கு நிகழ்கிறது.

அவர்கள் இரவு முழுக்க ஏதேதோ பேசினார்கள். எதெதற்கோ சிரித்தார்கள். உடலும் உயிரும் கலந்த பின் வாழ்க்கை வர்ணங்கள் பூசிக் கொண்டது. இனிமையின் கனம் கூடிற்று. ஆண் பெண் என்ற உணர்வுகள் காணாமல் போயிற்று. இருவரும் ஒன்றாய் உறங்கி ஒன்றாய் விழித்தார்கள். அவன் காய் நறுக்க, அவள் சமைத்தாள். அவள் மாவு பிசைய அவன் சப்பாத்தி தேய்த்துக் கொடுத்தான். அவள் துணி துவைக்க, அவன் அலசிப் பிழிந்தான். அவள் விரித்து உலர்த்த, அவன் க்ளிப் போட்டான். அவன் வீடு பெருக்க, அவள் துடைத்து மெழுகினாள்.

இருவரும் வங்கிக்குச் சென்று கடன் விஷயமாய் பேசி படிவங்கள் நிரப்பிக் கொடுத்தார்கள். தெரிந்தவர்கள் மூலம் உடனே கடன் கிடைக்க அவள் நல்ல நாள் பார்த்து தையல் மிஷின்கள் வாங்கினாள். நாலைந்து பெண்களை வேலைக்கு அமர்த்தினாள். அவன் ஹோல்சேலில் துணி பண்டல்கள் வாங்கித் தர அவள்

இரவெல்லாம் அமர்ந்து ஒரு நோட்புக்கில் டிஸைன்கள் வரைந்து துணிகளை வெட்டிக் கொடுத்தாள். ஒவ்வொரு டிஸைனும் ஒவ்வொரு மாதிரி இருக்க, டிஸைனுக்கு ஒன்று அல்லது இரண்டுக்கு மேல் போகாமல் பார்த்துக் கொண்டதால் அவர்கள் நினைத்ததை விட அவளது டிஸைன்கள் பலரது கவனத்தையும் ஈர்த்தது. தரமான துணி, அழகான டிஸைன். நியாயமான விலை. உயர்தர தோற்றம் என்றதும் ஒருவர் மூலம் ஒருவர் அறிந்து தினம் பத்து புதிய வாடிக்கையாளர்கள் வீடு தேடி வரத் துவங்கினர்.

நான்கே மாதத்தில் வியாபாரத்தில் சூடு பிடிக்கத் துவங்கியது.

“புஸ்தகத்தை விரிச்சு வெச்சபடி என்ன யோசனை?” ரிஷியின் குரல் அருகில் கேட்டதும் கலைந்து திரும்பினாள். அவளது அருகிலிருந்த இடம் காலியாக இருக்க அவன் வந்து அமர்ந்திருந்தான்.

“மனசாலயே சௌத் இந்தியாக்கு போய்ட்டயா?”

“ம்ஹூம். நாம் சந்திச்சு சொந்தமான கதையை நினைச்சுட்ருந்தேன். அதை விடு விளையாட்டு போல நம்ம கல்யாணம் முடிஞ்சு நாலு மாசமாய்டுச்சு. வேலை வேலைன்னு மூழ்கியாச்சு. இந்த ஹனிமூன் ஹனிமூன்னு ஒண்ணு இருக்கு தெரியுமில்ல? அதுக்கு எங்க என்னை கூட்டிட்டு போகப்போற?”

“சொல்லியிருக்கேன்.”

“என்ன சொன்ன. யார்ட்ட சொன்ன?”

“இந்திய அரசாங்கத்துக்கு எழுதிப் போட்டாச்சு. இதமாதிரி நானும் எம்பொண்டாட்டியும் ஹனிமூன் போகணும். நல்லதா ஒரு ராக்கெட்டுக்கு ஏற்பாடு பண்ணுங்கன்னு. ரெடியானதும் கிளம்பிட வேண்டியது தான்.”

அவள் வெடுக்கென்று அவன் இடுப்பில் கிள்ளினாள். “ரொம்பத்தான் கொழுப்பாய்டுச்சு. பாத்துக்கறேன் பாத்துக்கறேன். இரு.”

அவன் சிரித்தான்.

“சரி எங்க போலாம்னு சொல்லு?”

“நிஜமா?”

“பாத்தயா!”

“பிஸினஸை எல்லாம் யார் பாத்துக்கறது?”

“அதைப்பத்தி என்ன? போணும்னா போய்டணும். கோவாக்கு ரெண்டு டிக்கெட் போட்ரவா?”

“பணம்?”

“பாங்க்ல லோன் வாங்கிட்டா போச்சு.”

“வேண்டாம்...”

அவள் எல்லாக் கேள்வியும் கேட்டுவிட்டு இழுத்தாற்போல் சொன்னாள்.

“ஏன்?”

“கடன் வாங்கியாவது ஊர்விட்டு ஊர் போனாத்தான் சந்தோஷமா? நாம மனசு வெச்சா நம்ம வீடே கோவா, சிம்லா, டார்ஜலிங் எல்லாமா ஆய்டாது?”

“நீதான கேட்ட...” அவன் சிரித்தான்.

“நா கேட்டா...? வேணாம்னு சொல்லி நா கடசீயா சொன்ன டயலாக்கை சொல்லி என்னை சமாதானப்படுத்த வேண்டாமா? பிஸினஸ் என்ன ஆறது?”

“தெரியுதுல்ல? அப்புறம் எதுக்கு கேட்ட?”

“சும்மாதான். உன்னோட விளையாடினேன்.”

“அப்படிங்களா நானும் விளையாட்டுக்குத் தான் சொன்னேன்.”

“விளையாட்டுக்கா? உதை! நா விடறதால்ல. எனக்கு கோவா போயே ஆகணும்.”

“வீட்டுக்கு வா கூட்டிட்டுப் போறேன்... சொர்க்கத்துக்கே.”

“எப்டி... வானத்துலேர்ந்து ரதம் வருமா?”

“ம்ஹூம்... அதைவிட சூப்பர் வாகனம்.”

“என்னது?”

“நம்ம கட்டில்” அவன் கண்ணடித்துச் சிரிக்க, அவள் பொய்யாய் அவனை அடித்துவிட்டு அவன் தோளில் முகம் கவிழ்த்துச் சிரித்தாள்.

அன்றிரவு முழுக்க தாங்கள் பேசியதை நினைத்து இருவரும் பக்பக்கென்று சிரித்தார்கள்.

“நீ கவலைப்படாதே பவானி. இப்பத்தான் நமக்கு நிதி நெருக்கடி. கொஞ்ச நாளாகட்டும். நீ இஷ்டப்படற இடத்துக்கெல்லாம் உன்னை கூட்டிட்டுப் போறேன். உனக்கொண்ணு தெரியுமா? இப்பவே இந்த நாலு மாசத்துல நமக்கு கிடைச்ச பணத்துல ஒரு தொகையை தனியா சேமிச்சுக்கிட்டு வரேன். எதுக்குன்னு கேக்கறயா? உன்னை டூர் கூட்டிட்டுப் போகத்தான்.”

பவானி கண்கள் மின்ன அவனைப் பார்த்தாள். அவனுக்கு சிரிப்பு வந்தது.

“டூர்னா இவ்ளோ சந்தோஷமா உனக்கு?”

“பின்னே? உங்கிட்ட நா நகை கேக்கமாட்டேன். புடவை டிரெஸ்னு அனாவசியமா கேட்டு தொந்தரவு செய்யமாட்டேன். எனக்கு ரொம்ப பிடிச்ச விஷயமே ஊர் ஊரா போய் கோயில் கோயிலா கும்பிடணும். முக்கியமா இமயமலைல யாத்திரை போணும்னு கொள்ளை ஆசை. பத்ரிநாத், கேதார்நாத், அமர்நாத், கங்கோத்ரி, ரிஷிகேஷ்னு எல்லா இடமும் பாக்கணும். எல்லாரும் அம்பது வயசுக்கு மேல இங்கல்லாம் போனா போறும்னு நினைப்பாங்க. ஆனா எனக்கு இப்பவே அதாவது நமக்குன்னு குழந்தைங்க பிறக்கறதுக்கு முந்தியே போய்ட்டு வந்துடணும்னு ஒரு ஆசை.”

“கவலைப்படாதே. உன் ஆசையை நா நிறைவேத்தி வெக்கறேன்.”

“ரொம்ப சந்தோஷமார்க்கு ரிஷி. கூத்தாடணும் போல இருக்கு.”

“ஆடேன். யார் வேணான்னாங்க?”

“உனக்குப் பாடத் தெரியுமா?”

"ம்ஹூம்..."

"ஒரு சினிமா பாட்டு கூடவா தெரியாது?"

"ப்ஸு ... தெரியாது."

"சரி நானே பாடறேன்." அவள் ஹிந்தி சினிமாப் பாடல்களைப் பாடிக் கொண்டே இடுப்பு வளைத்து சுழன்றாடினாள். அவன் ரசித்து தாளம் போட்டான். அரை மணி கழித்து, மூச்சு வாங்க அமர்ந்தாள்.

"அண்ணங்கூட எந்தெந்த ஊருக்கெல்லாம் போயிருக்க நீ?" அவன் அவளது வியர்வையை ஒற்றியெடுத்தபடி கேட்டான்.

"பூரி ஜெகன்னாதர், கல்கத்தா காளி கோயில், ஷிர்டி, மந்த்ராலயம், அப்றம் ஆந்திரால சில கோயில்கள் கடசீயா காசி போனோம். அண்ணனுக்கு அதுவே கடசி யாத்திரையாய்டுச்சு. அண்ணன் அடிக்கடி சொல்லுவார் இந்த உலகத்துல எதெதுல உம் பேர் எழுதியிருக்கோ அதெல்லாம் மட்டும்தான் உனக்கு கிடைக்கும். நீ வெச்சுக்கற பூவுல. நீ கட்டற புடவையோட நூலிழைகள்ள, நீ சாப்பிடற பழங்கள்ள, நீ வாங்கற அரிசி பருப்பு, கோதுமைல, நீ படுக்கற பாய்ல, இப்படி எல்லாத்துலயும் உன் பேர் இருந்தாலொழிய உன்னால அதை அடையவோ அனுபவிக்கவோ முடியாது. ஆண்டவன் எதெது தலையில யார் யார் பேர் எழுதறானோ அதன்படி அந்த பொருள் அந்த மனிதனைப் போய்ச் சேரும். யாரோடதையும் யாரும் தட்டிப் பறிச்சுட முடியாதுன்னுவார். அவர் சொன்னது உண்மை தான். அன்னிக்கு அந்த முதலைக்கு உணவா போகணும்னு இவர் தலையில் அந்த முதலை பேரை எழுதிட்டானே கடவுள்."

அவள் விழியோரம் நீர் திரள, அவன் அவளை உற்சாகப்படுத்த எண்ணினான்.

"இப்பதான் எனக்கு ஒரு விஷயம் புரியுது பவானி."

"என்ன?"

"உன் நெத்தில என் பேரும், என் நெத்தில உன் பேரும் எழுதியிருக்கான் கடவுள். அதான் நாம ஒண்ணு சேர்ந்து உனக்கு நான், எனக்கு நீன்னு வாழறோம் இல்ல?"

“இந்த விஷயம் இப்பதான் இதுக்குப் புரியுதாக்கும்” அவள் அவன் புறங்கையில் கிள்ளினாள்.

“ரொம்ப கஷ்டமார்க்கு பவானி.”

“ஏன்?”

“ஒரு ராணி முகர்ஜி, கரீனா கபூர்னு பார்த்து இந்த கடவுள் எம்பேரை எழுதியிருக்கலாம் இல்ல?”

“அதான் எனக்கும் தோணுது ரிஷி. ஒரு ஹிருத்திக், சாருக், விவேக் ஓபராய்னு பார்த்து எம் பேரை எழுத மாட்டானோ இந்தக் கடவுள்.”

அவள் நிறுத்த ஒரு வினாடி அமைதிக்குப் பிறகு இருவரும் விழுந்து விழுந்து சிரித்தார்கள்.

“இந்த கட்டைக்கு கரீனா கேக்குதோ கரீனா. கொன்னுடுவேன் படவா.”

“சரி... சரி... விஷயத்துக்கு வா. உனக்கு எங்கல்லாம் போகணும்னு ஆசை சொல்லு.”

“தென்னிந்தியா கூட அப்பறமா போகலாம் ரிஷி. என் ஆசையெல்லாம் இப்பவே ரிஷிகேஷ், பத்ரிநாத், கேதார்நாத், அமர்நாத், கங்கோத்ரின்னு போய்ட்டு வந்துடணும். எதுக்கு சொல்றேன்னா குழந்தைன்னு பொறந்துட்டா அதையும் தூக்கிட்டு மலை ஏறிப்போறதெல்லாம் ரொம்பக் கஷ்டம். அப்பறம் அதுக்குக் கல்யாணமாகற வரை காத்திருக்கணும். அதுக்குள்ள வயசாய்டும். தவிர வியாதி வெக்கைன்னு ஏதாவது வந்து தொலைச்சுட்டா? அதான் இப்பவே மனசும் உடம்பும் ஃப்ரெஷ்ஷா இருக்கும்போதே இந்த மாதிரி கடுமையான யாத்திரைகளை முடிச்சுடணும்ங்கறேன். நீ என்ன சொல்ற?”

“அதுவும் சரிதான். சொல்லிட்டல்ல? கவலையை விடு. இன்னும் நாலு மடங்கு உழைச்சு காசு சேர்ப்போம். நீ ஆசைப்படற சாமியெல்லாம் பாத்துட்டு வந்தப்பறம் தான் நமக்கு குழந்தையே பிறக்கும். சரியா?”

அவள் சந்தோஷமும் வெட்கமுமாக அவன் மடியில் சரிந்தாள்.

சொன்னது போலவே இந்த யாத்திரைக்காகவே அவர்கள் கடுமையாக உழைத்தார்கள். ஒருவருக்கு ஒரு டிசைன் என்று அவள் பார்த்துப் பார்த்து டிசைன் செய்து தைத்த உடைகள் நல்ல விலைக்கு விற்பனையாயிற்று. வாடிக்கையாளர்கள் நாளுக்கு நாள் கூடினார்கள். வங்கியில் இன்னும் கொஞ்சம் கடன் பெற்று ஒரு கம்ப்யூட்டர் வாங்கினான் அவன்.

அவளுக்கு அதில் அவனே பயிற்சியும் அளித்தான்.

"உனக்குக் கம்ப்யூட்டர் தெரியுமா? எப்ப கத்துக்கிட்ட?"

"தெரியும். நோ மோர் கொஸ்டின்ஸ்."

அவள் அவனையே பார்த்தாள்.

"என்ன பாக்கற?"

"எனக்கு பயம்மார்க்கு ரிஷி."

"என்ன பயம்?"

"சொல்லத் தெரியல. ஏதோ பயம்."

"புரியுது..." அவன் சொல்ல,

அவள் மௌனமானாள்.

"கவலைப்படாதே. நீ பயப்படற மாதிரி எதுவும் ஆகாது. ஏன்னா எந்த அளவுக்கு நீ என்னை நேசிக்கறயோ அதைவிட பல மடங்கு அதிகமா நா உன்னை நேசிக்கறேன். கடசீ வரை நாம் இதே காதலோட வாழ்வோம்" அவன் அவளை அணைத்து ஆறுதல் சொன்னான்.

அவள் மிகுந்த ஆர்வத்துடன் கம்ப்யூட்டர் கற்றாள். அதிலேயே ஆடைகளை வடிவமைக்கவும் கற்றாள். அவன் விற்பனைகளை கவனிக்க அவள் உற்பத்தியைக் கவனித்தாள். மூன்று மாதத்திற்கொருமுறை அவளது ஆடைகளைக் கொண்டு கண்காட்சி நடத்தினான். அங்கேயே பலரும் ஆர்வமாக அவற்றை வாங்கிச் சென்றார்கள். புது டிசைன்களில் புதிய ஆடைகளுக்கு

ஆர்டரும் கொடுத்துச் சென்றார்கள். ஒருவர் மூலம் ஒருவர் கேள்விப்பட்டே மக்கள் அவர்களை நாடி வந்தனர். பிரபலங்களும் இதில் அடக்கம்.

வியாபாரம் பெரிதாக, வீடு போதாமல் போயிற்று.

“பெரிய வீடு பார்க்கணும் பவானி. அல்லது வியாபாரம் வரை கவனிக்க ஏதாவது இடம் பார்க்கலாமா?”

“பகடியாவே பணம் நிறைய குடுக்க வேண்டியிருக்குமே.”

“ஆமா... பாங்க் லோன்தான் அடைஞ்சு போச்சே. மறுபடியும் வாங்கினா என்ன?”

“சேமிப்புல பணம் இருக்கும்போது எதுக்கு வாங்கணும்?”

“சேமிப்பு நம்பளோட யாத்திரைக்கு. அதுல எப்படி கை வைக்கறது?”

“அப்ப ஒண்ணு செய்வோம். முதல்ல யாத்திரையை நல்லவிதமா முடிச்சுட்டு வருவோம். வந்ததுக்கப்புறம் புது இடம் பாக்கற வேலையை ஆரம்பிப்போம். அதான் நல்லது. யாத்திரையும் நல்லவிதமா முடியும். பிஸினஸுக்கும் இடைஞ்சல் இல்லாம இருக்கும்.”

அவன் ஆமோதித்தான்.

***

தொலைபேசி நீளமாய் அடிக்க, சித்ரா, எஸ்.டி.டி. கால் மாதிரியிருக்கு என்றபடி ஓடிச்சென்று எடுத்தாள். பேசியவள்

முகம் மலர்ந்தது.

“அப்பா மன்னி பேசறாப்பா.”

அவள் கத்தியதும் எல்லோரும் அவளருகில் வந்தார்கள். சித்ரா அப்பாவிடம் போனைக் கொடுத்தாள்.

“எப்டியிருக்கம்மா? எங்கேர்ந்து பேசற?”

“கேரளால நிறைய கோயில் பார்த்தோம்ப்பா. இப்பொ மைசூர்லேர்ந்து பேசறேன். நாளைக்கு இங்கேர்ந்து கிளம்பி ஸ்ரீரங்கம் வரேன். நேர்ல நிறைய பேசலாம்ப்பா. எல்லாரும் சௌக்யம்தானே?”

“சௌக்யம்தான். வாம்மா.” அவர் போனை வைத்தார்.

அத்தியாயம் 23

சப்பாத்தியும் சப்ஜியும் கொண்டு வந்து டேபிள் மீது வைத்துவிட்டு ரிஷியை சாப்பிட அழைத்தாள். அவன் கம்ப்யூட்டரில் ஆழ்ந்திருந்தான்.

"எனக்குப் பசிக்குது, வா ரிஷி."

அவன் எழுந்து வந்தான்.

"சப்பாத்தியா..?"

"ஏன்...?"

"அலுத்துப் போச்சு பவானி. உனக்கு இந்த சாம்பார், ரசம், கூட்டு இதெல்லாம் செய்யத் தெரியாதா?"

"நா என்ன சௌத் இண்டியாலயா பொறந்தேன். அதெல்லாம் பழக்கப்படுத்திக்க. ஏன் அதெல்லாம் சாப்டணும் போல இருக்கா உனக்கு?"

"ஒரு மாறுதலுக்கு சாப்டலாமேன்னு நெனச்சேன்."

"உனக்குத் தெரிஞ்சா செய். நானும் சாப்பிடறேன்."

"பரவால்ல விடு. இப்போதைக்கு சாப்பிடறேன்."

அவன் அமர்ந்தான்.

"ச்சீ பாவம் வேணும்ன்னு கேட்டுட்ட. நம்ம கஸ்டமர்ஸ்ல ரெண்டு மூணு சௌத் இண்டியன் லேடீஸ் வருவாங்க. அவங்ககிட்ட கத்துக்கிட்டு உனக்கு சமைச்சுப் போடறேன்."

"பரவால்ல சிரமப்படாதே."

"இதுல என்ன சிரமம் என் ரிஷிக்காக நா இதுகூட செய்யலைன்னா எப்டி?"

"அவ்ளோ ஆசையா எம்மேல?"

"ஆமா ஆமான்னு அடிக்கடி சொல்லணுமா உனக்கு?"

அவன் முகம் ஒரு மாதிரியாயிற்று. அமைதியாய் டிபனை முடித்துவிட்டு வந்து கட்டிலில் அமர்ந்தான்.

"ஏன் ரிஷி திடீர்னு டல்லாய்ட்ட?" அவள் கவலையுடன் அவனருகில் வந்து அமர்ந்தாள். ரிஷி சுருண்டு அவள் மடியில் படுத்தான்.

"ஏம்ப்பா... என்னாச்சு... சொல்லு ரிஷி. நா எதாவது தப்பா சொல்லிட்டேனா?"

"தெரியல பவானி சில நேரம் மனசுக்குள்ள ஒரு பெரிய வெற்றிடம் ஏற்படுது. ஏதோ பயம், எனக்கு யாருமே இல்லாததுபோல ஒரு உணர்வு. வாழ்க்கையின் விளிம்புல நிக்கறா மாதிரி ஒரு பிரமை. ஏதோ ஒரு இருள் என்னை விழுங்கக் காத்திருக்கறா மாதிரியிருக்கு."

அவன் குழந்தைபோல பரிதாபமாக அவளைப் பார்க்க, அவள் மனம் பதற அவனை மார்போடு அணைத்துக் கொண்டு ஆறுதலாய் முதுகைத் தடவினாள்.

"இதோ பார் ரிஷி... இதுக்கெல்லாம் காரணம் நீதான். நாந்தான் சொல்லிட்டேன் இல்ல எதைப் பத்தியும் யோசிக்காதேன்னு. எதிர்காலத்தை பத்தி மட்டும் நினை. வேற எதுவும் வேணாம். நீ இப்போ என் புருஷன். எனக்கு மட்டுமே சொந்தமானவன். என் உயிரை உனக்குள்ள பதுக்கி வெச்சிருக்கும் என் அன்புக்குரியவன். நீ எனக்கு வேணும் ரிஷி. நீயில்லாட்டி நானும் இல்ல. இனிமே இப்படியெல்லாம் பேசி என்னைக் கஷ்டப்படுத்த மாட்டேன்னு சொல்லு."

அவள் அணைப்பை இறுக்க, அவன் இன்னும் குழந்தையாய் மாறி அவள் அணைப்பில் கட்டுண்டு கிடந்தான். சிங்கமொன்று

மானிடம் சரணாகதியடைந்தாற் போலிருந்தான். சில நேரம் ஆண் பெண்ணாகவும், பெண் ஆணாகவும், உணர்வுகளால் மாறிப் போகிறார்கள். ஆண், உடலால் வலிமையுடையவன் எனில் பெண் உள்ளத்தால் மிகுந்த வலிமையுடையவள். துன்பங்கள் தாக்கும்போது ஆணைவிட பெண் சுலபமாய் அவற்றைத் தாண்டி விடுவது இந்த வலிமையால்தான். அவள் அன்பு அதைவிட வலிமையானது. அந்த அன்பில் ஆண் சரணாகதியடையும் போது அவன் கள்ளங்கபடமற்ற குழந்தை போல்தான் ஆகி விடுகிறான். ரிஷி அப்படித்தான் இருந்தான். தாயின் மடியில் பாதுகாப்பாய் இருக்கும் குழந்தையைப்போல. காதலின் கதகதப்பில் அவன் பயமும் குழப்பமும் மெல்ல கரைந்தது. காதலின் சக்தி அவனை வியக்க வைத்தது. பெண்ணின் அன்புக்கு இத்தனை வலிமையா?

“நா ஒண்ணு சொன்னா கேப்பயா ரிஷி?” சற்று பொறுத்து அவள் கேட்டாள்.

“என்ன?”

“மெடிட்டேஷன் தெரியுமா உனக்கு?”

“ப்ஸு.”

“எனக்குக் கொஞ்சம் தெரியும். அண்ணன் சொல்லிக் கொடுத்திருக்கார். மெடிட்டேஷன் ரொம்ப நல்ல விஷயம் ரிஷி. அமைதியும் பலமும் ஏற்படும். உனக்குத் தேவை இப்பொ மனோபலம் தான். நா சொல்லித் தரேன் டிரை பண்றயா?”

“உன் அன்புக்கு நா அடிமை. நீ என்ன சொன்னாலும் கேக்கறேன்.”

அவள் அவனுக்கு மனம் ஒருமுகப்படுதலின் அவசியத்தைப் பற்றி எளிமையாக விளக்கினாள்.

“உன் மனம் ஒருமுகப்படணும் ரிஷி. வேற எந்த எண்ணமும் வேண்டாம். நீ ரிஷிங்கற நம்பிக்கை மட்டும் இருக்கட்டும். அதையே திரும்பத் திரும்ப உனக்கு நீயே சொல்லிக்கோ. நாம் எங்கேர்ந்து வந்தோம்ங்கறதை விட எதை நோக்கிப் போறோம்ங்கறது தான் முக்கியம். எந்த முத்துக்களும், தான் உருவான விதத்தைப்பத்தி

யோசிக்கறதில்ல. தான் எந்த ஆபரணத்துல பதிக்கப்பட்டிருக்கோம். அந்த ஆபரணம் யாரை அலங்கரிக்கப் போறதுங்கறதுல தான் அதுக்கு பெருமை. தெய்வ விக்ரகத்தை தழுவும் போது அது உயர்ந்த நிலையடையறது. நா என்ன சொல்ல வரேன்னு புரியறதா ரிஷி?"

"புரியுது. நா ரிஷி. இப்ப நா இந்த பவானிங்கற தேவதையின் கழுத்தை அலங்கரிக்கற மாங்கல்யத்தில பதிக்கப்பட்டிருக்கும் முத்து."

அவள் நெகிழ்ந்து போனாள். கண்ணில் ஈரம் மின்ன காதலுடன் அவனைப் பார்த்தாள்.

"சாயங்காலம் வெளில போகலாமா?" அவன் கேட்டான்.

"எங்கே...?"

"எங்கயாவது. வேலை வேலைன்னு நாம வெளில போயே எவ்ளோ நாளாச்சு. கல்யாணத்துக்கு முந்திகூட மரைன் டிரைவ்ல, மகாலஷ்மி கோயில்லன்னு உக்காந்து எவ்ளோ நேரம் பேசியிருக்கோம்."

"போவோமே. எனக்கு டிட்வாலா கணபதிகிட்ட ஒரு வேண்டுதல் இருக்கு. நிறைவேத்தணும்."

"என்ன வேண்டுதல்?"

"நம்ம ரெண்டு பேரையும் வாழ்க்கைல ஒண்ணு சேர்த்து வெக்கணும்னு வேண்டிக்கிட்டேன். ரெண்டு பேரும் ஜோடியா வந்து அர்ச்சனை பண்ணி மாலை சாத்தறதா ப்ராமிஸ் பண்ணினேன்."

"கிளம்பு. பிரார்த்தனை தான் முதல்ல முடிக்கணும்." அவர்கள் மின்சார ரெயிலில் டிட்வாலா வந்தார்கள்.

"இந்த கணபதிக்கு ஒரு விசேஷ சக்தி உண்டு தெரியுமா ரிஷி?"

"என்ன?"

"பிரிஞ்சு போன சகுந்தலையும் துஷ்யந்தனும், நளனும் தமயந்தியும் இவரோட அருளாலதான் ஒண்ணு சேர்ந்தாங்கன்னு சொல்லுவாங்க. பிரிஞ்ச தம்பதிகளை சேர்த்து வெக்கற சக்தி இவருக்குண்டாம். சேர்த்து வெக்கறது நல்ல காரியம்தான். அதைவிட உத்தமம் பிரிக்காம இருக்கறது தானே. நம்பளை கடைசி வரை பிரிக்காம இவர்தான் காப்பாத்தணும்னு வேண்டிப்போம் ரிஷி."

ரிஷி கண் மூடி அவள் சொன்னபடியே வேண்டிக் கொண்டான்.

அடுத்த வாரத்தின் இறுதியில் அவன் மிகவும் உற்சாகமாக அவளிடம் வந்தான்.

"உன் ஆசை நிறைவேறப் போகுது பவானி. இன்னும் ரெண்டு மாசத்துல நாம் அமர்நாத், பத்ரிநாத், கங்கோத்ரி. எல்லாம் போறோம். நல்ல டூரிஸ்ட் ஏஜண்ட் மூலம் ஏற்பாடு பண்ணிட்டேன். ஒரு மாச டூர். அதுக்குள்ள நம்ம ஆர்டரை எல்லாம் முடிச்சு சரி பண்ணிக்கணும்."

அவள் முகம் மலர்ந்தது. சொல்லத் தெரியாத சந்தோஷம் தொற்றிக் கொண்டது. இதுவரை கற்பனையில் கண்ட தரிசனமெல்லாம் நிஜத்தில் கிடைக்கப் போகிறதென்பது எவ்வளவு பெரிய விஷயம்...!

அவள் அகமகிழ்ந்தாள். "சின்ன வயசுலேர்ந்தே உனக்கு பக்தி அதிகமா?"

"நாம் எந்த சூழ்நிலைல வளர்றோமோ யார் கையால எப்படிப்பட்ட சாப்பாடு சாப்பிடறோமோ அவங்க குணம்தான் நமக்குள்ள பெருகும்னு சொல்வாங்க. ராமகிருஷ்ண பரமஹம்சர் தன் மனைவி சாரதா தேவியைத் தவிர யார் கையாலயும் உணவு பரிமாறி சாப்ட மாட்டாராம். அப்டி சாப்பிட்டா தன் மனநிலையில் மாற்றம் ஏற்படுத்துன்னுவாராம். சாரதா தேவியோட ஆத்ம பரிசுத்தம் அவர் பரிமாறுற உணவு மூலமா தனக்குள்ள பாயறதை அவர் நம்பினாராம். அப்படித்தான் என் பக்தியும் குணமும் கூட எங்கண்ணன் மூலமா எனக்குள்ள பாய்ந்து பெருகினவைதான். அண்ணனுக்கு தெய்வ பக்தி அதிகம். அதைவிட மனுஷங்க மேல அன்பு அதிகம். கஷ்டப்பட்டு உழைப்பார். நேர்மையா சம்பாதிப்பார். சம்பாதிச்சதுல எங்க சாப்பாடு துணிமணி மத்த முக்கியமான செலவுகள் போக மிச்சத்துல பாதி தெய்வ காரியத்துக்கு, மீதி பாதி தான தர்மத்துக்கு. இதான் எங்கண்ணன். இவர் தான் என்னை வளர்த்தவர்."

"பக்தி கரெக்ட். ஆனா நாம்ப தான தர்மம் செய்யறோமா?"

"செய்யாம என்ன. மாசம் இவ்ளோன்னு ஏதாவது ஆர்கனைசேஷனுக்கு அனுப்பிட்டுதானே இருக்கேன்"

அவன் விழி விரித்தான்.

“எனக்குத் தெரியாதே.”

“தனக்கே தெரியாம செய்யறது தான் தானம். நீ கேட்டதால் தான் இப்ப சொன்னேன்.”

அவன் அவளை மரியாதையுடன் பார்த்தான்.

***

சித்திரைத் தேர் ஆடி அசைந்து நகர்ந்த அழகை வியந்து ரசித்தபடி கரம் கூப்பி வணங்கினாள் நிருபமா. ஸ்ரீரங்கத்தில் தேருக்காகக் கூடியிருந்த கூட்டம் மூச்சுத் திணற வைத்தது. தண்ணீர் பந்தல்களிலும், நீர் மோர், பானக பந்தல்களிலும் கூட்டம் கூட்டமாய் ஜனம் தாக சாந்தி செய்து கொண்டிருந்தது. ரங்கா ரங்கா என்ற விளிப்புகளுடனும் கோவிந்தா என்ற பரவசக் கூக்குரல்களுடன் சுற்றுப்பட்டு ஊர்களிலிருந்து கிராமத்து பக்தர்கள் வாழைத்தார்களும் முழு பலாப்பழமும் தோள்களில் சுமந்து கோயில் நோக்கி சாரை சாரையாய் சென்று கொண்டிருந்தார்கள். சிலர் தோள்களில் பலாப்பழத்துடன் சிறுவர் சிறுமிகளையும் சுமந்திருந்த காட்சி அவளை வியக்க வைத்தது.

இன்னிக்கு முழுக்க கோயில் பக்கம் போகவே முடியாது. பலாப்பழத் தோலும் சக்கையுமா, வாழைப்பழ தோலும் தாருமா கோயில் முழுக்க இறைஞ்சு கிடக்கும். பலாப்பழத்தை உரிச்சு சுளைகளை ஒரு தலைவாழையிலைல குவிச்சு, சுத்தி வாழைப்பழங்களை உரிச்சு வெச்சு பகவானுக்குப் படைச்சுட்டு எல்லாரும் சாப்டுட்டு அவனை தரிசனம் பண்ணிட்டுதான் போவா. விடிய விடிய நிக்கணும்னாலும் முகம் சுளிக்காம, கால் வலியைப் பொருட்படுத்தாம நின்னு ரங்கனை சேவிச்சுட்டு போகற பக்தக் கூட்டமிது.

ஜெயராமன் சொன்னார். அந்த பாமர முகங்களில் நிறைந்திருந்த கள்ளங்கபடமற்ற பக்தி வியக்க வைத்தது. இறை தரிசனத்திற்காக எத்தகைய இன்னல்களையும் படத்தயார் என்கிற அவர்களது உணர்வு அவளை சிந்திக்க வைத்தது.

"அப்புறம்... நீ எங்கல்லாம் போன சொல்லு" ஜெயராமன் அவளிடம் கேட்டார்.

"கன்யாகுமரிலேர்ந்து ஆரம்பிச்சு கேரளால முடிஞ்ச வரை எல்லா முக்கியமான கோயிலும் பார்த்தேன். அடேயப்பா. அந்த ஊர் கோயில்களும், இயற்கையழகும், சுத்தமும் சொல்லி மாளாதுப்பா."

நிருபமா முக்கியமான சில கோயில்கள் பற்றி அது சம்பந்தமான ஸ்தல புராணங்கள் குறித்து அவருக்கு விளக்கிச் சொன்னாள்.

"இத்தனாம் ஊருக்குப் போயிருக்க. எங்கயாவது இந்த பிள்ளை உன் கண்ல பட்டிருக்கப்படாதோ? தெய்வம் எங்கதான் அவனை ஒளிச்சு வெச்சுண்டு விளையாடறதோ தெரியலயே."

மீனாட்சி வேதனை பொங்க சொன்னதும் ஒரு க்ஷணம் அங்கு அமைதி படர்ந்தது.

"ஒரு முக்கியமான விஷயத்தை சொல்லலையே" நிருபமா சட்டென்று பேச்சை மாற்றி இறுக்கத்தை குறைக்க முயன்றாள்.

"என்ன...?"

"அடுத்தாப்பல நா எங்க போகப் போறேன் தெரியுமா...?"

"சொன்னா தெரிஞ்சுட்டுப் போறது"

"கைலாச யாத்திரை."

மீனாட்சியும், சித்ரா, விஜியும் மூச்சை இழுத்துப் பிடித்துக் கொண்டு பார்க்க, ஜெயராமன் நம்ப முடியாத ஆச்சர்யத்துடன் அவளைப் பார்த்தார்.

24 அத்தியாயம்

"**கை**லாச யாத்திரையா?" ஜெயராமன் விழி பிதுங்கப் பார்த்தார் நிருபமாவை.

"ஏம்ப்பா?"

அவள் சிரித்தாள்.

"நீ விளையாடறியா?"

"இல்லப்பா. நிஜமாதான் சொல்றேன்."

"திடீர்னு என்ன அங்க போய்ட்டு வரணும்னு ஆசை?"

"ஆசைன்னு சொல்ல முடியாது. அது ஒரு உந்துதல். அல்லது அழைப்புன்னு கூடச் சொல்லலாம்."

"அந்த தரிசனத்துக்குக் கொடுத்து வெச்சிருக்கணும்னு சொல்லுவா. போய்ட்டு வா. அந்த கைலாசநாதர் கிருபைலயாவது பிரணவ் கிடைச்சு நீங்க ஒண்ணு சேரணும்."

ஜெயராமன் கரம் கூப்பி வேண்டிக் கொண்டார்.

"தனியாவா போகப் போற?" அம்மா கேட்டாள்.

"பத்து பேர் கொண்ட ஒரு குழும்மா. ஒவ்வொருத்தர் ஒவ்வொரு இடத்துலேர்ந்து வராங்க. உங்க யாரையாவது கூட்டிட்டுப் போலாம்னு தான் நினைச்சேன். ஆனா நிறைய ஹெல்த் செக்கப் பண்ணணும். அப்பாவால கண்டிப்பா முடியாது. நீங்க அவரை விட்டுட்டு வரமாட்டீங்களே!"

அம்மா பெருமூச்சு விட்டாள். "என்னால மட்டும் எங்கேர்ந்து முடியும்? நடு வழில உடம்புக்கு வந்தா உனக்கில்ல கஷ்டம்? முடியாதவாளுக்கு இருக்கவே இருக்கு ஆத்ம தரிசனம். நீ ஜாக்ரதையா போய்ட்டு வந்தா அதேபோதும். பிரணவ் நல்லபடியா கிடைக்கட்டும்னு வேண்டிக்கோ. வேறென்ன சொல்ல? என்னிக்குக் கிளம்பணும்? எந்த ஊர்லேர்ந்து போறேள்?"

"அடுத்த மாசக் கடைசில பெங்களூர்லேர்ந்து காட்மண்டு வரை விமானம். அங்கேர்ந்து ஜீப்."

"குளிர் அதிகமார்க்கும்னுவா. அதுக்குத் தேவையானதெல்லாம் வாங்கி வெச்சுக்கோ" ஜெயராமன் கனிவோடு கூற சரி எனத் தலையசைத்தாள்.

"கிளம்பற வரை எங்களோட இருக்கக்கூடாதா நிருபமா?" மீனாட்சி அவள் கையைப் பிடித்துக்கொண்டு கெஞ்சுவதுபோல் கேட்டாள்.

"இல்லம்மா. இனிமே தான் பிரயாணத்துக்குத் தேவையான எல்லாத்தையும் ரெடி பண்ணணும். போய்ட்டு வந்தப்பறம் கண்டிப்பா இங்க வந்து இருக்கேன். நாளைக்கு நா கிளம்பணும்."

"நா உங்கிட்ட ரொம்ப கடுமையா பேசிட்டேன் இல்லம்மா?" சற்று பொறுத்து ஜெயராமன் கேட்டார்.

"எப்பொ பேசினேள்?"

"என்னம்மா இப்டி கேக்கற? சித்ராவோட விஷயத்துக்காக பேசினதைத்தான் சொல்றேன்."

"நா அதை அப்பவே மறந்தாச்சுப்பா. என்னைக் கண்டிக்க உங்களுக்கு உரிமையில்லையா என்ன?" அவள் புன்னகைத்தாள்.

அவர் பெருமூச்சு விட்டார்.

"வாங்களேம்ப்பா காவேரிக்கரை வரைக்கும் நடந்துட்டு வருவோம்."

"போலாமே."

"சித்ரா, விஜி நீங்களும் வாங்கோ. அம்மா நீங்க வரேளா?"

"எல்லாம் கிளம்பிட்டா ராத்திரி டிபன்?"

"வந்து பாத்துக்கலாம் வாங்கம்மா." நிருபமா. எல்லாரையும் அழைத்துக்கொண்டு கிளம்பினாள்.

வீதி முழுக்க அவர்களை அதிசயமாய்ப் பார்த்தது. ஒரு வீட்டின் திண்ணையில் வேதபாடம் ஆரம்பித்துக் கொண்டிருந்தது.

சஹநா வவது சஹ நௌ புனக்து
ஸஹ வீர்யம் கரவா வனஹ

மாணவர்கள் பாடியதை ஜெயராமும் சின்னக் குரலில் சொல்ல, நிருபமா ரசித்துக் கேட்டாள். "என்ன அர்த்தம்ப்பா இதுக்கு?"

"இது ஒரு பிரார்த்தனை பாடல். குருவும் மாணவனும் பாடம் ஆரம்பிக்கிறதுக்கு முந்தி சொல்ற ஸ்லோகம். நம் இருவரையும் கடவுள் காத்து பேரின்பம் தரட்டும். நாம் இருவரும் கல்வியில் சிறக்க முயற்சி செய்வோம். நம் படிப்பு பயனுள்ளதாகட்டும். நாம் இருவரும் ஒருவரை ஒருவர் வெறுக்காதிருப்போமாக."

"அடேயப்பா... இந்த நாலு வரில இவ்ளோ அர்த்தமா?"

"வேதம் முழுக்கவே இதைவிட அர்த்தம் நிரம்பினவை தான்."

"நீங்க படிச்சிருக்கேளா?"

"என்ன இப்டி கேட்டுட்டேள்? அப்பா யஜுர் வேதம் படிச்சவர். அண்ணா சொல்லலையா?"

"அதுபத்தி பேச்சு வந்ததில்ல. ஆனா உங்களோட நிறைய விஷயம் பேசியிருக்கார்னு தெரியும். மனுஷ வாழ்க்கையைப் பத்தி வேதம் என்ன சொல்றதுப்பா."

"மனிதன் மனம், புத்தி, இதயம்ங்கற மூணு நிலையில் இயங்கறான்னு சொல்றது. அதாவது மனசால அனுபவிக்கிறான். இதயத்தால் உணர்கிறான். அறிவால் சிந்திக்கிறான்னு சொல்லலாம். மனம் கற்பனைகளின் பிறப்பிடம், இதயம் உணர்வுகளின், நம்பிக்கையின் பிறப்பிடம். அறிவு ஞானத்தின் பிறப்பிடம்."

“அப்டின்னா... ஆத்மாங்கறது?”

“இயக்கத்திற்குக் காரணமே அதானே. நம்ம உடம்புல ஓடற நாடி நரம்பெல்லாம் எங்க ஒண்ணு சேர்றதோ அங்கதான் பரமாத்மாவின் ஒரு துளியான ஜீவாத்மா இருக்கறதா சொல்லப்படறது.”

“உடம்பை அது எப்டி இயக்கத்துப்பா?”

“மன்னி பெரிய பெரிய கேள்வி எல்லாம் கேக்கறாப்பா. நாங்களும் தான் உன் கூடவே இருக்கோம். ஏதானம் கேக்கணும், தெரிஞ்சுக்கணும்னு தோண்றதோ?”

சித்ரா சொன்னாள்.

“அதுக்கென்ன இப்ப தெரிஞ்சுக்கோயேன்” அப்பா சிரித்துவிட்டு நிருபமாவின் கேள்விக்கு பதில் சொன்னார்.

“அன்னமயம், பிராணமயம், மனோமயம், ஆனந்தமயம், ஞானமயம்னு அஞ்சுவிதமா ஆத்மா உடம்பை இயக்கறது.”

“இன்னும் புரியும்படியா சொல்ல முடியுமா?”

“அன்ன மயம்ங்கறது உணவுகளால் வளர்ற ஸ்தூல சரீரம், ரத்தம், மாமிசம், கொழுப்பு, எலும்பு, மூளை இதெல்லாம் அடங்கின உடல். பிராணமயம்னா ஐம்புலன்கள்னு சொல்லப்படற பஞ்ச கர்மேந்திரியங்கள். ஜீவனையும் உடம்பையும் இணைக்கறதே இந்த பிராணமயம் தான். இந்த புலன்களோட சம்பந்தப்பட்டது தான் ஆசை, கோபம், விருப்பு, வெறுப்பு, சங்கற்பம் எல்லாம். இவற்றை உருவாக்கற இடம் மனம். மனோமயம்ங்கறது இந்த மனசுல சாத்வீக குணம் சேரும்போது மனம் மேம்பட்ட நிலைக்குப் போவது. தவம், பக்தி, தியானம்னு திரும்பும்போது அதை ஞானமயம்னு சொல்லுவா. அதே மனசுல நான், எனதுங்கற அகங்காரமும் அறியாமையும் சேர்ந்து ஆடை, ஆபரணம், வீடுன்னு பொருட்கள் மீது பற்றுதலும் ஆனந்தமும் ஏற்படும் போது ஆனந்தமயமாறது. உலகத்துல முக்கால் வாசிப்பேர் இந்த வகையில் ஆனந்தமயமா இயங்கறவாதான்.”

“ஆத்மா எப்டி உடம்போட சம்பந்தப்படறது? அதாவது ஒரு சட்டையை அது எப்டி அடையறது?”

"அப்பா இருப்பா. முதல்ல நாம் வசதியா எங்கயாவது உக்காந்துடலாம். அப்பறம் சொல்லு."

அவர்கள் காவேரிக் கரையில் ஒரு ஓரமாய் வட்டமாய் அமர்ந்தார்கள்.

"நா சொல்றதெல்லாம் என் கற்பனை கிடையாது. வேதம் என்ன சொல்றதோ அதைத்தான் நா சொல்றேன். ஒரு ஆத்மா பூமியில் பிறப்பெடுக்கற வரை ஐந்து நிலையைத் தாண்டறது. இதை வேதம் பஞ்சாக்னி வித்தைங்கறது. பிரும்மத்திலிருந்து ஆத்மா முதலில் ஆகாசத்துக்கு வராது. ஆகாசத்துலேர்ந்து அந்த ஜீவன் மழைக்கு தரப்படறது. மழை மூலம் பூமிக்கு வரது. பூமி அதை செடி, கொடி, காய்கனி, தான்யம் உருவாக்கறது. இந்த தானியங்களும் காய்கனிகளும் ஆணின் உடலுக்குச் சென்று அவனுக்குள்ள வீரியமாகச் சேர்றது. ஆண் மூலம் இந்த ஜீவன் பெண்ணுக்குச் சென்று அவள் கர்ப்பத்தில் கருவாய் வளர்றது."

"ஒரே பிறவில் மூணு பிறப்பு மனுஷனுக்குண்டுன்னு சொல்றது வேதம்."

"மூணு பிறப்பா.. ஒரே பிறவியிலயா?"

"அப்பா உடம்புலேர்ந்து அம்மா உடலுக்குச் செல்றது முதல் பிறப்பு. கர்ப்பத்தில் வளர்ந்து பிறப்பெடுப்பது ரெண்டாம் பிறப்பு. பிறந்த மனிதன் இறக்கும்போது உடலைவிட்டு நீங்கி மறுபடியும் பிரும்மத்தோட சேர்றது மூணாம் பிறப்பு."

நிருபமா வியந்தாள். இந்த எண் சாண் உடம்புக்குள் எவ்வளவு உயர்ந்த விஷயங்கள்.

"இவ்வளவு அரிய விஷயங்களைத் தெரிஞ்சுக்க முயலாம ஏம்ப்பா அஞ்ஞானம் மனிதனை மூடிக்கறது?"

"அதான் சொல்லியிருக்கே ஆத்மா ஆனந்தமயம்னு. அல்பத்தில் அது ஆனந்தமடையும்போது அஞ்ஞானம் மூடத்தான் செய்யும். ஆசையும் சுகமும் அனுபவிக்க அனுபவிக்க வளர்ந்துண்டே போகும். ஆசையைத் தீர்க்க நாம் காணும் வழி துன்பத்தை மட்டுமே

தரது. யோசிச்சுப் பார்த்தா எந்த ஒரு மனுஷனுக்கும் எப்போதும் பிரியமானதுன்னு எதுவுமில்ல. நேத்திக்கு விரும்பத்தக்கதா இருந்ததெல்லாம், இதையா விரும்பினோம் போயும் போயும்னு நாளைக்கு நினைக்கத் தோணும்.

எதை இத்தனை காலம் சட்டை பண்ணாம இருந்தோமோ அதுதான் பெரிய விஷயம்னு நாளைக்கு தோணக்கூடும். இதையெல்லாம் நீக்கிட்டு எது எப்போதுமே விருப்பத்துக்குரியதுன்னு யோசிச்சுப் பார்த்தா அது ஆத்மா ஒண்ணுதான். தன்னை நேசிக்கறவன் தான் உலகத்தையும் நேசிப்பான். 'நாரதி சோகமாத் மவித்' அதாவது ஆத்மாவை அறிந்தவன் கவலையைக் கடந்து விடுவான்கறது சத்தியம். பூர்த்தியடையாத ஆசைகள்தான் துன்பத்திற்குக் காரணம். அந்த துன்பம் ஏற்படாம இருக்க என்ன செய்யணும்?

பலன் கருதாம கடமையைச் செய்றவனுக்குத் துன்பமில்லை. யாருடைய சிந்தனைகள் கண்டபடி திரியாமலும் தீமையை எண்ணாமலும் இருக்கோ யாருடைய தூக்கத்தில் துர்சொப்பனங்கள் இல்லையோ எவன் ஒருவனால் உறக்கத்திலும் விழிப்புணர்வுடன் இருக்க முடியுமோ அவன்தான் உடலாலும் உள்ளத்தாலும் ஆரோக்கியமானவன். அவன் மனசையும் சரி ரத்தத்தையும் சரி எந்த வியாதியும் நெருங்காதுன்னுவா."

"இப்டி இருக்கறது ரொம்ப கஷ்டமில்லப்பா?" விஜி கேட்டாள்.

"கஷ்டம்னு நெனச்சா கஷ்டம்தான். உன்னை ஒண்ணு கேக்கட்டுமா?"

"என்ன?"

"தூக்கத்துல உனக்கு யார் மேலயாவது வெறுப்போ விருப்போ ஏற்படறதா?"

"சுத்தம். குறட்டையைத் தவிர, வேற ஒண்ணும் வராது."

"உன் மனம் அப்பொ பிறந்த குழந்தை மாதிரி நிர்மலமா இருக்கா மாதிரி நீ விழிச்சு எழுந்தப்பறமும் அதை அதே பரிசுத்தத்தோட விருப்பு வெறுப்பற்ற நிலையில் வைக்கத் தெரியணும். அது

ஒரு பயிற்சி. அந்த பயிற்சியில் ஈடுபடப்பட எல்லாம் உனக்கு சமமாய்டும். விருப்பு, சுகம், கஷ்டம் எல்லாம் ஒரே மாதிரியாய்டும்.

ஜாதி, மதம், உயர்ந்தவன், தாழ்ந்தவன்ங்கற எண்ணமெல்லாம் அஞ்ஞானிக்கு தான். ஞானிக்கு எதுவுமில்ல. ‘அஹம் பிரும்மாஸ்மி’ அதாவது நானே பிரும்மம்னு அஞ்ஞானத்துலேர்ந்து விடுதலையாய்டுவான். அதுவே சகலமும்ங்கற போது நாமும் அதுவாகத்தானே வேணும். இதைத்தான் தத்வமஸிங்கறோம். அதுவே நீ. நீயே அது. நீ எப்படி அதுவாக மாறமுடியும்? பாவ புண்ணியத்தைக் கடந்த நிலையில் நீ அதுவாக முடியும். இப்டி ஆனவா தான் ராமகிருஷ்ண பரமஹம்சரும், சாரதா தேவியும், விவேகானந்தரும், ரமணரும், அரவிந்தரும், உள்ளுக்குள்ள குப்பையை வெச்சுண்டிருந்தா உண்மையை எப்டி தேட முடியும்? அதுவாக எப்டி ஆகத்தான் முடியும்?”

அவர் சொல்லச் சொல்ல பரவசத்தில் எல்லா விழிகளும் நனைந்தன. நிருபமா கைகூப்பினாள். காவிரி மணலில் விழுந்து அவரை நமஸ்கரித்தாள்.

“என்னம்மா இது?”

“குருதட்சணைப்பா. இதைத் தவிர என்னால் வேறென்ன தர முடியும்? ஒரு உயர்ந்த ஆத்மாவை உங்களுக்குள்ள உறைய வெச்ச உங்கப்பாவுக்கு ஒரு நமஸ்காரம். உங்க மூலம் பிரணவுக்குள்ள ஒரு ஆத்மா பிறப்பெடுத்ததுக்காக, உங்களுக்கொரு நமஸ்காரம். என்னைக் காதலிச்சு மணந்ததன் மூலம் உங்களுக்கும் எனக்கும் பந்தம் ஏற்படுத்தி வெச்ச பிரணவுக்கொரு நமஸ்காரம். என்னை இந்த உலகத்துக்கு கொண்டு வந்த என் பெத்தவாளுக்கொரு நமஸ்காரம்.”

அவர் நெகிழ்ந்து போனார். அவளை எழுப்பி தலை தொட்டு ஆசிர்வதித்தார். மிக உயர்ந்த நிலையிலிருந்தார்கள் அவர்கள். அவர்களுக்குச் சற்று தள்ளி இருளில் நிழலாய் அமர்ந்திருந்த அந்த உருவம் மெல்ல எழுந்து வந்து ஜெயராமனை நெருங்கி சட்டென அவர் பாதம் தொட்டது. அவர் திகைத்து அந்த மனிதரை உற்றுப் பார்த்தார். ரங்கனின் தந்தை.

“கடவுளே நீங்களா? என்ன பட்டரே. நீங்க இப்டி செய்யலாமா?” ஜெயராமன் பதறினார்.

“தப்பில்ல ஜெயராமா. நா நமஸ்காரம் பண்றதா நினைக்காத குப்பைய உன் காலடில கொட்றேன்னு வெச்சுக்கோ. அர்ஜு னனுக்கு பரந்தாமன் கீதோபதேசம் பண்ணும்போது தேருக்கு மேல ஆஞ்சநேயன் உட்கார்ந்து கேட்டாராமே. அப்டித்தான் இவாளுக்கு நீ சொன்னதையெல்லாம் நானும் கேட்டேன். என்ன படிச்சு என்ன? அஞ்ஞானமும், அகங்காரமும் அறிவை மூடியில்ல வெச்சிருந்தது இத்தனை கேட்டும் குப்பை உள்ளுக்குள்ள இருந்தா, இந்த தேகம் மட்டுமில்ல, ஆத்மாவும் கூட அழுகி நாறிடும்.

உன் காலைத் தொட்ட நிமிஷம் இப்பொ அது பரிசுத்தமாய்டுத்து. அந்த ஸ்ரீரங்கநாதனும் இந்த காவேரியும் சாட்சியமா சொல்றேன், இந்த சித்ராதான் ரங்கனோட பொண்டாட்டி. எல்லாரும் ஒண்ணா சேர்ந்து போறேளே என்ன சதி பண்ணப் போறேளோன்னு ஒளிஞ்சு மறைஞ்சு பின்னாடி வந்து உட்கார்ந்துண்டேன். வந்தது எவ்ளோ நல்லதுக்குன்னு இப்போ புரிஞ்சுண்டேன். அந்த ரங்கநாதன்தான் என்னை அனுப்பி வெச்சான் போலருக்கு” பட்டர் நெகிழ்ந்த குரலில் சொல்ல, ஒரு பெரிய பாரம் அகன்றாற்போல் கோபுரத்தைப் பார்த்து வணங்கினாள் நிருபமா.

25 அத்தியாயம்

யாத்திரைகளிலேயே மிகக் கடினமானதென்று பலராலும் அனுபவபூர்வமாய் கூறப்பட்ட கயிலாய யாத்திரைக்கு அவள் தன்னை பல வழிகளிலும் தயார் செய்து கொண்டாள். உடற்பயிற்சிகள், வாக்கிங், ஜாகிங், நீச்சல் என்று உடலையும், தியானம், யோகா, பிராணாயாமம் என்று மனதையும் திடப்படுத்திக் கொண்டாள். பயணத்திற்கு தேவையான கம்பளி ஆடைகள் தெர்மல் உடைகள், போர்வை, ஜெர்கின், கையுறை, காலுறைகள், கம்பளிக் குல்லாய், உலர் பழங்கள், சாக்லேட் கட்டிகள் என்று அனைத்து விஷயங்களையும் வாங்கி ரெக்ஸின் பைகளில் கட்டி வைத்தாள். பயண ஏஜெண்டுகள் யாத்ரிகர்களை இரண்டு முறை ஓரிடத்திற்கு அழைத்து யாத்திரை குறித்து பேசினார்கள். யாத்திரை பற்றி பல தகவல்களைக் கூறி அவர்கள் என்னென்ன விதத்தில் தங்களைத் தயார் செய்துகொள்ள வேண்டுமென்று தெரிவித்தார்கள். தமிழ்நாட்டிலிருந்து அவளையும் சேர்த்து ஐந்து பேர் புறப்படுவதாக இருந்தார்கள். தஞ்சாவூரிலிருந்து அறுபது வயது பெரியவர் ஒருவரும், கோவையிலிருந்து ஒரு கணவன் மனைவியும், நெல்லையிலிருந்து நண்பர்கள் இருவரும் வருகிறார்கள் என அறிந்ததும் மிகவும் மகிழ்ந்தாள். அவர்களை அறிமுகம் செய்து கொண்டாள். தஞ்சை பெரியவருடன் பேசியபோது ஜெயராமனிடம் பேசுவது போலவே உணர்வு ஏற்பட்டது. இவரும் அவரைப் போலவே விஷயஞானியாய்த் தெரிய மிக நல்ல துணை எனத் தோன்றியது. கோவை தம்பதிகள் மிகுந்த பயபக்தியுடன்

சதா நேரமும் சிவஸ்துதியிலேயே இருந்தார்கள். நெல்லை நண்பர்களிடம் பக்தியும், ஆழ்ந்த அறிவும் இருந்த அளவுக்கு நகைச்சுவை உணர்வும், எதையும் ஈஸியாக எடுத்துக் கொள்ளும் குணமும் இருந்தன. அரைமணி நேரத்திலேயே அவர்கள் அனைவருமே மிக நல்ல வழித்துணைகள் எனப் புரிய நிருபமா கைலாச நாதனுக்கு நன்றி சொன்னாள்.

மே மாத இறுதியில் அனைவரும் பெங்களூரிலிருந்து விமானம் ஏறினார்கள். இரண்டு மணி நேரத்தில் காட்மாண்டு நகரத்தின் பசுமை தெரிந்தது.

"இவ்ளோ சீக்கிரம் நாம் வந்துட்டோம். அந்தக் காலத்துல இந்த வசதியெல்லாம் ஏது? திருநாவுக்கரசரும், அவ்வையாரும், ஆதிசங்கரனும் பாதயாத்திரையா தான் வந்திருக்காங்க. அதுலயும் நாவுக்கரசரால் பாதிக்கு மேல ஏற முடியல. ஒண்ணா தரிசனம் குடு இல்ல உசிரை எடுத்துக்கன்னு உக்காந்துட்டாராம். சிவபெருமான் அசரீரியா, திருவையாறுக்குப் போ. அங்கேர்ந்தே நீ கைலாச தரிசனம் பண்ணலாம்னாராம். அதே மாதிரி திருவையாறு வந்து கைலாச தரிசனம் பண்ணி ஞானக்கண்ணால தான் கண்ட கயிலாயக் காட்சியை அப்படியே பாட்டா பாடினாராம்."

கோவைத் தம்பதியினர் சொன்னார்கள். "ஆமாமா அவ்வையாரை கணபதியே யானை வடிவுல வந்து தும்பிக்கையால் கைலாயத்துல சேர்த்தாருன்னும் சொல்லுவாங்க."

"காரைக்காலம்மையார் தலையாலயே நடந்து வந்து தரிசனம் பண்ணினாங்களே."

"பஞ்ச பாண்டவர்கள் தங்கள் வாழ்க்கையின் கடைசியில் கயிலாயத்துக்குப் போனப்போ தர்மர் மட்டும்தான் கடைசி வரை ஏறி தரிசனம் பண்ணினாராம். மத்தவங்களாம் வந்த பாதையைத் திரும்பிப் பார்த்ததால மேல ஏற முடியலன்னு கூட ஒரு கதை உண்டு."

அவரவர் தாங்கள் அறிந்த நல்விஷயங்களைப் பேசி மகிழ்ந்தனர். குளிர் உடலை நடுக்கியது. இரண்டு பேருக்கொரு

அறை ஏற்பாடு செய்திருந்தது. நிருபமாவும் தஞ்சாவூர் பெரியவரும் ஒரு அறையில் தங்கினார்கள்.

மலையின் உயரத்தால் ஏற்படும் ஒற்றைத் தலைவலி அவளை வாட்டியது.

"உனக்கு அசௌகர்யமார்ந்தா தனி அறை போடச் சொல்லவாம்மா?"

"நோ சார். நீங்க என் அப்பா மாதிரி. எனக்கு ஒரு அசௌகர்யமும் இல்ல. இங்கேர்ந்து நாம எப்போ புறப்படுவோம்."

"தெரியல. பாஸ்போர்ட் விசா எல்லாம் கிளியராகணும். தவிர மலை வாசம் பழகணும். இன்னும் மேல போகப் போக மூச்சுத் திணறாம இருக்கணுமே."

"அதுவரை இங்க இருக்கற கோயிலுக்கெல்லாம் போலாம் இல்லையா?"

"தாரளமா போலாம். போகத்தான் வேணும். நாளைக்கு காலேலதான் நாம் திபெத் போக முடியும். வண்டி ஏற்பாடாகி இருக்கு. குளிச்சுட்டு கீழ வாங்க டிபன் ரெடியா இருக்கு. சாப்ட்டுட்டு கிளம்பலாம்."

நெல்லை நண்பர்களில் ஒருவரான சதீஷ் பின்னால் நின்று சொல்ல, நிருபமா திரும்பிப் பார்த்து புன்னகைத்தாள்.

அன்று முழுக்க காட்மாண்டுவின் முக்கிய ஸ்தலங்களை தரிசித்தார்கள். பசுபதிநாதர் ஆலயமும், புத்நீலகண்டரும் வியக்க வைத்தன. இயற்கை அங்கே கொஞ்சி விளையாடியது.

"இங்கயே இவ்ளோ குளிருது" கோவை பெண்மணி நடுங்கினாள். இருக்கும் கம்பளியை எல்லாம் உடம்பில் சுற்றிக் கொண்டாள்.

ஷெர்பாக்கள் உணவு பரிமாற சீக்கிரமே உணவு முடித்து அறைக்கு வந்தார்கள். பெரியவர் சிவஸ்துதியை சற்று உறக்கவே சொல்ல, சதீஷும், சுந்தரும் கூட அங்கு வந்தமர்ந்து சொல்ல ஆரம்பித்தனர். நிருபமாவும் அவர்களோடு சேர்ந்து சொன்னாள்.

நடுநிசி வரை பேசிக் கொண்டிருந்துவிட்டு நண்பர்கள் தங்கள் அறைக்குச் சென்ற பிறகு பெரியவர் அவளைப் பற்றி விசாரித்தார். மிகச் சுருக்கமாக அவள் சொல்ல அவர் இரக்கமும் வியப்பும் மேலிடக் கேட்டார்.

“யாருக்கும் வரக்கூடாத கஷ்டம்மா. கவலைப்படாதே கடவுள் உன்னைக் கைவிடமாட்டார். பாவம் நீ இங்க தவிக்கறா மாதிரி அந்த பையன் உன்னை நினைச்சு எங்க தவிச்சுருக்கானோ? எந்த ஆபத்துல சிக்கி திக்குத்திசை மாறி போயிருக்கானோ. நா வேண்டிக்கறேம்மா நீங்க ஒண்ணு சேரணும்னு.”

“கடவுள்கிட்ட இப்போ எனக்கு எந்த வேண்டுதலும் இல்ல அங்கிள். இப்ப என் ஆசையெல்லாம் இறைமையின் தரிசனம் மட்டும்தான். அது நமக்கு கிடைச்சா போதும். யாருக்கும் எந்த பிரச்சனையும் ஏற்படாம நோய் நொடி வராம எல்லாரும் நல்லபடியா தரிசனம் பண்ணனும்.”

“கவலைப்படாதே அவனை நல்லபடியா தரிசனம் பண்ணணும்னு நாம ஏங்கறா மாதிரி. தன் பக்தர்கள் பத்திரமா வந்து தன்னை தரிசிக்கணும்னு அவனும் அக்கறை காட்டுவான். இது சம்பந்தமா ஒரு கதை கூட உண்டு. இறைவன் தினமும் காலை எழுந்ததும் ஒரு சிறு பேழையை வலம் வந்து வணங்குவாராம். பார்வதிக்கு அவரது செய்கையின் அர்த்தம் புரியல. சகல உயிரும் வணங்கும் சர்வேஸ்வரன் இப்டி தினமும் எதை வலம் வந்து வணங்கறார்னு தெரிஞ்சுக்க ஒருநாள் ஆசையா அந்த பெட்டியைத் திறந்து பார்த்தா உள்ள வெறும் புழுதிமண் மட்டுமே இருந்துதாம். என்ன இதுன்னு கேட்டாளாம். அதுக்கு அவர், “இது என் பக்தர்களின் பாதம்பட்ட புழுதி மண்” அப்படின்னாராம். இதுலேர்ந்து என்ன தெரியறது? இறைவனை நோக்கி நாம ஒரு அடி எடுத்து வெச்சா, நம்மை நோக்கி அவன் பல படிகள் இறங்கி வருவான்” அவர் கனிவோடு புன்னகைத்தார்.

யாரோ கதவை மெல்லத் தட்டும் சத்தம் கேட்க, நிருபமா எழுந்து சென்று திறந்தாள்.

“சாரி மேடம் டிஸ்டர்ப் பண்றேன்” கோவை தம்பதியினரில் கணவன் அறைக்குள் வந்தான்.

“வாங்க பெரியசாமி” பெரியவர் அழைத்தார்.

“வீட்ல அவளுக்கு கடுமையான தலைவலி, வாந்தி. நாங்க கொண்டு வந்த மாத்திரை பெட்டியைக் காணல. குளிர்ல எல்லாத்தையும் புரட்டிப்போட்டு தேடக்கூட முடியல. உங்ககிட்ட ஏதாவது மாத்திரை இருக்குமா?”

“இருங்க” பெரியவர் தன் பை ஒன்றை பிரித்து உள்ளிருந்து மாத்திரை எடுத்துக் கொடுத்தார்.

“ஏன் மேடம் உங்களுக்கு தலைவலி இருக்கா?”

“இருக்கு. இப்பத்தான் ஆரம்பிச்சிருக்கு.”

“அவ ரொம்ப சிரமப்படறாளே.”

“பயப்பட வேண்டாம். இது உயரத்துனால ஏற்படற வலிதான். பழகிட்டா சரியாய்டும்.”

“பாவம் கலகலன்னு வந்த அந்த பசங்ககூட தலவலின்னு சுருண்டு கிடக்காங்க. எம் மனைவி ரொம்பப் பயப்படறா. நல்லபடியா போய் தரிசனம் பண்ணுவோமான்னு கேக்கறா... என்ன இப்டி ஒரு குளிர் இங்க..?”

“சிரமமில்லாம ஏது சந்தோஷம் பெரியசாமி? வலியயே நினைச்சுக்க வேணாம்னு சொல்லுங்க. மனசுல உறுதியும், வைராக்கியமும் இருந்துட்டா எந்த வலியையும் சமாளிக்கலாம்.”

பெரியசாமி மாத்திரையுடன் சென்றார்.

“உனக்கு வேணுமாம்மா.”

“வேண்டாம். தூங்கி எழுந்துட்டா சரியாய்டும்னு நெனக்கறேன்.”

“படுத்துக்கணும்னா நீ படுத்துக்கோ. நா தூங்க லேட்டாகும்.”

அவர் தனது பொருட்களை ஓரமாய் எடுத்து வைத்துவிட்டு தரை விரிப்பின் மீது சம்மணமிட்டு அமர்ந்து தியானத்தில் ஆழ்ந்தார்.

ஒற்றை வேட்டியும், வெற்று மார்புமாய் அவர் தன் தேகம், உயிரைத் துளைக்கும் குளிர் என அனைத்தையும் கடந்து, கண்மூடி அமர்ந்திருந்த நிலைகண்டு நிருபமா பிரமித்துப் போனாள். இது எப்படி சாத்தியம் என்று புரியவில்லை அவளுக்கு. தலைகுல்லா, தெர்மல்வேர், அதற்கடியில் ஜீன்ஸ், மேலே ஜெர்கின் அதற்குமேல் மற்றொரு கம்பளி ஆடை, என்று போதாமல் தடித்த கம்பளிப் போர்வையும் போர்த்திக்கொண்டு படுத்திருந்த தன்னையும் பார்த்துக் கொண்டவளுக்கு சிரிப்பும் வெட்கமும் ஏற்பட்டது. அவருடைய வயதும், தன் வயதும் வேறு நினைவுக்கு வர வெட்கம் இன்னும் கூடியது. நீண்ட நேரம் கழித்துதான் அவர் விழி திறந்தார். அவள் சட்டென்று எழுந்தமர்ந்து அவரைப் பார்த்தாள்.

“என்னம்மா தூங்கலையா?”

“உங்களுக்கு குளிரவே இல்லையா?”

“குளிரும்னு தெரிஞ்சுதானே வந்திருக்கோம்.”

“நீங்க அதைத் தாங்கியிருக்கீங்களா? இல்ல கைவசம் ஏதாவது வித்தை இருக்கா இதைத் தாங்கிக்க?”

அவர் சிரித்தார்.

“இந்த உடம்புதான் நாமன்னு நினைக்கறவங்களுக்குத் தான் குளிர், வெயில், பனி, மழை, வலி வேதனை எல்லாம். இந்த உடம்பையே குரங்குப் பிடியா பிடிச்சுண்டா கஷ்டம்தான். தெய்வத்தை நம்பித்தானே புறப்பட்டிருக்கோம்? அந்த தெய்வத்தோட கவலை இந்த உடம்பைக் காப்பாத்தறதுன்னு விட்டுடணும். இறை பக்தியை ரெண்டு விதமா சொல்றதுண்டு. குட்டிக் குரங்கு, தாய்க்குரங்கை இறுகப்பிடிச்சுண்டு போறா மாதிரி நாம் இறைவனை இறுகப் பிடிச்சுண்டு பக்தி செய்யறது ஒரு வகை. இதை மர்க்கட பக்தின்னுவா. இது ஒரு வகைன்னா இன்னோண்ணு மார்ஜால பக்தி. பூனைக்குட்டி தன் தாய்ப்பூனை மேல நம்பிக்கை வெச்சுட்டு தேமேன்னு கிடக்குமாம். தாய்ப்பூனை தான் இஷ்டப்பட்ட இடத்துக்கு அதைக் கவ்வி எடுத்துண்டு போகும். இங்க குட்டிக்குன்னு எந்த லட்சியமும் கிடையாது. தாய்கிட்ட தன்னை முழுசா ஒப்படைச்சுட்டு

நீ பார்த்துக்கோன்னு நிம்மதியார்க்கும். பக்தியில் ரொம்ப சுலபமான வழி இதுதான். ஆனா நிறைய பேர் இங்க குரங்குக் குட்டிகளா இருக்கத்தான் விரும்பறா. இறுகப் பிடிச்சுண்டா நமக்குத்தானே அவஸ்தை. ஒரு கட்டத்துல கை வலிக்கறாப் போல தோணாதா? இல்ல, பிடிய விட்ருவோமோன்னு பயத்துல பிரயாணம் பண்ணணும். நாம் தாயைப் பிடிச்சுக்கறது நல்லதா, அல்லது தாய் நம்பளைப் பிடிச்சுக்கறது நல்லதா...?"

அவர் கேட்க நிருபமா மூச்சை இழுத்துப் பிடித்துக் கொண்டு திகைப்புடன் அவரைப் பார்த்தாள். எவ்வளவு பெரிய உண்மை..! இரண்டு ஜீவன்களின் வாழ்க்கையைக் கொண்டு எவ்வளவு பெரிய இறை தத்துவம் காணப்பட்டிருக்கிறது. நிருபமா தன்னையே கேட்டுக் கொண்டாள். 'நீ குரங்குக்குட்டியா? பூனைக்குட்டியா...?'

"என்னம்மா யோசனை?" அவர் கனிவோடு கேட்டார்.

"நா என்ன குட்டின்னு யோசிக்கறேன்."

"இதுவரை எப்படியிருந்தாதான் என்ன? இன்னிலேர்ந்து பூனைக் குட்டியாயிடறது" அவர் சிரித்தபடி சொன்னார்.

"பொன்னும் பொருளும் நிறைய இருந்தா பூட்டும் நிறையவே தேவைப்படுமே. எதுக்கு பூட்டி வெக்கணும்? அவஸ்தைப் படணும்? எதுவும் என்னுது இல்லன்னு நினைச்சுக்கோ. குளிரா, வெய்யிலா, மழையா, பனியா... வலியா... காயமா... எல்லாத்தையும் ஒரு வினாடி ரசிச்சு அனுபவிச்சுட்டு சிவார்ப்பணம்னு சொல்லி அர்ப்பணம் பண்ணிட்டு நிம்மதியா இரு. அப்புறம் வலியாவது வேதனையாவது...?"

நிருபமா பரவசத்துடன் அதை ஆமோதிப்பதுபோல் தலையாட்டினாள். அவர், குளிருக்கு மட்டும் இதைச் சொல்லவில்லை. அவளுடைய எல்லா வலிகளுக்கும் சேர்த்து மருந்தளித்ததுபோல் தோன்றியது. அவர் சாதாரண மனிதராகத் தெரியவில்லை. அந்த கைலாசநாதனே அவர் வடிவில் துணையாய் வந்து உபதேசிப்பது போல் தோன்றியது.

பேச்சு வாக்கிலேயே இரவு நகர்ந்திருக்க ஷெர்பாக்கள் சாய் சாய் என்று ஒவ்வொரு அறையாகத் தட்டி எழுப்பும் ஓசை கேட்டது.

அவள் போர்வை விலக்கி எழுந்தாள். கதவு திறந்து இருவருக்கும் டீ வாங்கி வைத்தாள். பெரியவர் குளிக்கச் சென்றார்.

அவர்கள் நீண்டதொரு பிரயாணத்திற்குத் தயாரானார்கள். நிருபமா வெறும் ஜீன்ஸ், ஷர்ட், மட்டும் அணிந்து கிளம்பினாள். குளிரிலிருந்து உடம்பைக் காக்கும் வேறு எதுவும் அவள் மீது இல்லை. பெரியவர் புன்னகைக்க மற்றவர்கள் அவளை வியப்போடு பார்த்தார்கள்.

நண்பர்கள் பாலத்தின் கீழே பேரிரைச்சலுடன் விழுந்தோடிய நதியையும், நேபாளத்தின் அந்த எல்லையோர இயற்கையழகையும் பாலத்திற்கு அந்தப்புறம் தெரிந்த திபெத்தின் மலை நகரத்தையும் அத்தனை பேரும் வியந்து ரசித்தபடி சில கணம் நின்றுவிட்டார்கள். கடவுள் எப்பேர்ப்பட்ட ரசனை மிகுந்த சிருஷ்டிகர்த்தா! அவன் கை வண்ணத்தில் இயற்கையில் எத்தனை எத்தனை அழகுகளைக் கொட்டி வைத்திருக்கிறான். இயற்கையின் பிரம்மாண்டத்திற்கும் வேகத்திற்கும் முன்னால் மனிதன் ஒன்றுமேயில்லையெனத் தோன்றியது.

சீனத்து விஸா ரெடியாகிவிட்டதென ஏஜெண்ட் சொல்ல பயணம் தொடர்ந்தது. வரிசையாய் ஜீப்கள் நிற்க, ஜீப்பிற்கு நாலு நாலு பேராக யாத்ரீகர்கள் ஏறிக்கொள்ள ஜீப் மலைகள், அருவிகள் எனக் கடந்து விரைய இயற்கையின் அழகை அள்ளிக் குடித்தபடி இறைவனின் நாமம் கூறியபடி பயணித்தார்கள்.

பதினோராயிரம் அடி உயரத்தில் ஒரு ஊரில் சிற்றுண்டிக்காக ஜீப்பை நிறுத்தினார்கள். ஷெர்பாக்கள் சிற்றுண்டி தயாரிக்க நிருபமா பெரியவரோடு ஒரு பாறையின் மீது அமர்ந்தாள்.

“உங்களைப் பத்தி ஒண்ணுமே சொல்லலையே, உங்களுக்கு எத்தனை குழந்தைகள்?”

“ரெண்டு பிள்ள ஒரு பொண்ணு. ஆல் ஆர் வெல் செட்டில்டு, என் பொண்டாட்டி போய் ரெண்டு வருஷமாறது. பொண்ணு வயத்து கொள்ளுப்பேரன் கூட உண்டு. பிள்ளைகள் ரெண்டு பேரும் லாஸ் ஏஞ்ஜெல்ஸ்ல இருக்கா. ஒருத்தன் புரொஃபஸர். இன்னோர்த்தன் என்ஜினீயர். பொண்ணு சென்னையில டாக்டர். பேத்தியும் டாக்டர்தான். அவளுக்கும் கல்யாணமாகி ஒரு குழந்தை

இருக்கு. மூணு வயசாறது. எம் பொண்டாட்டிக்கு நெய்ப்பந்தம் பிடிச்சவன் வாழ்க்கைல இனி அனுபவிக்க எதுவுமில்ல. நிறைவான வாழ்க்கைன்னுவாளே அப்டி ஒரு வாழ்க்கை. எல்லாரும் நன்னார்க்கா. எல்லாரும் நன்னார்க்கும் போதே கண்ணை மூடிடணும். அதுக்கு முந்தி இந்த ஊனக்கண்ணால் இந்த கைலாசநாதனை தரிசனம் பண்ணிடணும்னு புறப்பட்டிருக்கேன். எல்லாரும் என்னை அனுப்ப பயந்தா. கைலாச யாத்திரை ரொம்ப கடினம்னு கவலைப்பட்டாங்க. ஆனா நா என்ன சொல்லிட்டு வந்தேன் தெரியுமா?"

"என்ன?"

"இது கடவுளை நோக்கிச் செல்லும் ஒரு புனித யாத்திரை. என்னைப் பொறுத்தவரை எல்லா கடமையும் முடிஞ்சாச்சு. எல்லா சந்தோஷமும் கண்டாச்சு. இன்னும் இன்னும்னு லௌகீகத்துல உழல்ற ஆசையெல்லாம் எனக்கில்ல. கைலாச யாத்திரை என்னோட ஆன்ம லட்சியம். கிளம்பறேன். சந்தோஷமா வழியனுப்பி வைங்கோ. தரிசனம் பண்ற புண்ணியம் கிடைச்சா கிடைக்கட்டும். கிடைக்காட்டாலும் ஒரு புனித யாத்திரைல என் ஆன்மா விடுதலை பெற்றதுன்னு இருக்கட்டும். திரும்பி வந்தா சந்திப்போம். இல்லாட்டி செய்ய வேண்டிய காரியங்களை செஞ்சுடுங்கோன்னு சொல்லிட்டு வந்திருக்கேன். நீ என்ன சொல்றம்மா? கைலாசத்துல முக்தியடையவும் கொடுத்து வெச்சிருக்கணும் இல்லையா?"

"இல்லைன்னு சொல்ல முடியுமா? ஆனா யார் கணக்கு எப்ப முடியும்ங்கறது இறைவன் சித்தம்."

"பார்க்கணும்னு நெனச்ச எல்லா ஸ்தலங்களையும் கண்குளிரப் பார்த்தாச்சு. காசி, ராமேஸ்வரம், முக்திநாத், கேதார்நாத், அமர்நாத். பூரின்னு, கன்யாகுமாரிலேர்ந்து ஆரம்பிச்சு எல்லா இடமும் போயாச்சு. இனி மரணம்ங்கற விடுதலை சுகம் மட்டும்தான் பாக்கி. அதுவும் இங்க கிடைச்சுட்டா இந்த ஆன்மா குளிர்ந்துடும்."

"டிபன் ரெடி வாங்க" ஷெர்பா ஒருவன் அழைக்க எழுந்தார்கள்.

"உன் கணவன் கண்டிப்பா கிடைப்பான் நிருபமா. உன் கதை கேட்டதுலர்ந்தே உனக்காக நா மனசாற வேண்டிண்ருக்கேன்."

அவள் பதிலின்றி புன்னகைத்தாள்.

“அப்பவே உங்கிட்ட கேக்கணும்னு நெனச்சேன். எம்பஸி மூலம் அவரைத் தேடிப்பார்த்தாயா? விஸா முடிஞ்சு ஒரு அமெரிக்கன் சிடிஸன் எவ்ளோ நாள் இங்க இருக்க முடியும்? அவங்க என்ன ஆக்ஷன் எடுத்தாங்க?”

“இதுவரை யார்கிட்டயும் சொல்லாத சில விஷயங்களை உங்ககிட்ட சொல்லட்டுமா?” நிருபமா கேட்க அவர் விழி சுருக்கிப் பார்த்தார்.

“இன்னிக்கு ராத்திரி நாம் தங்கப்போற இடத்துல நா சொல்றேன்.”

“இப்போ வேண்டாம். சாப்ட்டுட்டு கிளம்பற அவசரத்துல இருக்காங்க எல்லாரும்.”

அவர்கள் எல்லாருடனும் அமர்ந்து சிற்றுண்டி சாப்பிட்டார்கள்.

அன்றிரவு பிரம்மபுத்திராவின் கரையோரம் டெண்ட் அடித்து தங்க வைக்கப்பட்டனர். அனைவருக்கும் குளிர் உடம்பைத் துளைத்தது. இருப்பினும் குளிரைத் தாங்கும் வைராக்யம் மனதிற்கு ஏற்பட்டிருந்ததால் அவள் அதைப் பொருட்படுத்தவில்லை.

“இப்ப சொல்றயா?” அவர் கேட்டார்.

“எங்கப்பா மாதிரி நினைச்சு உங்ககிட்ட மனசுவிட்டு சொல்ல விரும்பறேன். மனசுல இருக்கற உண்மைகளை யார்கிட்டயாவது இறக்கியாகணுமே. உங்ககிட்ட இறக்கி வெக்கறேன்.”

அவர் மௌனமாக அவளையே பார்த்தார். மெல்லிய காடா விளக்கின் ஒளியில் அவள் அசாத்திய அமைதியோடு அமர்ந்திருந்தாள்.

“திருப்பதில் பிரணவை யாரோ பார்த்ததா அவங்கப்பாக்கு தகவல் வந்ததா அவங்க எங்கிட்ட சொன்னப்போ நா நம்பல. நிச்சயம் அது பிரணவா இருக்க முடியாது. என் பிரணவ் என்னை மறந்துட்டு ஒரு நிமிஷம் கூட இருக்கமாட்டார். அவர் சுயநினைவை இழந்தாலொழிய இது நடக்காதுன்னேன். எந்த நேரத்துல அப்டி

சொன்னேனோ. அதுக்கப்புறம் நா மறுபடியும் சென்னைக்கு வந்துட்டேன். அதுக்கப்பறம் யு. எஸ்லேர்ந்து பிரணவோட கலீக் ரமேஷ் வாரியர்னு ஒரு மலையாளி எனக்கு ஒரு மெயில் அனுப்பியிருந்தான். பிரணவ் மும்பைல இறங்கினதுக்கு ரெண்டு நாள் கழிச்சு புனேலேர்ந்து மும்பை வர வழில ரெயில்வே டிராக்ல ஒரு டெட்பாடி அடையாளம் காண முடியாத அளவுக்கு சிதைஞ்சிருந்த நிலைல கண்டெடுக்கப்பட்டிருக்கு. ஆனா அது பிரணவ்னு நாங்க முதல்லல்லாம் விசாரிச்சப்போ யாருக்கும் தெரியாது."

"என்னம்மா சொல்ற?"

"கேளுங்க. அதுக்கப்பறம் எம்பஸி மூலம் பிரணவைத் தேடும்போது ஒரு ஆறு மாசம் கழிச்சு ஒரு புதர்லேர்ந்து கண்டெடுக்கப்பட்டதா யாரோ ஒப்படைச்ச பிரணவோட ப்ரீப்கேஸ் கிடைச்சிருக்கு."

"ஈஸ்வரா."

"ஸோ டிராக்ல அப்போ கண்டெடுக்கப்பட்ட பாடி பிரணவ்தான்னு அவரை டெட் லிஸ்ட்ல சேர்த்து ஃபைலை க்ளோஸ் பண்ணிட்டு யு.எஸ்ல அவரோட ஆபீஸ்க்கு தகவல் குடுத்திருக்காங்க.

பிரணவோட அப்பா ஒரு ஹார்ட்பேஷண்ட்ங்கறதால ரமேஷ்வாரியர் இந்த விஷயத்தை எனக்கே மெயில் பண்ணி இருந்தார். நியாயமா நா துடிச்சுப் போயிருக்கணும். ஆனா என்னமோ தெரியல. என் உள் மனசு இதை நம்பல. பிரணவ் இறந்திருக்கமாட்டார்னே எனக்கு தோணித்து. ஏன்னா திருப்பதில பிரணவை யாரோ பார்த்திருந்த செய்திதான். இந்த நிலமைல நா தேடிக்களைச்சு ஓய்ஞ்சு ஒரு பூனைக் குட்டியாத்தான் ஆய்ட்டேன். நடக்கறபடி நடக்கட்டும்னு என் மனசை ஆன்மீக வழியில் திருப்பிக் கொண்டு என்னை ஒரு சமநிலைல வெச்சுக்க பயிற்சி எடுத்துக்கிட்டேன். இந்த நேரத்துல எனக்கு இன்னோரு தகவல் வந்தது. மும்பைல நா ஏற்கனவே பிரணவைத் தேடச் சொல்லி என் பிரண்ட்ஸ் மூலம் ரிக்வெஸ்ட் பண்ணியிருந்த ஒரு ஃபிரண்ட் பிரணவை மகாலஷ்மி கோயில்கிட்ட ஒரு பெண்ணோட

பார்த்ததாவும் அந்த பெண் அவரோட மனைவி மாதிரி தெரியறதாகவும் அவங்களைப் பின்தொடர்ந்து போய் அவங்க வீட்டைத் தெரிஞ்சுக்கிட்டதாவும் எழுதியிருந்தார். என்னால நம்ப முடியல. பிரணவாவது இன்னொரு பெண்ணோடயாவது! சத்தியமா இருக்க முடியாது. நீ யாரைப் பார்த்தயோன்னு பதில் அனுப்பினேன். கண்டிப்பா நா விசாரிச்சு உன் சந்தேகத்தை க்ளியர் பண்றேன்னு எழுதினான். ஆனா அடுத்த முறை அவன் அங்க போனப்போ அவங்க வீடு காலி பண்ணிக்கிட்டு போய்ட்டதாவும் புது அட்ரஸ் தெரியலன்னும் சொன்னான். அதுக்கப்புறம் அவங்களைப் பார்க்க முடியலயோ என்னவோ, ஒரு தகவலும் இல்ல அவங்கிட்டேர்ந்து."

"நீயே போய் தேடியிருக்கலாமே."

"தேடியிருக்கலாம். ஆனா மனசு வரல. இன்னோரு பெண்ணோட என் பிரணவ் என்னை மறந்துட்டு வாழ்வார்கற நம்பிக்கை எனக்கு வரல. அப்படி வாழ்ந்துட்ருந்தா அது என் பிரணவா இருக்க முடியாதுன்னுதான் என் மனசு திரும்பத் திரும்ப நினைச்சுது. ஒருவேளை அது பிரணவ் மாதிரி யாராவது இருக்கலாம். அப்டி அது பிரணவ் இல்லைன்னா அப்போ செத்துப் போனதுதான் பிரணவா? இன்னிவரை டிராக்ல கிடந்தது பிரணவா, அல்லது அந்த பெண்ணோட வாழறது பிரணவான்னு எனக்குத் தெரியாது. ஆக மொத்தம் பிரணவ் எனக்குத் திரும்பக் கிடைக்கமாட்டார்னு தோணிருச்சு. அவர் இறந்திருந்தா அவர் ஆத்மா சாந்தியடையட்டும். அல்லது அந்த பெண்ணோட வாழறதுதான் பிரணவ்னா அந்த பொண்ணாவது அவரைப் பிரியாம சேர்ந்து வாழட்டும்னு வேண்டிக்கத்தான் என்னால முடிஞ்சுது. ஏதோ ஒரு தயக்கமும், பயமும்தான் என்னைத் தொடர்ந்து தேடவிடல. உண்மைகளை சந்திக்கத் துணிச்சலில்லையோ, என்னவோ எனக்கு. இந்த குழப்பத்துலேர்ந்து தெளியவும், பிரணவ் மேல இருக்கும் காதலை இறைமை மேல திசை திருப்பவும் முயன்றேன். ஓரளவுக்கு வெற்றியடைஞ்சுட்டேன்னுதான் நெனக்கறேன். இப்ப எனக்குள்ள குழப்பமில்ல. அவங்க குடும்பத்தைப் பொறுத்தவரை அவர் காணாம போனதாகவே இருக்கட்டும்னுதான் எதையும் சொல்லல. காமத்துலேர்ந்து விடுபட்டு காதலை திசை திருப்பி, கடவுளின் பாதத்துல

இப்ப அமைதியா நின்னுட்ருக்கேன். நீங்க சொன்னா மாதிரி இதுவரை எப்டியோ இப்ப நா பூனைக்குட்டியாத்தான் இருக்கேன். மனசுக்குள்ள இப்போ ஓங்காரத்தைத் தவிர வேற சத்தமில்ல. பிரண்வையே இப்ப பார்த்தாகூட சத்தியமா நா சலனப்படுவேன்னு தோணல."

அவர் ஆச்சர்யத்துடன் அவளைப் பார்த்தார்.

"பிரணவ் மேல உனக்கு கோவமோ, வெறுப்போ வரலையா நிருபமா?"

"இல்ல. என்னால அவனை வெறுக்க முடியாது. அப்டியே அந்த பெண்ணை கல்யாணம் பண்ணிக்கிட்டது பிரணவ்தான்னாலும் அவன் ஏதோ ஒரு இக்கட்டான சூழல்லதான் அதை செய்திருக்கணும். கண்டிப்பா தன் மனசாற எனக்கு துரோகம் செய்திருக்கமாட்டான். உண்மை என்னன்னு தெரியாம யாரையும் கோபப்படவோ, குற்றவாளின்னு தீர்ப்பெழுதவோ நாம யாரு? என்னால யாரையும் வெறுக்க முடியாது. மிகக்குறுகின இந்த வாழ்க்கை, யாரையும் வெறுக்கறதுக்கோ, ஒதுக்கறதுக்கோ இல்ல. இவ்ளோ பெரிய பிரபஞ்சத்துல எத்தனையோ கோடி மில்லியன் கோள்கள், கிரகங்கள். அதுல ஒரு அணுவுக்கும் அணு இந்த பூமி. இந்த பூமில இந்த ஜென்மால நாம ஒருத்தரை சந்திக்கறோம்ங்கறதும், உறவாகறோம், நட்பாகறோம்ங்கறதும் எவ்ளோ பெரிய விஷயம். இந்த சந்திப்புகள் மறுபடியும் நடக்குமா? நானும் நீங்களுமே அடுத்த பிறவியில இப்டி சந்திக்க போறோமா என்ன? இந்த அல்ப ஜீவிதத்துல ஒவ்வொரு சந்திப்பும் முக்கியமானவை. ஏன், ஒவ்வொரு பிரிவும் கூட முக்கியம் தான். எதனால் சேர்றோம்? ஏன் பிரியறோம். எல்லாம் நமக்கே புரிபடாத விஷயங்கள். எல்லாத்தையும் ஏற்றுக்கொள்ள பழகிக்கிறதுதான் சரி. ஆனா மனசு பக்குவப்பட பக்குவப்பட அது இறைமையை நோக்கிப் போகணும். எல்லார்க்கும் இது சாத்தியமான்னு தெரியாது. எவன் ஒருத்தனுக்கு சுயநலமில்லாம எல்லாரையும் நேசிக்க முடியுமோ அவனாலதான் இறைமையையும் பயமோ, வேண்டுதலோ இல்லாம நேசிக்க முடியும்னு சொல்லுவார் எங்கப்பா. அது உண்மைதான். எனக்கு யார் மேலயும் வெறுப்பு ஏற்பட்டதில்ல. அதனாலதான் காதலை திசை திருப்பறதும் எனக்கு கஷ்டமா தெரியல."

அவள் நிறுத்த அவர் நெகிழ்ந்து போனார். “நீ ரொம்ப பெரியவம்மா. ரொம்ப ரொம்ப பெரியவ. இந்த புனிதமான யாத்திரைல உன்னோட சேர்ந்து வரக்கூடிய யோகத்தை கொடுத்த அந்த ஈஸ்வரனுக்கு நன்றி” அவர் கைலாசமலையிருக்கும் திக்கை நோக்கி சிரத்திற்கு மேல் கரம் உயர்த்தி வணங்கினார்.

உள்ளுக்குள் இருந்த கனம் இறக்கி வைக்கப்பட்டதில் அவள் இன்னும் லேசானாள். மனிதர்கள் நிரந்தரமாய்த் தங்க இயலாது என்பதாலேயே அந்த பனிமலைகள் எவ்வித மாசுகளுமின்றி பரிசுத்தமாக இருப்பது போல் ஆசாபாசங்கள் இல்லாத மனமும் பரிசுத்தமாகிவிடுமோ என்னவோ. அவள் மனம் மிகத் தெளிவாக அந்த பனிமலையைப் போல உறைந்து மாசு மருவின்றி இருந்தது.

எந்த ஒன்றையும் வசப்படுத்த வேண்டுமானால் அதைவிட உயர்ந்த ஒன்றை நாட வேண்டும். மேற்கிலிருந்து விலக வேண்டுமானால் கிழக்கு நோக்கி நடக்க வேண்டும். மேற்கிலேயே நின்று கொண்டு விலக வேண்டும் என நினைத்தால் விலக முடியுமா என்ன? புலன்களை சாதாரண இச்சைகளினின்று கட்டுப்படுத்த வேண்டுமானால் அவற்றை மேலானதை நோக்கித் திருப்ப வேண்டும். சக்திகள் மேல் நோக்கி உயர உயர மனிதனும் உயர்ந்து விடுவான்.

அப்படித்தான் அவள் தன்னை உயர்த்திக்கொள்ளப் பழகினாள். அடுத்த நாள் விடியற்காலம் ஒரு பாதையின் திருப்பத்தில் அவர்கள் கயிலை மலையை தரிசித்தார்கள். தூரத்தில் தெரிந்த அந்த வெண்பனிலிங்க வடிவத்தைக் கண்டதும் அத்தனை பேர் விழிகளிலும் பரவசத்தில் உடைந்து பெருகியது. கயிலை மலையையும், அதன் முன்னே கடலாய் விரிந்திருந்த மானஸரோவர் தடாகத்தையும் காணக் காண உடல் சிலிர்த்தது. லிங்கமும் ஆவுடையுமாகத் தோன்றிய அந்த சிவசக்தியை நோக்கி கரம் குவித்து கண்ணீர் பெருக வணங்கினார்கள். பச்சை நிறத்தில் வர்ணங்களை வாரியிறைத்த மானஸரோவரின் தெளிந்த நீரில் கயிலையின் பிம்பம் அற்புதமாய்த் தெரிய தாங்கள் இருப்பது பூமியிலா அல்லது சாட்சாத் இறைமையின்

மடியிலா என்ற பிரம்மிப்பேற்பட்டது அனைவருக்கும். பட்ட கஷ்டமெல்லாம் பனியாய் விலக, இந்த தரிசனத்திற்காக எவ்வளவு வேண்டுமானாலும் சிரமப்படலாமே என்று தோன்றியது.

நிருபமா ஆடிப்போனாள். உடம்புக்குள் தலை முதல் பாதம் வரை மின்னலாய் ஏதோ பரவியது. இறைமையின் பிரத்யட்ச தரிசனம் தாள முடியாததாயிருந்தது. கரங்கள் தாமாக தலைக்கு மேலே குவிந்தன. ஆனந்தக் கண்ணீரில் காட்சிகள் பளபளத்து மங்கிற்று. கண்கள் தாமாக மூடிக்கொள்ள உள்ளேயும் அந்த அற்புதக் காட்சி தெரிய, கூடவே உண்மையொன்றும் புலப்பட்டது.

தெளிந்த நீரில் தான் பிம்பம் தெரியும். தெளிந்த மனதில் தான் இறைமையும் தெரியும். ஆக தெளிவது மிக முக்கியம் என்பதை மானஸரோவரம் மௌனமாய் உபதேசித்தது.

26 அத்தியாயம்

மலைகளுக்கெல்லாம் மலையாக விஸ்வ லிங்கமாய் அது வானத்தை உரசிக் கொண்டு, கனகக் குன்றாக கதிரவன் ஒளியில் ஒளிர்ந்து கொண்டிருந்தது.

அத்தனை பேரும் ஒரு வினாடி பேச்சிழந்து சிந்தையிழந்து சிலையாய் நின்றார்கள். இரண்டு நிமிடமாயிற்று உணர்வு வர அதன் பிறகே அவன் நாமம் சொல்லி கோஷமிட்டார்கள். அந்த மலை முழுக்க பஞ்சாட்சர மந்திரமும் சிவஸ்துதியும் கலந்து நிறைந்தது.

தன் கதிர்களால் அந்த கயிலை மலைக்கு கனகாபிஷேகம் செய்து ஆதவனும் அவனை வணங்கித் துதித்த அந்த அரிய காட்சியை விழிகளின் வழியே இதயத்தில் உறைய வைத்துக் கொண்டாள். போதும் என்ற எண்ணம் அங்கே எவருக்கும் இதில் மட்டும் ஏற்படவில்லை தென்முகமாக தக்ஷிணாமூர்த்தி குருவாக அது தரிசனமளித்தது. அதற்கு தென்புறம் வானவில்லின் வர்ணங்களை வாரியிறைத்தாற்போல் வண்ணக்கற்கள் சூழ பச்சை நிறம் பிரதிபலிக்க சக்திஸ்வரூபமாக மானசரோவர் தடாகம் தியானம் செய்வது போல அமைதியாக இருந்தது. அன்னை தாட்சாயணியின் முன்கரம் விழுந்ததாக சொல்லப்படும் இடம். நிருபமா ஏரி நீரில் பிரதிபலித்த கயிலை நாதனைப் பார்த்தபடி வெகுநேரம் நின்றாள். தன்னிலை மறந்து தான் என்ற எண்ணம் மறந்து பரவசத்தில் கலந்து கரைந்த நிலை. காதலின் உச்சத்திலும், பக்தியின் உச்சத்திலும் மனிதன் நான் என்ற ஆணவம் அழிந்து

அவன் பரவசத்தில் கரைந்து போவான் என்பது எத்தனை சத்தியம். பிரணவோடு கலந்து கரைந்த அந்த நாள் அவள் நினைவுக்கு வந்தது. அன்றும் இதேபோல் ஒரு தன் நினைப்பற்ற ஒரு பரவச நிலைதான். காதலில் உயிர்கள் கலக்கும்போது அழிந்து போன அந்த 'நான்' எனும் நினைப்பு, பின்னர் பிரிவில் மீண்டும் மேலெழும்பி பாடாய்ப்படுத்தி சுயதுக்கத்தில் தள்ளப்பார்த்து. உணர்வுகளை வேதனைப்படுத்தி, உடலை தாபத்தில் தவிக்க வைத்து... பாடாய்ப்படுத்தின அந்த 'நான்' இதோ இந்த இறைமைக்கு முன்பு மீண்டும் அடியோடு அழிந்து போன விந்தையை அனுபவபூர்வமாய் உணர்ந்தவள் தேகம் சிலிர்த்தது. கடவுளை அடைய காதலே தலைவாசல் என்று இதனால் தான் சொன்னார்களா...? இதற்குத்தான் எல்லாமா? இந்த நிமிடம் இந்த தேகத்தை விட்டு இந்த ஆத்மா பிரிந்துவிடாதா..?

அவள் விழிகள் அருவியாய்ப் பெருகின உடல் லேசாக நடுங்கிக் கொண்டிருந்தன. தெய்வமே இதற்குத்தானா எல்லாம்...? முணுமுணுத்தவாறு மீண்டும் அந்த விஸ்வலிங்கத்தைப் பார்த்தாள். விஸ்வரூபமாய் விண்ணுக்கும் மண்ணுக்குமாக உயர்ந்து ஜோதிமயமாக காட்சி தந்தது அது சத்தியமாக இது ஈஸ்வரனின் அரசவையே தான் தன் பரிவாரங்களோடு, பூத கணங்களோடு சக்தியோடு அவன் உறைந்திருக்கும் இடமேதான் அந்த காற்று முழுக்க அவர்களது சுவாசக் காற்று தான் அதன் சப்தம் கூட ஓங்கார ஓசை தான். இந்த க்ஷணம் இந்த உடலைவிட்டு இங்கே ஒரு கல்லாக மாறி காலம் காலமாக அவன் காலடியில் விழுந்து கிடக்க ஏங்கியது மனம்.

"நிருபமா..." பெரியவர் அவளை மெல்லத் தொட்டதும் சட்டென்று சுய நினைவுக்கு வந்தாள்.

"இப்டியே நின்னுண்ருந்தா எப்டி? எல்லோரும் மானஸரோவர்ல ஸ்நானம் பண்ண கிளம்பியாச்சு. கிளம்பு மா... ஸ்நானத்தை முடிச்சு பரிக்ரமாவை ஆரம்பிக்கணுமே. மலையை வலம் வர மூணு நாளாகும். ஒவ்வொரு நிமிஷமும் நமக்கு முக்கியம். வா."

அவர் ஒரு குழந்தைபோல் அவளைக் கரம் பற்றி நடத்திச் சென்றார்.

பல வண்ணங்களில் மூர்த்தங்கள் கொட்டியிறைந்து கிடந்த மானஸரோவர் தடாகத்தில் கால் வைத்தபோது தேகம் சிலிர்த்தது. அலை அலையாய் உள்ளே பரவசம் பரவியது. உலகத்தின் மிக உயரத்திலிருக்கும் மிக மிகப் புனிதமான கடல் போன்ற அந்த தடாகத்தின் சில்லிட்ட நீர் தேகத்தில் படப்பட என்னமோ செய்தது. மகாசக்தியை மனதில் பிரார்த்தித்தபடி ஒரு முங்கு முங்கி எழுந்தாள். உடல் மனம் எல்லாம் பரிசுத்தமாகி, எண்ணங்களடங்கி சூன்யநிலையில் நின்றது மனம்.

உடன் வந்த யாத்ரீகர்கள் கரையில், மூர்த்தங்களைத் தேடித் தேடி சேகரித்துக் கொண்டிருந்தனர் சிலர் மானஸரோவர் தீர்த்தத்தை கேன்களில் நிரப்பிக் கொண்டிருந்தனர்.

நிருபமாவும் பெரியவரும் கரையேறி உடைமாற்றிக் கொண்டு வந்து தாங்களும் மூர்த்தங்கள் சிலவற்றை சேகரித்தனர்.

லேண்டக்ரூஸர் வண்டிகள் மானஸரோவரை சுற்றிக் கொண்டு குலுங்கிக் குலுங்கிச் சென்றது.

கயிலையின் அடிவாரம் நெருங்கியது வெண்பனி உறைந்திருந்த கைலாச மலையை உற்று நோக்கினாள். சிவபெருமான் முகமும் அவரைப் பார்த்தவாறு பக்கவாட்டில் பார்வதியின் முகமும் மலையில் கரும் சித்திரமாய் தெரிய மூச்சை இழுத்துப் பிடித்துக் கொண்டு விழி விரியப்பார்த்தாள். அந்த அதிசயம் கண்டு அவள் மட்டுமல்ல அத்தனை பேரும் பரவசத்தில் சிலையாய் கை கூப்பி நின்றார்கள். இது எப்படி சாத்தியம்? காலம் காலமாய் இந்த முகங்கள் மட்டும் மாறாமல் இம்மலையில் தெரிகிறதென்பது எத்தனை வியப்பான ஒன்று.

கண்களை எடுக்கவே முடியவில்லை யாராலும். கயிலையின் மீது இப்படி ஒரு தெய்வீக தரிசனம் என்றால் அதைச் சுற்றியுள்ள மலைகளிலோ கேட்கவே வேண்டாம். உற்றுப் பார்க்கப் பார்க்க பல்வேறு தெய்வீக வடிவங்களும், சிவபார்வதியின் சிருங்காரத் தோற்றங்களும்

தெரிய, பரவசத்தில் சிலிர்த்தது தேகம். நாட்டில் உள்ள அத்தனை கோபுரங்களின் வடிவங்களும் கூட சுற்றியிருந்த மலைகளில் ஆங்காங்கே தெரிந்தபோது வியப்பின் எல்லைக்குச் சென்றது மனம்.

டார்ச்சேனிலிருந்து கயிலாயப் பரிக்கிரமாவை ஆரம்பித்தார்கள். நடக்க இயலாதவர்களைச் சுமந்து சென்ற யார்க்குகளெல்லாம் அடியார்க்கு அடியாராய் சிவரூபமாகவே தெரிந்தன. அந்த அளவுக்கு புண்ணிய காரியத்தில் அவை ஈடுபட்டிருந்தன.

ஓரிடத்தில் வழிகாட்டி நின்றார். "இதுதான் தேவர்கள் பள்ளத்தாக்கு. அதோ அந்த சிறிய கோபுரம் தான் யமத்துவாரா. அதனுள் நுழைந்து வாருங்கள். யமபயம் போய்விடும். புதுப்பிறவி எடுத்தாற்போலிருக்கும்" அவர் சொன்னபடி அனைவரும் அந்த சிறிய கோபுரத்தின் வழியே நுழைந்து வெளியேறினர். திபெத்தியர்கள் அனைவரும் அங்கே நுழைந்து வெளியேறிய பிறகு தங்கள் பழைய உடைகளையும் காலணிகளையும் கழட்டி வீசி எறிந்து விடுவார்களென்று கூறினார் வழிகாட்டி. அங்கிருந்து பார்க்க, கயிலைநாதன் அற்புதமாக காட்சி தந்தான்.

இரண்டாம் நாள் பரிக்கிரமாவில் கௌரி குண்டத்து பச்சை நிற நீரை மலைமேலிருந்து தரிசித்து வியந்தார்கள். பிறகு மேலும் சென்றார்கள். கயிலையின் வடக்கு முக தரிசனம் கண்டபோது கண்ணீர் பீறிட்டது. சூர்யோதயத்தில் மலையே தங்கமாய் ஜொலித்தது. அடியில் சாம்பலும், மேலே கனிந்த சிவப்புமாய் ஒரு பெரிய நெருப்புத் துண்டு போல் ஜொலித்த மலையை விழிகளால் விழுங்குவது போல் பார்த்தாள்.

பரிக்ரமா தொடர்ந்தது டோல்மாபாஸை நெருங்க நெருங்க மூச்சிரைத்தது. தலைவலி கடுமையாயிற்று கால்கள் துவண்டன. உடலில் தோல் உரிய ஆரம்பித்தது. மிகக் கடுமையான ஏற்ற இறக்கங்கள். டோல்மாபாஸைக் கடந்துவிட்டால் நமது சரீரம் தேவ சரீரமாகிவிடும் என்பது ஐதீகம்.

மிக செங்குத்தான ஏற்றங்கள். பாதை என்று எதுவும் கிடையாது. மனிதர்கள் எறும்புகளாய் ஊர்ந்து கொண்டிருந்தார்கள். இதயம்

தொண்டைக்கு வந்து விடும் போலிருந்தது. சுவாசம் போதாமல் பல பேருக்கு உதவியாளர்கள் ஆக்ஸிஜன் சிலிண்டர்கள் மூலம் சுவாசிக்க உதவிக் கொண்டிருக்க, திபெத்தியர்கள் மட்டும் சர்வசாதாரணமாக மணியொன்றை சுழற்றியபடி புன்னகையோடு மலை ஏறிக் கொண்டிருந்தனர். அவர்களது நுரையீரல்கள் இயற்கையிலேயே சற்று விரிந்து மலைவாசத்திற்கேற்றாற்போல் அமைந்திருப்பதாக ஒருவர் கூறிக் கொண்டிருந்தார். கோவைப் பெண்மணியும் ஆக்ஸிஜன் சிலிண்டர் வைத்துக் கொண்டிருந்தாள். சில இந்தியர்கள் இடுப்பை பிடித்துக் கொண்டு ஏறினர். அனைவர் முகத்திலும் மலையேறும் ஆயாசமும், அதை மீறிய ஒரு பரவசமும் தெரிந்தது. டோல்மாபாஸின் உச்சி இன்னும் குறுகியது. அங்கிருந்து பார்க்கும்போது கயிலையின் ஒரு பக்க தரிசனம் கண்ணீரைப் பொங்க வைத்தது. உச்சியில் பேச்சற்று சிறிது நேரம் அமர்ந்திருந்தார்கள் நிருபமாவும் பெரியவரும். ஏற்றத்தை விட இறக்கம் இன்னும் கடினமாயிருந்தது. இறங்கிய பிறகு மலையை திரும்பிப் பார்த்தபோது பிரம்மிப்பாயிருந்தது. வானளாவிய அத்தனை உயரத்திற்கா சென்று வந்தோம் என்று திகைக்க வைத்தது.

வழிகாட்டி சொன்னது உண்மைதான். டோல்மாபாஸைக் கடந்த பிறகு அத்தனை வலியும் பறந்துவிட்டாற்போல் தோன்றியது. தலைவலி காணாமல் போயிற்று. விவரிக்க இயலாத புனிதம் உடலில் குடியேறிவிட்டாற்போலிருந்தது. மூன்றாவது நாள் பரிக்ரமாவும் முடிந்து மீண்டும் டார்ச்சேனை அடைந்தபோது புதுப் பிறவியே எடுத்து விட்டாற்போலிருந்தது.

பூஜைகளும், யாகங்களும் நடத்திவிட்டு கயிலையை விட்டுக் கிளம்பியபோது, தாயைவிட்டுப் பிரிந்து செல்லும் சேய்போல் மனம் ஏங்கியது. கயிலையை மீண்டும் மீண்டும் திரும்பிப் பார்த்தபடி நடந்தார்கள். இன்னும் சற்று நேரத்தில் அந்த வெள்ளிச்சிகரம் கண்ணுக்கு மறைந்துவிடும் என நினைத்தபோது இனம் புரியாத ஏக்கம் எழுந்தது.

லேண்ட்க்ரூஸர் வண்டிகள் அனைவரையும் ஏற்றிக் கொண்டு வந்த வழியே விரைந்தது. கயிலையின் அடிவாரத்தில் உணவு

தயாரித்தார்கள் ஷெர்பாக்கள். தங்கள் அனுபவத்தையும், ஆனந்தத்தையும் மீண்டும் மீண்டும் பேசி வியந்தபடி மற்றவர்கள் ஓய்வெடுக்க, பெரியவர் நிருபமாவைப் பார்த்தார்.

"உன் வாழ்க்கையின் லட்சியம்தான் என்ன நிருபமா? இனி என்ன செய்யப் போற? ஏதாவது பிளான் பண்ணி இருக்கயா?"

"சுவாசம் நிக்கற வரை வாழ்ந்துதானே ஆகணும்?"

"மறுபடியும் யு எஸ் போய்டுவயா இல்ல ஸ்ரீரங்கத்துல அவனோட குடும்பத்தோட இருப்பாயா?"

"இதுவரை எதைப்பத்தியும் நா யோசிக்கல. திட்டம்னு எதுவும் இல்லவும் இல்ல. மறுபடியும் உத்யோகம், மாசமானா சம்பளம், விதவிதமா உடைகள், வீட்டுக்கும் ஆபீஸ்க்கும் மாறி மாறி ஓட்டம்னு அந்த லௌகீக வாழ்க்கைக்கு இனி என்னால திரும்பிப் போக முடியும்னு தோணல. காற்றின் சப்தமும், நதிகளின் இரைச்சலும், இயற்கையின் பசுமையும், இறைமையின் அடையாளங்களுமாய் இருக்கற இந்த இமாசலத்துலயே எங்கயாவது நிரந்தரமா தங்கிடணும்னு ஒரு ஆசை ஏற்படறது."

"உனக்குன்னு குடும்பம் வேண்டாமா?"

"உலகமே குடும்பம்ங்கற அளவுக்கு மனசுக்குள்ள விசாலமும் தெளிவும் வந்தப்பறம் எதுக்கு மறுபடியும் சின்னச் சின்ன வட்டங்கள். பசிக்கு ரெண்டு வேளை உணவு. மனநிறைவுக்கு பக்தியும் தியானமும், அன்போட பேசிப் பழக தினமும் சந்திக்கற மனிதர்கள்... வாழ்க்கைக்கு இந்த சந்தோஷம் போதாதா...?"

"இது சந்தோஷம் இல்ல பெண்ணே. பேரின்பம்!" அவர் நெகிழ்ந்தார். பிறகு கேட்டார். உன்னோட நானும் வந்துடவா நிருபமா..? எனக்கும் இப்படி ஒரு பேரின்பத்தை காண வேண்டாமா? நேபாளம் தாண்டினதும் கங்கோத்ரி, கோமுகம், பத்ரிநாத்னு இந்த இமயத்தோட மடியில போயிண்டே இருப்போம். ஏதாவது ஒரு ஆஸ்ரமத்துல தங்கிப்போம். நம்பளால முடிஞ்ச வேலைகளைச் செய்வோம். வந்து போற யாத்ரிகர்களுக்கு

வேண்டிய உபகாரங்களையும் உபகாரங்களும் பண்ணுவோம் தினம் தினம் பல மனிதர்களை சந்திப்போம். வாழ்க்கை இந்த ஜீவநதிகள் மாதிரி அர்த்தத்தோட ஓடிண்டுருக்கும்."

அவள் சரி எனத் தலையசைத்தாள்.

நேபாள எல்லைக்கு வந்ததும் அவர்கள் அனைவரிடமும் விடை பெற்று தனியே பிரிந்தார்கள். கங்கோத்ரி நோக்கி பயணப்பட்டார்கள்.

பனிமலையின் செங்குத்தான உயரங்களில் ஏறி இறங்கி நடந்தார்கள். சுவாசம் திணறியது கோமுக் தரிசனம் கண்ட ஆனந்தத்துடன் கால்கள் கடுக்க களைப்போடு ஒரு பனிப்பாறையில் அமர்ந்த பெரியவர் களைப்பில் உறக்கம் வர தன்னை மறந்து சுருண்டு படுத்து உறங்கினார். நிருபமா சற்று தள்ளி அமர்ந்து தியானத்தில் மனம் ஒடுக்கினாள்.

சற்று நேரம் கழித்து விழித்தவள் அவர் அருகில் வந்தாள்.

"போகலாமா அங்கிள்..?" அவரைத் தொட்டு எழுப்பியவள் தன் கைகளில் பரவிய சில்லிப்பை உணர்ந்ததும் திகைத்தபடி அவரை உற்றுப்பார்த்தாள். யாரோ சிலர் அருகில் வந்தார்கள்.

"எவ்ளோதான் களைப்பா இருந்தாலும் இப்படி பனிப்பாறைல படுத்து உறங்கக்கூடாது. தூக்கத்துலேயே உயிர் போய்டும். பாவம் பெரியவர் தெரிஞ்சுதான் படுத்தாரோ, இல்ல தெரியாம படுத்தாரோ? பாவம்."

அவர்கள் கடந்து செல்ல, அவள் சிலையாய் நின்றாள்.

சாது ஒருவர் நிலமையைப் புரிந்து கொண்டு நின்றார்.

"மரணத்தில் மிக நல்ல மரணம் இதுதான் பெண்ணே. மரணம்னு சொல்ல முடியாது இதை. முக்தி. ஆமாம் முக்தின்னுதான் சொல்லணும். எல்லோருக்கும் இது கிடைக்காது மகளே. உன் தகப்பனின் ஆன்மா சிவபதம் அடைந்ததற்காக மகிழ்ச்சி கொள்"

அவளை அவருடைய மகள் என நினைத்து அவர் பேச அவள் மௌனமாய் அதை ஏற்றுக் கொண்டாற்போல் நின்றாள்.

பிறகு ராணுவ முகாம் ஒன்றிற்குச் சென்று தகவல் சொல்லி, அவரது பெண்ணின் விலாசத்தைக் கொடுத்து தகவல் சொல்லிவிடச் சொல்லிவிட்டு தன் பயணத்தைத் தொடர்ந்தாள். மீண்டும் தனிமை இல்லை... இறைமையின் மடியில் யாருக்கும் தனிமையில்லை. அவள் மேலும் நடந்தாள் நடக்க முடியாதபோது எங்கேனும் ஓரிடத்தில் அமர்ந்து ஓய்வெடுத்தாள்.

பத்ரிநாத், கேதார்நாத் செல்லும் யாத்ரிகளின் கூட்டம் இப்புறமும் அப்புறமுமாக அவளைக் கடந்து சென்று கொண்டிருந்தது. பனிமலைகளில் பட்டுத் திரும்பிய காற்று சிலீரென்று ஊசியாய் உடலைத் துளைத்தது. கங்கா துளசிச் செடிகளின் வாசம் காற்றில் மிதந்து வந்து நாசியைத் தழுவியது.

நடந்து நடந்து கால்கள் சலிக்க போஜ்புத்ரா மரம் ஒன்றினடியில் அமர்ந்தாள் அங்கே ஏற்கனவே அமர்ந்திருந்த சாது ஒருவர் அவளைக் கண்டதும் புன்னகைத்தார்.

“களைப்பாறு மகளே. புனிதமான இடமிது எங்கே செல்கிறாய் அல்லது எங்கிருந்து வருகிறாய்?”

“கைலாசதரிசனம் முடித்து வருகிறேன்.”

“புண்ணியம் செய்திருக்கிறாயம்மா” அவர் அந்த மரத்தின் இலையொன்றை எடுத்து தன் கைவசமிருந்த பிரசாத உருண்டையை வைத்து அவளிடம் நீட்டினார்.

“இது என்ன மரம். எங்க ஊர் அரச மரம் மாதிரி இருக்கு.”

“இதை போஜ்பத்ரான்னு சொல்லுவாங்க இதன் பட்டையை உரிச்சா காகிதம் மாதிரி வரும். அந்த காலத்துல மகரிஷிகள் இதைத்தான் எழுதுவதற்கு உபயோகப்படுத்தியிருக்காங்க. அதோ பார் அதுதான் உங்க ஊர் அரசமரம் மாதிரி. வேணு மரங்கள்னு பேரு இங்க இருக்கற காட்டுவாசிகளுக்கு அந்த மரங்கள் வழிபாட்டுக்குரியவை.”

அவள் காலில் அணிந்திருந்த கேன்வாஸ் ஷூ வைக் கழற்றினாள். கால் விரல்கள் பனியில் விரைத்து கொப்புளங்கள்

ஏற்பட்டிருந்தன. உடல் வேறு கொதிப்பது போலிருந்தது. தலைவலி மண்டையைப் பிளந்தது. அவர் அவளது சோர்வையும் விரல்களின் நிலைமையும் பார்த்தார். சட்டென்று எழுந்து எங்கோ சென்றவர் ஐந்து நிமிடத்தில் திரும்பி வந்தார்.

காட்டு துளசியிலைகளைப் பறித்து வந்து தீ மூட்டி தன்னிடமிருந்த சின்ன மண் குடுவையில் கஷாயம் தயாரித்து அவளுக்கு கொடுத்தார். "இதைக் குடி மகளே உடல் சூடு தணியும்" என்றவர் அவளது கால்களைப் பற்றி, சிறு ஊசி கொண்டு கொப்புளங்களை குத்தி உடைத்து பச்சிலைகளை கசக்கி அதன் சாற்றைத் தடவினார்.

கயிலாயம் வரை சென்று வந்த இந்த பாதத்தின் பிணி தீர்க்கும் பேறு கிடைத்ததற்காக இறைவனுக்கு நன்றி என்றார். அவள் பாதங்களைத் தொட்டு கண்ணில் ஒற்றிக் கொண்டு மெல்ல நடந்து மறைந்தார். அவள் சிலையாய் அமர்ந்திருந்தாள்.

பிணி தீர்த்தது மனிதனல்ல. இந்த மலையில் உறைந்திருக்கும் தெய்வம் எனில் அது தன் பாதம் தொட்டு வணங்கலாமா? பதறியது அவள் மனம்.

வணங்கப்பட்டது நீ என ஏன் நினைக்கிறாய்? இன்னும் உன் அகங்காரம் அடியோடு அழியவில்லை என்பதையல்லவா இது காட்டுகிறது. எல்லாம் அதுவே என்பதானால் வணங்கியதும் அதுவே வணங்கப்பட்டதும் அதுவே என்றல்லவா ஆகிறது. நீ உன்னையறிந்து கொண்டது இவ்வளவுதானா? தன்னையறிதல் என்றால் என்னவென்று நினைத்தாய்? நானே பிரும்மம் நானே அது என்று சொல்வது மட்டும்தானா? அதல்ல தன்னையறிதல். உன் உணர்வு மாறுதல்களையறிதல் உனக்குள் இருக்கும் குட்டிச்சாத்தான்களையும், ஞானிகளையும், இறைமையையும் அறிதல். உனக்குள் இருக்கும் ரகசியங்களை முழுமையாய் அறிதல். சாத்தான்களை அடக்கி, இறைமையைப் பற்றிக் கொள்ளுதல் ஒளியில் நிறைந்து நீயே ஒளியாய் மாறுதல் பூமியைப் போல் அனைத்தையும் ஏற்றுக்கொள்ளுதல் வெயில்,

மழை, பனி, தென்றல், நெருப்பு, வெள்ளம், எரிமலைக் குழம்பு, வசந்தம் என எல்லாவற்றையும் பூமியைப்போல ஏற்றுக் கொள்ளுதல்.இந்த மாற்றங்கள் எல்லாம் தன் சுழற்சியால், தனது தட்ப வெட்ப மாறுதலால் என்பதை பூமி அறிந்திருப்பதால்தான் அவற்றை சலனமின்றி அது ஏற்கிறது. நீயும் அவ்விதமே இரு. உனது மாற்றங்கள் எல்லாம் உன் வாழ்வின் திசைமாறுதல்களால் உனக்குள் நிகழ்வதே. எனவே பிரிவுக்கு வருந்துவதையும், சேர்வதற்கு மகிழ்வதையும், மரணத்திற்கு அழுவதையும், பிறப்பிற்கு புன்னகைப்பதையும் நிறுத்திவிடு. எல்லாம் சமம் என உணர் எல்லாவற்றையும் நேசி. எல்லாவற்றிலும் இறைமையைக் காண்.

அவள் உணர்ந்தாள். மெல்ல விழிகள் மூடி உள்ளே பிரயாணப்பட்டாள்.

நீண்ட நேரம் கழித்து உணர்வுக்குத் திரும்பியபோது யாரோ இருவர் தன் பாதங்களைப் பற்றிக்கொண்டு அமர்ந்திருப்பதைக் கண்டாள். அந்த மனிதன் அவள் விழிப்பதைக் கண்டதும் கரம் குவித்து அவளைப் பார்த்தான்.

பிரணவின் முகம் கண்முன்னால் தெரிய அவள் தான் காண்பது கனவா, நனவா என யோசித்தபடி அமைதியாக அவனைப் பார்த்தாள்.

அத்தியாயம் 27

தராசு தட்டின் முள் எடையற்ற நிலையில் சமமாய் நிற்பதென்பது சிரமம் தான். சின்னக் காற்றுக்கும் அது ஆடி அசைய தட்டுகள் உயர்ந்து தாழ்வது அதையும் மீறி நடந்துவிடுகிறது. மனம் என்பது அதைவிட சுலபத்தில் ஆடக்கூடியது. என்னதான் அவள் சம நிலையில் அதை வைத்திருக்க முயன்றாலும் கண்ணுக்கு முன்னே எதிர்பாராத இடத்தில் அவன் முகத்தைக் கண்டதும் அவளையும் மீறி லேசாய் ஆடத்தான் செய்தது. இருப்பினும் மிகவும் சிரமப்பட்டு அதை சமநிலையில் வைக்க முயன்று மெல்ல மெல்ல அதில் வெற்றியும் பெற்றாள். பிரணவையும் அவனருகில் நின்றிருந்த அந்த பெண்ணையும் சலனமின்றி பார்த்தாள்.

"நாங்க கேதார்நாத் போயிட்ருக்கோம். என் பெயர் பவானி. இவர் என் கணவர் ரிஷி. அதோ அந்த ஆசரமத்துல தற்சமயம் தங்கி இருக்கோம். நீங்க கயிலாய தரிசனம் முடிச்சு வரதா அதோ அந்த சாது சொன்னார். உங்களை நமஸ்கரிக்கணும்னு வந்தோம்" ஹிந்தியிலும், ஆங்கிலத்திலுமாக பவானி சொல்ல புன்னகையுடன் அவள் தலையைத் தொட்டாள்.

"இந்த பனியில் உக்காந்திருக்கீங்களே... எங்களோட வாங்கம்மா இன்னிக்கு ஒரு நாள் என் கையால உணவருந்திட்டுப் போகலாமே. நீங்க சாப்ட்டா எங்களுக்கு புண்ணியம் சேரும்"

"ஆகட்டும்"

பவானி முகம் மலர ரிஷியைப் பார்த்தாள். “ரிஷி நீ முன்னால போ நா இவங்கள கூட்டிட்டு வரேன். மாவு பிசைஞ்சு வைச்சுடு” மகிழ்ச்சியுடன் சொன்னாள்.

“சீக்கிரம் வந்துடு. குளிர் அதிகமாகுது. ஏற்கனவே உன் உடம்பு கொதிக்குது” அவன் சொல்லி விட்டு கம்பளியைப் போர்த்தியபடி நடந்தான்.

“ரொம்ப நல்லவர். நான்னா உசிர். நாங்க ஒண்ணு சேர்ந்ததே தெய்வ சங்கல்பம் தான்னு சொல்லணும்... உங்ககிட்ட எல்லாத்தையும் சொல்லணும் போல இருக்கு. சாமி சந்நிதில சொல்றாப்பல சொல்றேன்” என்றவள் தொடர்ந்தாள். “எல்லாருக்கும் அவங்க பிறந்ததும் அப்பா அம்மா தான் பேர் வெப்பாங்க. எம்புருஷனுக்கும் அப்டி ஒரு பேரு இருந்திருக்கும் ஆனா அவருக்கு அது தெரியாது. தனக்குத்தானே பேர் வெச்சுக்கற ஒரு கஷ்டம் இவரைப் போல வேற யாருக்கும் வரக்கூடாதுன்னு தான் சொல்லணும். தான் யாரு, தான் இதுவரை எங்க இருந்தோம். என்ன செஞ்சுட்ருந்தோம். தனக்கு குடும்பம் இருக்கா, அப்பா, அம்மா உடன் பிறந்தவங்க இருக்காங்களா? தான் என்ன படிச்சிருக்கோம்னு எந்த விஷயமும் இவர் ஞாபகத்துல இல்லாத நிலையில் தான் இவரை நா சந்திச்சேன். எதனால இப்டி ஆச்சு? யாரால ஆச்சுன்னு எந்த கேள்விக்கும் அவரோட மூளை நரம்புகள்ல பதில் இல்ல. எல்லாம் மறந்த நிலை. இறந்த காலம் முழுக்க தன் மூளையிலிருந்து அழிஞ்சு போய்டுச்சுன்னு புரிஞ்சு போனப்பறம் ஒரு மனுஷனுக்கு நியாயமா பைத்தியம்தான் பிடிக்கணும். ஆனா யாருடைய பிரார்த்தனையோ இறைவன் இவருக்குள்ள புதுசா ஒரு நம்பிக்கையை விதைச்சு இவரை புது மனுஷனா நடமாடச் செய்துட்ருக்கான். ஒருவேளை என்னோட ஒண்ணு சேரணும்னு விதியோ என்னவோ. எது எப்டியோ கடவுள் எனக்கொரு நல்ல வழித்துணையைத் தந்ததுக்கு நன்றி சொல்ல வேணாம்? அதான் இப்டி அவரையும் கூட்டிக்கிட்டு யாத்திரை கிளம்பிட்டேன். நதிக்கும், ரிஷிக்கும், மூலம் காண முடியாதுன்னுவாங்க. அது உண்மைதான். என் ரிஷிக்கும் எது

மூலம்னு எங்களுக்கு தெரியாது. அதனால தான் பேரைக் கூட ரிஷின்னு பொருத்தமா வெச்சுக்கிட்டதா சொன்னார். என்னதான் நாங்க உசிருக்குரா சந்தோஷமா இருந்தாலும் அப்பப்பொ அவர் மனசுக்குள்ள துக்கம் பொங்கும் தன்னிலை நினைச்சு வேதனைப்படும். அடி முடி தேட முடியாத பிரம்மா விஷ்ணு மாதிரி அவர் அவதிப்படும்போது பாவமா இருக்கும். அப்பொல்லாம் நான்தான் ஒரு குழந்தையை சமாதானப்படுத்தறா மாதிரி ஆறுதல் சொல்லி மனசைத் தேற்றுவேன். இதுவரை எப்படியோ. இனிமே நீதான் பவானி என் ஜீவன். உன்னை நா பிரியவே கூடாதுன்னு அழும். என் வேண்டுதலும் அதுதான். உங்களைப் பார்த்தா அந்த கைலாசத்தையே பாக்கறா மாதிரி இருக்கு. அதோட ஒளியில் கொஞ்சத்தை உங்க முகத்துல சுமந்துக்கிட்டு வந்தா மாதிரி தெய்வீகமா இருக்கு. நாங்க ரெண்டு பேரும் மரணம் வரை பிரியாம இதே மாதிரி காதலோட வாழணும்னு எங்களை ஆசீர்வாதம் பண்ணுங்க"

அவள் கள்ளங்கபடமற்ற முகத்துடன் குழந்தை மாதிரி பேச. நிருபமா அன்புடன் புன்னகைத்தாள்.

"வாங்க போகலாம்" பவானி அவளை அழைத்துக் கொண்டு நடந்தாள். பிரணவ் அதற்குள் சப்பாத்தியும், தாலும் தயாரித்து வைத்திருந்தான்.

"சாப்டுங்க" என்ற பயத்துடன் தட்டை அவளுக்கு முன் வைத்தான்.

நிருபமா சப்பாத்தியைப் பிய்த்து பருப்பில் தோய்த்து வாயிலிட்டாள்.

"நல்லார்க்கு"

அவளது பாராட்டில் அவன் முகம் மலர்ந்தான். தெய்வம் அவளுக்குள் இருந்த புதிர்களுக்கு விடையளித்து விட்டதாகத் தோன்றியது. இவர்களை சந்தித்ததும் தெய்வ சங்கல்பம்தான். இவன் உருவத்தால் மட்டுமே பிரணவ். உள்ளத்தால் அல்ல. அந்த

பிரணவ் இவனுக்குள் இறந்து விட்டான். என்ன நடந்ததோ? எதனால் இந்த நினைவிழப்போ அது தெய்வத்திற்கு மட்டுமே தெரிந்த மர்மம். அந்த மர்மம் விடுபட வேண்டுமென்றால் அவனது நினைவுகள் மீண்டெழ வேண்டும். வேண்டாம். மர்மம் மர்மமாக இருப்பதே சில நேரங்களில் நன்மை பயக்கும். அது அவிழ்வதற்காக இந்தப் பெண் இவனை இழக்க வேண்டாம். இவள் மணந்திருப்பது பிரணவை அல்ல ரிஷியை. சட்டை ஒன்றுதான். ஆனால் இவன் அவனல்ல. ஒரு மனிதன் ஒரே பிறவியில், ஒரே சரீரத்தில் இரு வேறு ஆளாக மாறியிருப்பது விதிவசம். சரீரம் அழியாமல் மரணமும், ஜனனமும் நிகழ்ந்துள்ளது. இவன் பவானியுடைய ரிஷியாக இனி இருக்கட்டும். பிரணவ் எங்கேயும் போய்விடவில்லை. அவளுக்குள்தான் பிரணவமாய் நிறைந்திருக்கிறான். காதலில் ஆரம்பித்த உறவு இன்று தெய்வீகமாய் உள்ளே உறைந்திருக்கிறது. அது என்றும் அழியாது. அதுபோதும் அவளுக்கு.

நிருபமா விழி திறந்து அவர்களைப் பார்த்தாள்.

“உங்க அன்புக்கு நன்றி. என் பயணத்தை நான் தொடர வேண்டும். விடை பெறுகிறேன். நீங்கள் இருவரும் என்றென்றும் பிரியாதிருக்க இறைமையிடம் வேண்டுகிறேன்.”

நிருபமா எழுந்தாள்.

அவர்கள் மீண்டும் அவள் பாதம் தொட்டு வணங்க, அன்போடு அவர்களது சிரம் தொட்டு வாழ்த்தினாள். அவர்கள் கரம் குவித்து விடையளிக்க,

நிதானமாக நடந்தாள். நீல நிற ஆகாசம் தெளிவாய் எல்லையற்று அவளுக்குள் விரிந்தது. மானசரோவரின் அழகும் அமைதியும் அங்கே நிறைய, இறைமை அதில் பிரதிபலித்தது.

முற்றும்

www.ingramcontent.com/pod-product-compliance
Lightning Source LLC
LaVergne TN
LVHW060231051026
849517LV00005B/1586
9789394505100